अभिप्राय

या गूढकथा एखाद्या पिशाच्चाप्रमाणे पिच्छा पुरवतात व डोळ्यांवर, डोक्यात बसतात आणि वाचकांच्या मनाचा ताबा घेतात.

दैनिक सामना, १२-०६-२००५

या कथांमधून गूढ अनुभवांना सामोरी जाणारी वा साक्षी असणारी माणसे, त्यांचे भावविश्व, त्या अनुभवांचा त्यांच्यावर होणारा परिणाम सामर्थ्याने व्यक्त होतो. कारण 'गूढ' असल्या तरी या कथाही माणसांच्या, त्यांच्या सुखदुःखांच्या आणि आशा-अपेक्षांच्या आहेत. त्यातील पात्रांकडे पाहण्याची लेखकाची दृष्टी सहानुभूतीपूर्ण व सकारात्मक आहे.

दैनिक सकाळ, पुणे, २४-७-२००५

'निर्मनुष्य' या कथासंग्रहामधील कथांमध्ये वातावरणनिर्मिती कलात्मक पद्धतीने केलेली असून, लेखकाच्या भाषाशैलीचे कौशल्य प्रकर्षाने जाणवते – कथानक, स्वभावचित्रे आणि भाषाशैली या तीनही दृष्टिकोनातून हा कथासंग्रह आकर्षक झाला आहे. भयकथा आणि गूढकथांची आवड असणाऱ्या वाचकांनी तो आवर्जून वाचायला हवा.

साहित्यसूची, ऑगस्ट २००५

निर्मनुष्य

रत्नाकर मतकरी

मेहता पब्लिशिंग हाऊस

* *या पुस्तकातील लेखकाची मते, घटना, वर्णने ही त्या लेखकाची असून त्याच्याशी प्रकाशक सहमत असतीलच असे नाही.*

NIRMANUSHYA by RATNAKAR MATKARI

निर्मनुष्य : रत्नाकर मतकरी / कथासंग्रह

Email : author@mehtapublishinghouse.com

मराठी पुस्तक प्रकाशनाचे हक्क : मेहता पब्लिशिंग हाऊस प्रा. लि., पुणे.

संस्थापक : सुनील अनिल मेहता

प्रकाशक : मेहता पब्लिशिंग हाऊस प्रा. लि.,
१९४१ सदाशिव पेठ, माडीवाले कॉलनी, पुणे – ४११०३०.
✆ +91 020-24476924 / 24460313 / Mob. No. 954500513
Email : production@mehtapublishinghouse.com

मुद्रक : ट्रिनिटी अ‍ॅकॅडमी फॉर कॉर्पोरेट ट्रेनिंग लिमिटेड

मुखपृष्ठ : चंद्रमोहन कुलकर्णी

प्रकाशनकाल: एप्रिल, २००५ / जानेवारी, २००६ / जुलै, २००७ /
ऑगस्ट, २००९ / नोव्हेंबर, २०११ / एप्रिल, २०१४
ऑक्टोबर, २०१७ / पुनर्मुद्रण : मे, २०२३

किंमत : ₹ २२०

P Book ISBN 9788177665628
E Book ISBN 9789386888235
E Books available on : amazonkindle Apple Books Google Play Books

नीला खेर आणि **कमल वेलणकर**
या दोन मैत्रिणींसाठी

अनुक्रमणिका

पूर्वप्रसिद्धी

निर्मनुष्य / मुक्तसंवाद, दिवाळी २००३
पण नंतर मात्र... /सामना, दसरा दिवाळी २००३
गर्भ/ हंस, दिवाळी २००३
शनचरी / दीपावली, २००३
दुरुस्ती / हळ्ळक्षज्ञ, दिवाळी २००३
प्रार्थना / लोकसंवाद यथार्थ दिवाळी २००३
व्हायरस / शब्द, दीपोत्सव २००४
भूमिका / कथाश्री, दिवाळी २००४
पर्यायी / सामना, दसरा दिवाळी २००४
'भूमिका' ही कथा, लेखकाच्याच, 'रणमर्द' या एकांकिकेवर आधारित आहे.

रस्त्यात एकही माणूस नाही.

मी एकटाच रस्त्याने चाललोय. सोबत- कुणाचीच नाही.

कशी असणार?

रस्ता पूर्णपणे रिकामा.

आज शहर 'बंद' आहे.

सदैव गजबजलेला रस्ता. माणसांनी, वाहनांनी. नदीचा प्रवाह, पण जडपणे वाहणारा असावा, तसा. माणसे लगबगीने कुठून कुठे जात असतात. वाहने भरधाव पळत असतात. तरीही रस्ता धावतोय, पळतोय् असे वाटत नाही. त्याला त्याची स्वत:ची एक गती असते. त्या गतीने तो हलत असतो. जडपणे.

पण आज मात्र त्याची गती पुरतीच कुंठित झालेली. रस्ता नुसता आरासारखा स्वस्थ पडून राहिलेला. सुस्तपणे. विश्रांतीसाठी? नाही. त्याहूनही चटकन सुचणारा शब्द : मेल्यासारखा.

रस्ता मृतवत होऊन पडला आहे.

लांबच लांब... त्याला जणू अंतच नाही असा... रखरखत्या उन्हात डांबरटपणे तुकतुकतो आहे.

निर्मनुष्य

रखरखते ऊन कसे पडले एवढ्यात? कधी पडले?... आत्ता दहा-साडेदहाच काय ते वाजायला हवेत. मग एवढे ऊन पडायला काय झाले? खरोखर वाजले तरी किती?... मी घड्याळाकडे पाहतो. ते चालायचेच थांबलेय. त्यात कायमचे पावणे सात वाजलेयत. रस्त्याप्रमाणे, तेही, माझ्या मनगटावर मरून पडले आहे. पावणे सात ते तरी कधीचे?... आज सकाळचे, की काल संध्याकाळचे?

आजची वर्तमानपत्रे वाचायची राहिलीच. काल चालले होते, 'बंद' जाहीर करण्याचे, त्याप्रमाणे 'बंद' झालाच आहे...

काल इथेच, या रस्त्यावरच मोठी हाणामारी झाली. एका ज्ञानशाखेच्या प्रवेशासाठी लाखो रुपयांची फी (विचार केला, तर हे सारे खोटे-एक दु:स्वप्नच वाटते!) आकारली जाऊ लागल्यामुळे असहाय विद्यार्थ्यांनी आणि त्यांच्या पालकांनी प्रचंड निषेध मोर्चा काढला... याच रस्त्यावरून. त्याच वेळी विरोधी पक्षांनी एकत्र येऊन ठरवले, की उद्या शहर बंद करायचे, सरकारचा निषेध म्हणून.

पोलिसांनी मोर्चा अडवला. मोर्चेकरी ऐकत नाहीत, आगेकूच करीत राहतात, असे दिसले, तेव्हा त्यांनी अश्रूधूर सोडला. पळापळ झाली. पळणाऱ्यांवर पोलिसांनी लाठी चालवली. काही मूर्च्छित पडले... काही मेले... रस्त्यात ठिकठिकाणी रक्ताची थारोळी झाली...

आता रक्त उन्हाने वाळून गेलेय. तरी काळपट डाग आहेत. या शहरातल्या प्रत्येक रस्त्यावर असे काळपट डाग असतील...

मी पत्रकार म्हणून ती सारी हाणामारी पाहिली. जवळून पाहिली. जरा जास्तच जवळ गेलो मी. विसरून, की पत्रकाराने लांबून पाहायचे. त्याच वेळी, बहुधा लाठीचा फटका बसून, घड्याळ बंद पडले असेल का?... पण मग त्या फटक्याने ते खाली पडून हरवून जायला हवे होते, किंवा ते हातावर राहिले असता फटका लागून हात जायबंदी व्हायला हवा होता... पण तो आज दुखत नाहीये की काही नाही. घड्याळही जागेवर आहे. फक्त बंद पडले आहे. म्हणजे, समजायचे काय?

विरोधी पक्ष मात्र दणक्यात यशस्वी झालेला दिसतोय. बंद म्हणजे अगदी कडकडीत बंद!... एक माणूस रस्त्यात नाही! अगदी, क्रिकेट खेळणारी मुलेसुद्धा नाहीत.

त्या रस्त्याकडे पाहताना भीती वाटू लागते. इकडून तिकडे पसरलेला रस्ता. पूर्ण रिकामा. सुनसान. असा रिकामा रस्ता मी कुठल्याच बंदमध्ये पाहिलेला नाही. अगदी रात्रीच्या काळोखात, दिव्यांच्या मंद उजेडातही कधी दिसला नाही, इतका भीतिदायक तो आज भर दुपारच्या उन्हात दिसतोय.

एकदम भीतीचे कारण ध्यानात येते... रस्त्यावर कसलाही आवाज नाही. शांतता म्हणजे अगदी संपूर्ण शांतता. एकदेखील आवाज नाही. दिवसा सोडा, पण रात्री असतो, तेवढाही नाही.

हा रस्ता सुरक्षित नाही.

हे कोण बोलले?

कुणीच नाही... बहुधा मीच स्वतःशी बोललो... ऑफिसला फोन करून टाकावा, बंद यशस्वी झाल्यासंबंधीचा! मी एका सायंदैनिकाचा वार्ताहर आहे. सायंदैनिकाला पूर्ण वेळचा पत्रकार परवडत नाही, म्हणून इतरही चार ठिकाणी थोडे थोडे काम करतो, पण मुख्य काम 'मध्यान्ह'चेच. माझ्या निष्ठा पूर्णतः 'मध्यान्ह'कडे, मतेसुद्धा 'मध्यान्ह'चीच.

मोबाईलवरून नंबर लावू लागलो. तर मोबाईल बंद! कसलाच आवाज नाही. लाइटसुद्धा नाही. आता या मोबाईलला काय झाले? (विरोधी पक्षाने 'मोबाईल' देखील बंद केला? असा विनोद मनात येऊन जातो. पण हसू येत नाही.') आता काय करायचे? अडचणीच्या वेळी नेहमी करतो तेच! शांत राहायचे. थोड्या वेळाने

प्रॉब्लेम (कधीकधी) आपोआपही सुटतो. नंतर पुन्हा एकदा मोबाईल ट्राय करायचा!

पाय 'ऑटोमॅटिकली' चालताहेत. रस्ता संपण्याचे नाव घेत नाही. आणि अगदी हलकेच कानात कोणी गुणगुणल्यागत आवाज ऐकू येतो. हा कसला आवाज?... सावकाश अगदी सावकाश तो वाढू लागतो... मधमाशा गुणगुणाव्यात तसा... मग आणखी थोडा वाढतो... माणसांची कुजबूज चालावी, तसा. अमुक एका लेव्हलपर्यंत येऊन, अधिक मोठा न होता, आवाज चालूच राहतो.

कसला हा आवाज?... लाटांचा...? नाही... मधमाशांचा?... नाही... माणसांचा? पक्ष्यांचा? वाघाचा?... नाही, नाही, नाही. यातल्या कुठल्याच एकाचा तो आवाज नाही... मग? सगळ्यांचा मिळून-? मेबी.

पण कुठून येतोय हा आवाज? दूरवरून यावा, तसा तो मंद आहे. पण नाही. तो इथूनच कुठून तरी येतोय. आपल्याच आजूबाजूला तो आहे... मात्र पुसट, अगदी पुसट...

खूप माणसे- रस्त्याने चाललेली... काही गप्पा मारीत. काही गप्प.

त्यांच्या बोलण्याचा, त्यांच्या पायांचा आवाज... अगदी मंद, मंद केला तर...

पण तो येतोय कुठून?

एवढ्यात त्यात, अगदी मंदच, पण पीप-पीप... असे काहीतरी वाजते-

आणि एकदम डोक्यात काहीतरी जागे होते. हा मोटारचा हॉर्न...

... तो आधीच्या मंद गजबजाटाच्या पार्श्वभूमीवर... एकदम कळून चुकते. ऐकू येतोय तो आवाज गर्दीचा. वर्दळीचा. रहदारीचा आवाज.

आणि तो रस्त्यावरून येतोय.

एकदम पायाला कापरे भरते. मघा सारे चिडीचूप शांत होते, तेव्हा वाटली, त्याहीपेक्षा, आता सावकाश 'फेड इन' झालेल्या या वर्दळीची भीती वाटते.

रस्त्यात दिसत तर कोणीच नाही, पण माणसांचे, गाड्यांचे आवाज सतत, एका लो व्हॉल्यूमला ऐकू येताहेत... हे काय असेल?

हे आवाजाचे पिशाच्च आहे का?

आज रस्ता मेला आहे... रहदारी नाही. एक माणूसही रस्त्यात नाही– म्हणून नेहमी इथे गजबजणाऱ्या आवाजाचे पिशाच्च होऊन, ते घोंगावते आहे का?

वाटते- पळत सुटावे. पण कुठे पळणार? या रस्त्यावरूनच ना?... या असुरक्षित रस्त्यावरून...

मी मोबाईलवर घरचा नंबर लावायचे ठरवतो. सीमाचा आवाज ऐकला, की हे सगळे भास जातील... सगळी भीती दूर पळेल.

पण पुन्हा मघाचेच. मोबाईल चालूच नाही. पूर्ण गार पडलेला.

पुन्हा चालणे. त्या निर्मनुष्य रस्त्यात रहदारीचे आवाज तसेच.

समोर एक फोन बूथ दिसतो. मी जवळजवळ पळतच तो गाठतो.

घरचा फोन फिरवतो. सीमाचा आवाज येतो-हॅलो, हॅलो-

सुटकेचा एक नि:श्वास टाकून मी स्लॉटमध्ये नाणे टाकतो.

"हॅलो-हॅलो-"

"अगं मी बोलतोय. तुला ऐकू येत नाहीये का?"

"हॅलो-हॅलो-कोण बोलतंय?"

"अगं मी आहे! इथं सगळं इतकं शांत...

"बोलत का नाही? बोला ना-हॅलो हॅलो-"

"बोलतोच आहे मी- ऐक जरा-"

"हॅलो... हॅलो..."

फोन खाली ठेवल्याचा 'क्लिक्' आवाज होतो. मी पुन्हा एकदा फोन लावतो. पुन्हा तोच प्रकार! या इन्स्ट्रुमेंटची भलतीच गोची आहे! - इथला आवाज तिथे पोहोचतच नाहीये!

तरीही मी ऑफिसचा फोन लावतो. राऊळचा हसरा, प्रसन्न आवाज येतो- "हॅलो... मध्यान्ह-"

"राऊळ - मी बोलतोय."

"हॅलो - कोण आहे?"

"राऊळ-बंदला अगदी हंड्रेड पर्सेंट-"

"हॅलो-हॅलो-"

पुन्हा तोच प्रकार. हताश होऊन मी फोन क्रॅडलवर आपटतो. मला त्यांना काहीच सांगता आलेले नसते. तरीही सीमाचा आणि राऊळचा आवाज ऐकून मला थोडे माणसात आल्यासारखे वाटते...

मी फोन बूथच्या बाहेर येतो. नेहमीच्या बंदला पोलिसांचे थवेच्या थवे गप्पा मारत उभे असलेले दिसतात. आणि आज- आज एकसुद्धा पोलिस दिसू नये?

गाडीचा हॉर्न ऐकू येतो. दूरवरून आल्यासारखा. डोळे मिटले, तर रहदारीतून चालल्यासारखे वाटते. त्या रहदारीचा व्हॉल्यूम मात्र अगदी लो.

आणखी एक. रस्ते ओळखीचे दिसतात. रोजचे, पायाखालचे. पण ते वेगळे वेगळे होत नाहीत. एकमेकांशी कोन करत नाहीत. एकमेकांना आडवे जात नाहीत. ते सगळे एकमेकांना जोडून. जसा काही एकच एक लांब रस्ता झाला आहे. तटस्थ-निर्विकार रस्ता.

हा रस्ता सुरक्षित नाही!

हा आवाज त्या रहदारीच्या साउंडट्रॅकच्या वरती कसा आला? कुणाचा आहे हा आवाज?

- आणि एकदम मला एक माणूस दिसतो!

इतक्या वेळात पहिल्यांदाच!

समोरच्या फूटपाथवर तो बसलेला असतो. केसांच्या जटा, मळल्यामुळे जिचा रंग सांगता येणार नाही, अशी चड्डी कमरेला. बाकी रंग गोरटेला- अस्थिपंजराची बरगडी न् बरगडी मोजून घ्यावी!

तरीही, या निर्मनुष्य (अमानुष?) रस्त्यावर मला एक माणूस दिसला, याचा आनंद होतो...

मी झपझप रस्ता ओलांडून त्याच्याकडे जातो...

मला पाहिल्याबरोबर तो हसून म्हणतो- "हा रस्ता सुरक्षित नाही!"

"हो. मलाही तसंच वाटतं." मी फूटपाथवरच त्याच्या शेजारी बैठक मारत म्हणतो, "पण का, ते मला कळत नाहीये. उगाचच, भीती वाटतेय खरी."

"उगाचच नाही!" तो अधले मधले गायब झालेले किडके दात दाखवित हसून म्हणतो. "रस्ता तसा भीतिदायकच असतो. कारण-कधीही, कुणाचंही, काहीही होतं ना तिथं?... असुरक्षित वाटणारच प्रत्येकाला!"

"आज तो जरा चमत्कारिक वाटतोय्- नेहमीसारखा वाटत नाही, हे खरं-पण त्याचं एवढं काही नाही. मात्र तो असा लांबच लांब पट्टीसारखा जोडला कसा गेला, हे मला कळत नाहीये. आता मघाशी मी लोकशाहीर पालवणकर चौकात होतो, आणि आता आमदार निगवेकर मार्गावर आहे. आता लोकशाहीर चौक आणि आमदार मार्ग हे कधीच एकमेकांच्या जवळ नव्हते. पण मी मात्र चौकातनं सरळ चालताना या मार्गावर पोहोचलो! कसा?"

"त्यात काही विशेष नाही. सगळ्या रस्त्यांचा हेतू एकच असतो. माणसाला कुठून तरी कुठं तरी पोहोचवण्याचा. भीती एवढीच असते, की एखादे वेळी तुम्ही कुठंच न पोहोचता रस्त्याच्या रस्त्यावरच-" तो हाताने 'खलास'ची खूण करतो...

"बापरे! असं पण होऊ शकतं?" मी दचकून विचारतो.

"शकतं, होतं. झालेलं आहे. यापूर्वी माणसं मेलेली आहेत रस्त्यावर. एकदम ठार!" त्याच्या चेहऱ्यावर एक आसुरी आनंद पसरतो. मी पाहिलेले आहे, की माणस एखादी दुःखाची गोष्ट सांगतात, तेव्हा त्यांना वाईट वाटत नसते असे नाही. पण आपल्याला ती सांगायला मिळाली, याचा आनंदही त्यांना होतच असतो.

"तुम्ही बरंच पाहिलेलं दिसतंय!" मी त्याला चढवतो. "या रस्त्यावरच असता की काय?"

"या म्हणजे? आत्ताच म्हटलं ना, रस्ता हा आणि तो, असं काही नसतं, म्हणून? रस्ता म्हणजे रस्ताच असतो... तेव्हा कुठंही राहिलं तरी काही फरक पडत

नाही!... मी चित्रं काढायचो रस्त्यावर. खडू, कोळशाची भुकटी वगैरे वापरून!''

''म्हणजे महात्मा गांधी, साईबाबा, गणपती वगैरे काढतात, आणि लोक त्यावर पैसे टाकतात, तशी?'' (राहुल अशा, रस्त्यावरच्या चित्रांमधल्या फक्त मधुबालाच्या चित्रावर पैसे टाकतो.)

''हो- पण मी स्टेफी ग्राफ आणि टायटॅनिक बोटसुद्धा काढायचो. बरे पैसे मिळायचे. निदान दिवसातून दोन टाइम जेवायला नीट मिळेल, असे. पण अवदसा आठवली. स्वत:ला पेंटर समजायला लागलो. एक वेळ उपाशी राहून रंग आणले, कागद आणले, कागदावर पेंटिंग करायला लागलो....''

''रस्त्यावरून कागदावर पेंटिंग? म्हणजे प्रगती आहे...''

''प्रगती मसणाची! - एक पेंटिंग कोणी घेईना- फुकटसुद्धा घेईना. सगळ्या प्रकारची चित्रं काढून बघितली!-अगदी फुलदाण्या आणि टोपलीतल्या फळापासून ते नुसते रंग सोडलेल्या ॲबस्ट्रॅक्टपर्यंत. काही खपेना. रंग आणणं तर सोडाच-धड अन्नाला पैसे पुरेनात.''

''मग-?''

''मग पुन्हा इथंच येऊन बसायला लागलो. या रस्त्यावर. राहायला जागा नव्हती ना?... पण पेंटिंग मात्र केलं नाही मी पुन्हा रस्त्यावर. कमीपणाच वाटायला लागला. एकदा कागद, कॅनव्हास वापरल्यानंतर परत रस्त्यावर म्हणजे....''

''मग केलंत काय?''

''काय करणार? काही नाही. काहीही नाही. नुसता पाहत बसायचो, रस्त्यावर काय होतं ते. तेव्हाच कळलं, की रस्ता असुरक्षित-''

त्याचे वाक्य पुरे व्हायच्या आतच एक तरुण मुलगी धावत धावत येते. केस विसकटलेले, जीन्सवरचा टॉप घामाने चिंब भिजलेला, हाय हिल्सच्या सँडल्समुळे पळता येणार नाही म्हणून ते हातात घेतलेले-तोंडाने बचाओ बचाओ असा आक्रोश... बहुधा तिच्या मागे कुणीतरी लागले असावे. अगदी तिचा प्राण घेण्यासाठी किंवा अब्रू लुटण्यासाठी! ती अगदी जिवाच्या आकांताने धावत येते.

आमच्या अंगावरून ती पळत जाते. तिच्या पाठीमागे जे कोणी लागले असेल, त्याला थांबवण्याचा यथाशक्ती (म्हणजे त्याच्या हातात शस्त्र नसले तर) प्रयत्न करायचा, असे मी ठरवतो.

पण आश्चर्य म्हणजे, तिच्या मागून कोणीच येत नाही...

काही क्षण मी वाट पाहत राहतो. लांबवर कुणी दिसते का पाहतो. पण छे! रस्ता रिकामा तो रिकामाच राहतो!''

''कमाल आहे! हिच्या मागे जर कोणीच लागलेले नाही, तर ही बचाव बचाव! का ओरडत होती?''

माझ्या प्रश्नाला उत्तर मिळत नाही, म्हणून मी वळून पाहतो, तर काय?-मी आता ज्याच्याशी बोलत होतो, तो किडक्या दातांचा अस्थिपंजर माणूस तिथे नाहीये!- रस्ता पार रिकामा आहे!

गेला कुठे हा?- आत्ता तर इथंच होता!- मी थोडे इकडे तिकडे पाहतो. पण तो कुठेच दिसत नाही!

एवढ्यात, एक किंकाळी माझ्या कानांवर येते. मी जागच्या जागी गारठतो. छातीत धस्स होते. श्वास परत जागेवर येईतो लक्षात येते, की ही किंकाळी बहुधा त्याच तरुणीने मारलेली आहे- मघा इथून धावत गेलेल्या! याचा अर्थ, तिच्या मागे लागलेल्या त्या कुणाशी तरी तिची गाठ पडली असावी, आणि त्याने तिला-

मी धावत धावत- रस्त्याने वळण घेऊन, पुढे जातो -

ती रस्त्यात पडलेली असते. तिच्या पोटातून भळभळा रक्त वाहत आहे. अचानक तिच्या छातीतून रक्ताचा लोट वाहू लागतो. जसा काही आत्ता माझ्या डोळ्यांसमोर तिथे एक अदृश्य वार झालाय. मी तिच्या आणखी जवळ जाईपर्यंत आणखी एक वार झाल्याप्रमाणे तिच्या छाती-पोटाच्या मधून रक्ताची धार लागते.

तिच्या किंकाळ्या हळूहळू मंद होऊ लागतात. एक आचका देऊन ती शांत होते.

मला वाटते, आता मला चक्कर येणार! कसाबसा मी जवळच्या पोस्टाच्या खांबाच्या आधाराने स्वत:ला सावरतो.

मग प्रश्न पडतो... आता हिचे काय करायचे? जवळपास पोलिसही नसतो. ही मेली की जिवंत आहे? - ते तरी कसे कळणार?

समजा, पोलिस आलेच- तर मी त्यांना काय सांगणार? हिला कोणी मारलं?... हिच्यावर वार होताना मला दिसले- दोन तर दिसलेच! पण ते करणारा मला दिसला नाही... यावर कोण विश्वास ठेवणार?... ते मीच केले, असेच नाही का ते समजणार?

त्यापेक्षा, आपण हे काही पाहिलेच नाही, असे समजून इथून सटकलो तर-

पण एका पत्रकाराने- त्यातून 'मध्यान्ह' सारख्या जबाबदार सायंदैनिकाच्या वार्ताहराने असा पळ काढणे शोभते का? काहीतरी करायला हवे. काहीतरी-

मी 'मध्यान्ह' च्या ऑफिसमध्ये फोन करण्यासाठी मोबाईल कानाला लावतो.

विसरलोच होतो! मोबाईल सध्या सोपबॉक्स इतका निकामी झालेला असतो...

मी जवळचे पोलिस स्टेशन शोधण्यासाठी निघतो. वाटेत कुठे फोन दिसला, तर एखाद्या ओळखीच्या डॉक्टरलाही कळविण्याचा माझा विचार असतो, त्याच रस्त्याने थोडा खाली येतो. (साउंडट्रॅकवरची रहदारी थोडी विरळच झालेली.) तर

समोरच्या फूटपाथवर, एका झाडाखाली तो बसलेला. मघाचाच चित्रकार!

मला म्हणतो, "सांगितलं होतं ना? -हा रस्ता सुरक्षित नाही म्हणून?... काय झालं त्या मुलीचं पाहिलंस?"

"तू-तू मधेच कुठं नाहीसा झाला होतास? चल- मला मदतीची गरज आहे. आपण पोलिसस्टेशनवर-"

"गरज नाही. तिच्या खुन्याला पूर्वीच अटक झाली होती. पण तो पुराव्याअभावी सुट ला...."

"काय बोलतोय्स तू? आत्ता झालेल्या खुनाच्या खुन्याला या आधी अटक- आणि खुनी कसा सापडणार? मला, खून होताना प्रत्यक्ष पाहून जिथे खुनी दिसला नाही. तिथं...."

"मला दिसला!" चित्रकार किडके दात दाखवत म्हणतो- "मी म्हटलं ना तुला, मी चित्र काढणं सोडून दिलं, आणि परत रस्त्यावर येऊन बसलो तेव्हा मी हाच उद्योग सुरू केला- नुसतं पाहत बसण्याचा. खूप पाहायला मिळालं तेव्हा. ही मुलगी- जीन्स टॉप घातलेली... हिच्यामागे तो लागला होता, सुरा उगारून! कुणी धंदेवाईक गुंड नाही की भाड्याचा मारेकरी नाही! साधा कॉलेजातला पोरगा! हिच्याच वर्गात शिकणारा! हिच्यावर म्हणे प्रेम करणारा! तो धावत आला गर्दीतून वाट काढत-ही ओरडतेय् बचाव, बचाव म्हणून! पण वाचवायला कुणी पुढं आलं नाही!... उलट त्याच्या हातातला चाकू पाहून त्या पोराला वाट करून दिली, तिच्या मागे धावायला!... प्रत्यक्ष खून झाला, तेव्हा सगळे उभे होते रस्त्यात- पथनाट्य पाहायला जमल्यासारखे! वर खून केल्यानंतर तो पोरगा नुसता वळला मात्र, एकेकजण पळत सुटले ढुंगणाला पाय लावून! थेट आपल्या घरी पोहोचले! एकटा मी तिथंच उभा राहिलो. आता तू राहिला होतास, तसा! तो खुनी पोरगा माझ्याकडे आला, आणि म्हणाला, "कुठं काय बोललात तर जाळून टाकीन!"

बोलता बोलता आम्ही त्याच जागी येतो. (कसे कोण जाणे- कारण परत मागे फिरल्याचे तर मला आठवत नसते.) पाहतो, तर रस्त्यावरचे रक्ताचे थारोळे आता केवळ एक काळा डाग झालेले. ती रस्त्यातच बसलेली. तिच्या छातीवर, पोटावर, रक्त वाळल्यासारखे काळे डाग!

आश्चर्य म्हणजे आता तिथे काही माणसे अंतरा अंतरावर उभी. मी विचारतो, "हे तेच लोक का. जे गंमत पाहत असल्यासारखे उभे होते?"

"नाही." तो म्हणतो, "नीट बघ. यातली प्रत्येक व्यक्ती जखमी आहे." मी प्रत्येकाकडे पाहतो. छातीत, पोटात, पाठीत, डोक्यात, रक्त सुकल्यासारखे काळे डाग आहेत. त्यात बायका अधिक आहेत.

त्या सर्वांच्या थंडगार थिजलेल्या नजरांनी मी गोठून जातो.

"ते जमतात- असं काही झालं की एकत्र येतात. बोलत नाहीत. घोळका करीत नाहीत. एकटेच आपापल्या जखमांबरोबर राहतात...."

हळूहळू एकेक जण पुसल्यासारखा होतो. अखेर नाहीसा होतो. सर्वात शेवटी नाहीशी होते, ती तरुणी...

"हे सगळे इथे दिसतात. नेहमी दिसतात." चित्रकार म्हणतो,"नाही तर जाणार कुठे? त्यांचे बळी या रस्त्यातच घेतले गेले. कुणाचा सूड म्हणून... कुणाशी वैर म्हणून... कुणाचे दागिने काढायला... कुणावर रेप करायला... सर्वात जास्त मेले, ते दंगलीत. कुणीतरी येऊन त्यांना कापून काढलं. ते दुसऱ्या धर्माचे म्हणून. तसे बळी गेलेले लोक खूपच आहेत. सगळे दिसतात. वावरतात या रस्त्यावर. लोकांमधून फिरतात. लोकांना कल्पनाही नसते, हे जिवंत नाहीत, याची. आपण भाजी घेत असताना आपल्या शेजारी उभी असलेली व्यक्ती- एके काळी तिचा गळा या कानापासून त्या कानापर्यंत चिरत गेलेला असतो, तलवारीनं. जागच्या जागी ठार झालेली असते. हे आपल्या लक्षात येत नाही. ती आपल्या शेजारी उभी असते, तेव्हा आपण पाकिटातून पैसे काढण्यासाठी भाजीची पिशवी तिच्या हातात देखील देतो... असे ते वावरतात इथं. म्हणा ते तरी कुठे जाणार? ते या रस्त्याचे बळी आहेत. हा रस्ता सुरक्षित नाही..."

आम्ही रस्त्याच्या कडेला असलेल्या कठड्यावर बसतो. रहदारीचा आवाज कानात भरतच असतो. मधेच मला आठवण होते. मी त्याला विचारतो- "मघा स्वतःची हकिकत सांगत होतास, ती अर्धवटच राहिली!"

"कसली हकिकत आणि कसलं काय?... आयुष्य अर्धवट राहिलं, तिथे हकिकतीचं काय?"

"तू म्हणालास, तू कामधंदा सोडलास, आणि नुसता या रस्त्यावर बसून राहायला लागलास. रहदारीकडे पाहत. मग तुझं चालायचं कसं?... लोक भीक घालायचे की काय?"

"अर्थातच घालायचे. बऱ्याच लोकांचं काय असतं, आपण मागो वा न मागो, एकटा-कळकट-पारोसा-मळक्या कपड्यातला माणूस दिसला की घालायचीच त्याला भीक,आणि बनवायचाच त्याला भिकारी!... तर असं, नुसतं समोर बघत बसलं की माझा दिवसभराचा खर्च निघायचा. शिवाय थोडी बचतदेखील व्हायची. खर्च कसला, एखादा वडापाव नाहीतर चहाचा! तोही दुसरंच कुणीतरी करायचं. कपडे घेताच येत नसत. अंगात नवीन कपडे घालून बसलेल्या भिकाऱ्याला कुणी भीक घालेल का? रेसिडन्स, एंटरटेन्मेंट, फ्री... तेव्हा पैसे जमायला लागले. मला काळजी वाटायला लागली, की आपण श्रीमंत झालो, तर लोक आपल्याला भिकारी

समजेनासे होतील की काय?... कारण काही झालं, तरी उघड उघड भीक मागण्यात जी डिग्निटी होती, ती भिकार चित्रं खपण्यासाठी मूर्ख माणसांपुढे हात जोडण्यात नव्हती....''

चित्रकार, जे दुसरेच कुणी कुणी वडापाव नाहीतर चहा देत, असे म्हणाला, ते मी हिंट घ्यावी यासाठी नसेल ना, असे मला वाटते. त्यातून मलाही, नशिबाने मिळाला तर वडापाव, नाहीतर निदान चहा तरी हवाच असतो!... जेवणाची वेळ कधीच होऊन गेली असणार, मी उतरत्या उन्हाकडे पाहून अंदाज करतो; कारण घड्याळाचा काहीच उपयोग नसतो.

मी चित्रकाराला म्हणतो- ''चहा पिऊ या का? पाणीही मिळालं तर हवंय्. मघा त्या मुलीला रक्ताच्या थारोळ्यात पडलेलं पाहिल्यापासून माझ्या घशाला कोरड पडली आहे... अर्थात आज यातलं काही मिळेल, असं समजणं मूर्खपणाचं आहे, हे मला कळतं...''

''असंच काही नाही,'' तो म्हणतो. ''माझ्या हिशेबानं इथं जवळच एक चहाची टपरी आहे. एक पस्तिशीचा भय्या, त्याचा विशीचा भाऊ आणि दोन मुलं ती चालवतात. बघू या तिथं चहा मिळतो का?''

आम्ही चालायला लागतो. 'मध्यान्ह'साठी बंदचे बऱ्यापैकी रिपोर्टिंग मिळत असतात (जरी ते 'मध्यान्ह'च्या ऑफिसमध्ये कसे पोहोचणार, हा प्रश्नच असतो, तरीही), शिवाय जमल्यास बंदमधील माणसे अशा एखाद्या लेखात, त्या रस्त्यावर स्टेफी ग्राफ- टायटॅनिक बोट काढणाऱ्या चित्रकार भिकाऱ्याची मुलाखत देण्याचाही विचार माझ्या मनात असतोच.

पण आम्ही चहाच्या टपरीशी पोहोचण्याच्या आधी एक मोठी धडक, ब्रेकची स्क्रीच, आणि काही मानवी किंकाळ्या आमच्या कानांवर पडतात. (कानात आधीच वाजत असलेल्या रहदारीच्या बॅकग्राउंड इफेक्टपेक्षा हे इफेक्टस, का माहीत नाही- पण अगदीच वेगळे असतात...आणि त्यांचा मूळ पार्श्वसंगीतावर काहीही परिणाम होत नाही, हेही इथे नमूद करतो.)

पुढे जाऊन पाहतो तर काय, चहाची टपरी मोडून पडलीये आणि चहावाला भय्या, आपला भाऊ आणि मुले यांसह भयंकर जखमी होऊन पडलेला आहे. त्यापैकी थोरल्या पोराच्या डोक्यावरून टायर गेल्याप्रमाणे त्याच्या चेहऱ्याचे दोन भाग झाले आहेत. सगळीकडे रक्त सांडले आहे. ते पाहून मला एकदम मळमळून येते... मी कडेच्या गटाराशी उभा राहून उलटी करतो.

मघाच्या अनुभवावरून मला ठाऊक झालेले असते, की हा अपघात पाहण्यासाठी कोणीही माणसे जमलेली नाहीत, याचे आश्चर्य वाटून घ्यायचे नाही. किंबहुना जी गाडी, चालवणाऱ्याचा तोल सुटून सरळ चहावाल्याच्या टपरीत घुसली, आणि

तिथे काम करणाऱ्यांच्या रक्ताची होळी खेळली, तीदेखील जागेवर नसणे, त्याप्रसंगी मला स्वाभाविकच वाटते. त्या चार प्रेतांबरोबर मी एकटाच हवालदिल होऊन उभा असतो. हवालदिल अशासाठी की आता चहा राहिलाच, पण स्टेफी ग्राफ-टायटॅनिकवाल्याची मुलाखतही राहिली, कारण तो आताही, त्याच्या विचित्र स्वभावाप्रमाणेच नाहीसा झालेला आहे....

ते चौघेच्या चौघे मेले, की त्यांच्यापैकी एखाद्याच्या तरी शरीरात अजून धुगधुगी आहे का हे पाहावे, असे माझ्या मनात येते, नाही असे नाही. कोणी वाचण्याची शक्यता असल्यास त्याला हॉस्पिटलमध्ये पोहोचवावे, असेही वाटते. पत्रकार असलो, तरी मी काही अगदीच पाषाणहृदयी नाही. पण फोन चालत नाही, मिळाला तरी माझा आवाज पलीकडे ऐकू येत नाही, आणि पोलिसस्टेशन किंवा हॉस्पिटल यांपैकी काहीही इथून किती अंतरावर आहे, हे मला ठाऊक नाही, अशा परिस्थितीत मी काय करू शकणार?... हे ज्याचे कर्म, तो गाडीचालक या माणसांसाठी काहीच न करता गाडी घेऊन तिथून पळून का गेला, हा खरा प्रश्न असता...

"ते नेहमी तसंच करतात."... माझ्या जवळच एक थकलेला आवाज येतो. ... "गाडी थांबवत नाहीत. रिव्हर्स घेतात, आणि धूम पळवतात. गाडी जर चालण्याच्या कंडिशनमध्ये नसली, तर इथंच सोडून टॅक्सीत बसून पळून जातात. आमच्या वेळी तसंच केलं..."

बोलणारा उतारवयीन असतो. त्याच्याबरोबर तिथेच, फूटपाथवर आणखी दोघे-तिघे बसलेले असतात. दोन, तीन, की चार हे मोजणे कठीण असते. कारण त्यांची धडे, डोकी, हात-पाय हे सुटेसुटे झालेले, पण साधारण मूळ रचनेच्या जवळपास येतील, असे तरंगत असतात. बोलणाऱ्या उतारवयीन माणसाची परिस्थिती त्यांच्याहून बरी असते. त्याचे कमेरच्या वर, आणि खाली, असे दोनच नीटनेटके तुकडे झालेले असतात. मधे थोडीशीच जागा मोकळी असते.

ते पाहताना माझी भयाने बोबडी वळते. अशी तुकडे झालेली, जुळली जाऊ पाहणारी माणसे मी कधीच पाहिलेली नसतात. ना मॉर्गमध्ये, ना रस्त्यावर! ("मानवी मरणाचे सगळे प्रकार पाहिल्याशिवाय मानवी जीवन सर्वार्थाने कळत नाही," असे साधारण सुभाषितवजा वाक्य लेखात टाकण्यासाठी, (त्या गर्भगळीत परिस्थितीतही मला सुचते.) ही माणसे बहुधा रात्रीच्या वेळी फूटपाथवर झोपली असतांना फूटपाथवर चढलेल्या गाडीने झोपेतच त्यांचा बळी घेतला असावा. पण मग गाडीवाला टॅक्सीत बसून पळून गेला, हे त्यांना कसे कळले?... त्यात काय कठीण आहे? ते शरीराचे दोन तुकडे जर असे शांतपणे आपल्या मरणाची माहिती आपल्याच तोंडाने सांगू शकत असतील तर-

मी पळत सुटतो.

थांबतो, तो एका मध्यमवयीन, मध्यमवर्गीय गृहस्थाच्या अंगावर आपटल्यानंतरच.

तो माणूस माझ्या अंगावरच कोसळतो. मी त्याच्यासकट खाली बसतो. एवढा सगळा मोकळा रस्ता सोडून मी नेमके त्याच्यावरच आदळायचे, म्हणजे त्याने रागवायला हवे होते. किमान दिखता नही क्या? अंधा है क्या? वगैरे, नेहमीचे स्वागत तरी करायलाच हवे होते.

कधी शिकणार ही माणसे या शहराची शिस्त, कोण जाणे!

-पण यातले, म्हणजे शिवीगाळातले काहीच न करता तो गपकन आपला माझ्या हातांच्या आधारानेच खाली बसतो. कसेबसे बोलण्याचा प्रयत्न करीत मला म्हणतो- "मी काही...केलं नाही. नुसता रस्त्यानं चाललेलो... दोन गुंडांच्या... फायरिंगध्ये मला..."

खरेच त्याच्या डाव्या कानशिलाजवळून रक्त उसळून बाहेर पडू लागलेय.

"पत्ता सांगतो.. तिथे कळवा. वैकुंठ निवास..." आणि तो मान टाकतो. मी उगाचच आशेने, "पुढे काय?... पुढे काय?" असे विचारीत राहतो. पण मला आतून जाणवलेले असते, की आता त्याच्या पुढे काहीच नाही. केवळ अंधार आहे...

मी काही वेळ त्याचे डोके मांडीवर घेऊन तसाच सुन्न बसून राहतो. कानातले रहदारीचे आवाज आता थोडे अधिक स्पष्ट झालेले असतात. मनात नाना विचार येत राहतात. किती प्रगती केलीये आपण! पूर्वी रस्त्यात नुसते अपघात व्हायचे वाहनांचे. कोणी गाडीसमोर धावत आले, नाहीतर समोरून दुसरी गाडी वेगात आली...बस्. ड्रायव्हरच्या नाहीतर पादचाऱ्याच्या हलगर्जीपणामुळे होणारे अपघात. आता पादचारी स्मार्ट झालेत, ड्रायव्हर्स हुशार झालेत. प्यालेले असल्याशिवाय किंवा घाईने, चुकीच्या बाजूने ओव्हरटेक केल्याशिवाय त्यांच्या हातून अपघात होतच नाहीत. परंतु अभिमानाची गोष्ट ही, की या सामान्य अपघातांशिवाय कितीतरी अधिक कल्पक अशा नव्या नव्या मार्गांनी आज आपण रस्त्यावरली माणसे मारू लागलो आहोत.. आणि त्यात समाजाचे तसे नुकसान होत नाही, (झालाच तर, लोकसंख्या कमी होते हा फायदाच!) कारण मरतात ते बहुधा सामान्य पादचारी... या, माझ्या मांडीवरच्या मध्यमवयीन, मध्यमवर्गीय माणसासारखे- गोळीयुद्ध चालले असताना त्यासाठी रस्ता मोकळा ठेवायचा असतो, हा नियम विसरून बावळटपणे त्याच वेळी रस्त्यावर चालणारे... रात्री फूटपाथवर झोपणारे... दिवसा फेरीवाल्याचा, नाहीतर चहावाल्याचा धंदा करणारे... रस्ते फक्त बेफामपणे चालणाऱ्या गाड्यांसाठी आहेत, माणसांसाठी नाहीत, हे मूर्खपणाने, गरजेपोटी विसरणारे... रस्त्यावर या

सगळ्यांना मारण्यासाठी सामान्य पादचाऱ्यांपेक्षा वेगळ्या वर्गातल्या हुशार माणसांनी किती विविध मार्ग काढलेयत हे? माणसाची प्रगती, प्रगती म्हणजे दुसरे काय असते?

त्या, माझ्या मांडीवरच्या माणसासारखीच आणखी सहा सात माणसे कुठूनशी येतात... प्रकट होतात, म्हटले तरी चालेल. त्यांच्यापैकी काहींच्या शरीराच्या उघड्या भागावर, विशेषत: कपाळ आणि दोन्हींपैकी एक कानशिल यावर, या माणसासारख्याच जखमा आहेत, त्या आता रक्त गोठून काळपट पडलेल्या... काहीच न बोलता त्यातले चौघे माझ्या मांडीवरून त्या माणसाला उचलतात आणि प्रेतयात्रेच्या पद्धतीने शांतपणे घेऊन जाता... उरलेले दोघे तिघे त्यांच्या आगेमागे चालतात...

रस्ता पुन्हा एकदा निर्मनुष्य होतो...

आता झाले एवढे रिपोर्टिंग पुरे झाले. शहर बंद असताना काय होते, याबरोबरच, ते चालू असतांनाही काय होते, त्याचा अंदाज आलेला असतो. 'मध्यान्ह'साठी आता मी एक चांगला लांब-रुंद लेख तयार करू शकणार असतो. पण, सांगायला लाज वाटते, मला काही केल्या आपल्या ऑफिसमध्ये कसे जायचे हे कळत नसते. म्हणजे पत्ता ठाऊक असतो, पण हा रस्ता कुठे जातो, कुठे दुसऱ्या रस्त्याला पोटात घेतो, कुठे संपतो (संपतो तरी की नाही?) याची काहीच कल्पना नसते, ना?

''रस्त्याचं हे असंच. तो मुळीच-'' समोरून ओळखीचा आवाज येतो. मात्र आता तो मघाच्या इतका उत्साही नाही. थोडा, ओढल्यागत आहे.

समोर रस्त्याच्या कडेला तो आडवा पसरलाय. स्टेफी ग्राफ, टायटॅनिकचा चित्रकार. अगदी कडेला चिकटूनच त्याचे ते अस्थिपंजर शरीर पडलेले असल्यामुळे, प्रथम तो मला चटकन दिसतच नाही, म्हटले तरी चालेल.

मी त्याच्याजवळ जाऊन बसतो, त्याला म्हणतो, ''आपली मुलाखत अर्धीच राहिली आहे, आहे ना लक्षात?''

''मुलाखत?'' खोल गेलेल्या, दाढी वाढलेल्या गालफडांनी हसून तो म्हणतो- ''भिकाऱ्याची कसली मुलाखत?''

''श्रीमंतांची मुलाखत घेणाऱ्या पत्रकारांपैकी मी नाही.'' मी त्याला आश्वासन देतो. ''आणि तुझं जवळजवळ झालंच आहे सांगून. थोडंसंच राहिलंय. तू इथं हा असा पडून राहायला लागलास आणि लोक भरपूर भीक टाकायला लागल्यामुळे श्रीमंत व्हायला लागलास.''

''हळूहळू भीती वाटायला लागली मला, त्या श्रीमंतीची. कंटाळाही आला.

समोर रस्त्यावर जे दिसत होतं, त्याचाही कंटाळा आला. मग म्हटलं, पुष्कळ झालं, अंगावर टाकलेल्या नाण्यांचा चहापावसुद्धा घ्यायचा नाही. वापरलीच नाहीत, तर नाण्यांची किंमत शून्य. अंगावर पडलेल्या,कागदाच्या कपट्याएवढी. मी उचलत नाही, म्हटल्यावर भिकारी पोरं धीटपणे माझ्या अंगावरून नाणी उचलायला लागली. त्यांना गरजही होती. मोठं व्हायचं होतं त्यांना. कदाचित पुढे भीक मागण्याखेरीज इतर गोष्टीतही पैसा असतो, तो मिळवावा, असं वाटणार होतं. पण मी हे पैसे वापरेनासा झालो. चहा पाव फुकट मिळाला तर, नाही, म्हणत नसे. पण पैसे खर्च करून घेईनासा झालो...''

''म्हणजे? उपाशीच राहायचास तू?''

''बहुतेक नेहमीच. बघ ना- उपासांनी पोट कसं खपाटीला गेलंय!'' तो इतका हडकुळा कां, हे आता माझ्या लक्षात येते.

''पण असं किती दिवस उपास काढणार माणूस? मरायला नाही होणार?'' मी विचारतो.

''झालं ना! मरायला झालंच!''

''काय?'' मी चमकून ओरडतो, ''तू-मेलास?''

''हो. फायनली-मेलो.'' तो शांत, स्वच्छ चेहऱ्याने म्हणतो. अजून तुझ्या लक्षात आलं नाही? मी जिवंत नाही!''

मी घाबरून पळत सुटतो. रस्ता पायाखालून घसरल्यासारखा जाऊ लागतो.

थोड्या अंतरावर पोहोचतो आणि श्वास घेण्यासाठी थांबतो. ते चित्रकाराचे पिशाच्च किती मागे राहिले, ते पाहतो. पाठीमागे, लांबवर पसरलेल्या, उतरत्या उन्हात निस्तेज होऊ लागलेल्या रस्त्याशिवाय दुसरे काहीच नसते. मी सुटकेचा एक नि:श्वास टाकतो, आणि पुढचे पाऊल उचलतो.

तो समोरच उभा असतो. आपल्या काड्यांसारख्या हातांनी मला खुणावत. जवळ बोलावत.

मी जागच्या जागी कोसळतो. त्याला म्हणतो- ''प्लीज, इथून जा. सकाळपासून तू मला झपाटलंयस. पण आता, यापुढं येणार नाही मी तुझ्याबरोबर. भूतपिशाच्चांची संगत मला काय उपयोगाची? मी माणूस आहे. मला जगायचंय.''

''कुणाला जगायचंय? तुला?'' असे कुचेष्टेने विचारून तो हसत सुटतो. त्याच्या त्या नुसत्या हाडांच्याच कुडीतून खू खू असा खुळखुळ्यासारखा विचित्र आवाज येत राहतो. सारे हाडांचे बंडलच त्या हसण्याने हलते. बुटाच्या आतल्या चामड्याच्या तळव्यांसारखी सपाट पडलेली ती गालफडे वासून, किडके दात दाखवत तो कितीतरी वेळ हसत राहतो. वाटते, आता याचे हसू कधीच थांबणार नाही.

पण थांबते कधीतरी. तुला जगायचंय? तो पुन्हा विचारतो. "ते कसं शक्य आहे? तू कालच मेलायस."

"मी-काल -" भीतीने मला बोलवत नाही.

"हो, तू काल मेलास. काल संध्याकाळी. सातच्या सुमाराला. मोर्चावर पोलिसांनी केलेल्या लाठीमारात. एक लाठी तुझ्या हातावर बसली. दुसरी डोक्यावर. नारळ फुटावा, तसं तुझं डोकं फुटलं. तुझा पत्रकाराचा मेंदू बाहेर आला. विशेष वेगळा नाही दिसला तो, इतरांच्यापेक्षा. मी पाहत होतो ना!... सगळं पाहत होतो. या समोरच्या फूटपाथवरून!"

त्याने एवढे सविस्तर सांगितल्यावर मला मानणे भागच पडते, की मी मेलोय!

मला रडू कोसळते. इतका वेळ मी ज्या मेलेल्या माणसांना भेटत होतो, त्यांची मला भीती जरूर वाटली होती, पण ती मेलेली आहेत, आता त्यांच्या आयुष्यात नवीन काही होण्याजोगे नाही. आपण जिवंत आहोत... आपल्या भविष्यात अजून बरेच काही घडायचे आहे, असे एक सुपिरीअर वाटत होते. आणि आता एकाएकी ते सगळं संपून गेलं?... आता यापुढे... काहीही नाही? पावणे सहा फूट उंचीचा माझा हा देह- त्याचे, आणि माझ्या समोरच्या त्या अस्थिपंजराचे भागधेय आता एकच-?

चित्रकार मला रडू देतो. मुक्तपणे. थांबवण्याचा प्रयत्नही न करता. अखेरीस, यापुढे मला मुक्त रडण्याच्या संधी तरी कुठे मिळणाराहेत, असा पोक्त विचार, बहुधा करून. मग, माझ्यावर कोसळलेल्या या (मला) अनपेक्षित आपत्तीमुळे मी अर्थातच बावचळून गेलो असणार; ती समजून, पटवून घ्यायला मला थोडाफार वेळ लागणार; हे लक्षात घेऊन तो मला एखाद्या लहान मुलाप्रमाणे चुचकारतो, "चल, तुला कुठं जायचंय्?"

"घरी." मीही एखाद्या लहान मुलाचेच उत्तर देतो. मग डोक्यात येते – घरी? कशाला? सीमा घाबरेल. छोटा राहुल तर घाबरेलच! घरी जाऊ... पण सावकाशीने! सीमाचा शोक थोडा कमी झाल्यानंतर! या विचाराने मी म्हणतो -"आमच्या ऑफिसला नाही का जाता येणार? निदान आजच्या बंदची बातमी देऊन माझं शेवटचं कर्तव्य तरी..."

"बंद?" पुन्हा मघासारखेच खू खू असे, बरगड्यांचा खुळखुळा वाजवीत तो, बरेच लांबलचक हसतो, "बंद होता कुठं आज?"

"नाही कसा? कालच विरोधी पक्षानं फी वाढीच्या प्रश्नावर बंद नव्हता का जाहीर केला?"

"तो मागे घेतला रात्री. पण तुला माहीत नसलं तर ते समजण्यासारखं आहे... एनी वे, आज बंद नव्हता. रहदारी नेहमीसारखी चालू होती!"

"वाटेल त्या थापा मारू नकोस. बंद झाला- अतिशयं यशस्वीदेखील झाला. चिटपाखरू रस्त्यावर नव्हतं. हा रिकामा – अगदी संपूर्ण रिकामा रस्ता मी डोळ्यांनी पाहतोच आहे ना?"

चित्रकाराला पुन्हा हसण्याची उबळ येऊ पाहते, पण तो ती आवरतो. माझी समजूत घातल्याप्रमाणे म्हणतो, "रस्ता रिकामा नाही. तुला रिकामा दिसतोय!.... तुझा माणसांशी संपर्क एकदम तुटला... म्हणून तुला ती दिसत नाहीयेत! त्यांच्यापैकी बहुतेकांनाही तू दिसत नाहीयेस... काही काळ तुला माणसांचा आवाज ऐकू येईल, तोही अस्पष्ट-अंधुक! ती प्रत्यक्ष दिसणार नाहीत. मग आवाज हळूहळू नॉर्मल होईल. कालांतरानं माणसंही दिसायला लागतील..."

हे, माझ्या कानात ऐकू येणाऱ्या रहदारीच्या साउंडट्रॅकचं स्पष्टीकरण! "पण मला जसा त्यांचा आवाज ऐकू येतो, तसा त्यांना माझा, का नाही येत?" फोनवरचे हॅलो-हॅलो आठवून मी विचारतो.

"पिशाच्चांना तुझा आवाज ऐकू येईल. तू दिसशीलसुद्धा! पण सगळ्याच माणसांना नाही दिसणार. आवाजही नाही ऐकू येणार! काही माणसांमध्येच शक्ती असते, आपल्याला पाहण्याची!"

अगदी सहजपणे तो 'आपल्याला' म्हणून जातो. माझ्या छातीत चर्रर्र होते. यापुढे मी माणसात नाही... माणसे मला पाहूसुद्धा शकणार नाहीत... परमेश्वरा!

या रस्त्याशी चित्रकारांची दोस्तीच असावी. तो कुठंही न चुकता, न थांबता मला 'मध्यान्ह'च्या भागात घेऊन येतो.

अर्थात इथेही सारे निर्मनुष्यच दिसते. पण ते तसे खरे नाही, प्रत्यक्षात माणसांनी गजबजलेल्या भागातच आम्ही आहोत, हे लक्षात येताच धस्स होते. बरोबर– पूर्वी मी जिवंत असताना गर्दीतही, माझ्याबरोबर असे मृतात्मे वावरत होते, असे मला तो म्हणालाच की!

हे त्या वेळेला कळले असते, तर पाचावर धारण बसली असती! आजन्म घराबाहेर पडलो नसतो. आणि घरात तरी-तसे कोणी वावरत असेल तर?... छे! जीवनातली सगळी सत्यं समजायला जन्म खरेच अपुरा पडतो. काही काही गोष्टी मेल्यानंतरच... (पुन्हा एक सुभाषित डोक्यात आकारू लागते.)

नाक्यावरच्या आम्हा सर्वांच्या आवडत्या (अजूनही टिकून असलेल्या) इराणी हॉटेलात आमच्या ऑफिसमधले तिघे-चौघे बसलेले असतात. (हॉटेलात आणखी कोणीच नसते.) मला पाहताच राऊळ नेहमीप्रमाणे हसत हसत पुढे येतो. मला म्हणतो, "अरे, तू काय करतोयस इथं? आम्ही कालची रात्र – अगदी आज सकाळीसुद्धा तुझ्या घरी गेलो होतो. वहिनी आता जरा पाच पैसे रिकव्हर झाल्यायत.

पण उद्यापर्यंत ओके व्हाव्यात.''

मी ऐकत असतो, आणि नसतोही. माझ्या मनात हिशेब चालू असतो. राऊळला मी दिसतो. माझे बोलणेही ऐकू येते. याचा अर्थ काय समजायचा? राऊळदेखील- पण हे कसे शक्य आहे? शिवाय त्याच्या बरोबरचे इतर दोघे-तिघे– त्यांचे काय?

मी राऊळला म्हणतो- ''सकाळी मी फोन केला होता ऑफिसमध्ये तूच घेतलास, मला वाटतं!''

''राईट. तो फोन तुझा होता? आई शप्पथ-एक अक्षर ऐकू येत नव्हतं. कितीदा हॅलो हॅलो केलं, तर...''

एव्हाना आम्ही आमच्या ऑफिसच्या एकमजली बिल्डिंगसमोर येऊन उभे असतो. पण हे काय? बिल्डिंग आहेच कुठं? सर्वत्र विटा, सिमेंटचे तुकडे...कोसळलेले बांधकाम...

माझ्या कानात आवाज येताहेत. माणसांच्या बोलण्याचे... कामाचे, धावपळीचे...

''दुपारी आम्ही लंचहून परत आलो.'' राऊळ सांगतो. ''तुझाच विषय चालला होता. आणि एकदम-धडाड, धाड– फटाक्यासारखा पण प्रचंड मोठ्ठा- कानठळ्या बसवणारा आवाज– पुढलं काही कळलंच नाही...मघा बोलणं ऐकलं लोकांचं- आपल्या पेपरला धमकी देणाऱ्यांपैकी कोणीतरी बॉम्ब ठेवला होता. आपल्या ऑफिसमध्ये... मी, आणि एडिटोरियलमधले दोन, ग्राफिकमधला एक, असे दगावले- दहा-बारा हॉस्पिटलमध्ये आहेत- त्यातले दोघे-तिघे क्रिटिकल... आजकाल ऑफिसदेखील सुरक्षित नाही राहिलं बाबा!''

रस्ता नाही... ऑफिसही नाही....मग काय सुरक्षित आहे? सुरक्षित काय आहे?

मला कळेनासे होते.

◆

"लौकर ये- अगं लौकर ये."

निवांत वाचत बसलेल्या सरिताच्या कानावर हाका आल्या आणि ती खडबडून उठली.

सारे घर अगदी शांत होते. सौरभ सांताक्रूझला राहायला गेल्यापासून त्याची, त्याच्या बायकोची, आणि मुख्य म्हणजे चिमुकल्या शैलची सगळी वर्दळ थांबली होती. म्हणा, त्यालाही आता वर्ष उलटून गेले होते, आणि या शांततेची सवय झाली होती. अधूनमधून ती तिघे यायची. शैल मग घरभर आरडाओरडा करीत धावायचा. उड्या मारायचा. मग असे निवांतपणे पुस्तक वाचणे कुठले? आजी नाही तर आजोबा बेडवर पसरले आहेत, हे लक्षात यायची खोटी. शैल धावत येऊन पोटावर बसायचा आणि हक्काने 'गोष्ट' वसूल करू लागायचा. 'सोनिया - हा बघ मला वाचू देत नाहीये' अशी त्याची तक्रार करावी, तर 'तुम्हीच त्याला गोष्टी सांगून लाडावून ठेवलंय ना?' अशी प्रतितक्रार यायची. हे इतके नित्याचे झाले होते, की मम्मीने काही म्हणायच्या आधी शैलच 'तुमीच त्याला लाडावून ठेवलंय' म्हणून दाखवायचा आणि सरिता हसत सुटायची. हातातले पुस्तक मुकाट्याने डोक्याजवळच्या छोट्या टेबलवर टाकून त्याला गोष्ट सांगू लागायची- 'एक होता शैल' (कुठलीही गोष्ट

पण नंतर मात्र...

'एक होता शैल'नेच सुरू व्हायची!..)

बेडरूममध्ये वाचत पडली असताना येणारे असले हे प्रेमाचे व्यत्यय सरिताला मनापासून आवडत. नाहीतरी कॉलेजमधून रिटायर झाल्यानंतर आता असे गंभीरपणे काही वाचण्याची जरूरी कुठे होती?- (सागर तर तिला रिटायरमेंटच्या आधीसुद्धा 'असं काय गंभीर वाचता ग तुम्ही मराठीचे प्राध्यापक- येऊन जाऊन याची कथा, नाही तर त्याची कविता, हेच की नाही?' असं म्हणायचा... ते सोडा!) त्यामुळे शैलसाठी केव्हाही पुस्तक बाजूला टाकायची तिची तयारी असे. मात्र, एरवी, हातात काम नसले की गप्पा मारणे किंवा टीव्ही पाहणे यापेक्षा पुस्तक वाचणेच तिला केव्हाही अधिक आवडायचे! घरात ती आणि सागर दोघेच असले, तरी रिकामे रिकामे वाटत नसे. अधूनमधून शैलची आठवण यायची. पण शांतता हवीहवीशीच वाटायची. सागरदेखील एकटाच आपल्या खोलीत बसून कॉम्प्युटरवर काम करीत असायचा. चीफ इंजिनियर म्हणून रिचर्डसन अ‍ॅण्ड क्रूडास सोडल्यानंतरही

अजून तो त्यांचे रिपोर्ट्स फायनलाइज होण्याआधी सल्लागार म्हणून नजरेखालून घालायचा; त्यांतल्या त्रुटी कळवायचा. आपले इंजिनियरिंगचे ज्ञान वापरले जाईल अशी इतरही कामे काढून स्वत:ला व्यग्र ठेवायचा. त्यामुळे त्यालाही शांततेची गरज असायची. नुसत्या शांततेची नाही; इअरफोन लावून संगीताच्या साथीने ती शांतता अनुभवण्याची.

आजही सागर त्याच्या खोलीत, संगीत ऐकत काम करीत बसला होता. सरिता कादंबरीत मन स्थिर करण्याचा प्रयत्न करीत होती. कादंबरी एका गाजलेल्या आधुनिक लेखकाची होती. जाता जाता वाचण्यासारखी नव्हती. वरवरच्या असंबद्धतेतील सूक्ष्म सुसंगती शोधत ती वाचणे थोडे कष्टाचेच काम होते. पण माजी प्राध्यापिका म्हणून ते करणे भागच होते. वाचताना चित्त एकाग्र करण्याच्या प्रयत्नात तिच्या डोळ्यांवर थोडी झापड आल्यासारखी झाली आणि एवढ्यात-

"लौकर ये, अगं लौकर ये."

अशा हाकेने तिची झापड एकदम उडाली. "आलेऽऽ" म्हणत तिने कादंबरीत हस्तिदंती बुकमार्क सरकवला, आणि ती टेबलवर ठेवून ती उठली.

सागरच्या खोलीत आली. तो इकडेतिकडे न पाहता शांतपणे आपले काम करीत बसला होता. तिने विचारले-

"काय हवंय?"

तिच्या चाहुलीने त्याने वळून पाहिले. मग इअरफोन सरकवून विचारले-"काय म्हणालीस?"

"कशासाठी बोलावलंस?"

"मी?- तुला बोलावलं? छे!"

"अरे असं काय करतोस? मी आत्ता तुझी हाक ऐकली- लौकर ये, अशी."

"भास झाला असेल तुला. वाचता वाचता झोप लागली असेल."

"असेल!" ती गोंधळून म्हणाली. परत जाऊ लागली. मग वळली. "चहा हवाय का तुला?"

"चालेल." सागर म्हणाला- आणि इअरफोन पुन्हा जागेवर सरकवून काम करू लागला.

सरिता किचनमध्ये आली. सागरचे हे तिला फार आवडायचे- चहा घ्यायला तो नेहमीच तयार असायचा. पण ती आपल्या कामात असली, किंवा विश्रांती घेत असली, तर तो आपणहून कधीच चहा मागत नसे. कधी त्रासत नसे. करवादत नसे. मजेत असायचा नेहमी. आणि जमेल तेवढे दुसऱ्याला सांभाळून घ्यायचा.

त्याची कुणाकडून फार कशाची अपेक्षा नसायची. आपले काम, आणि संगीत ऐकणे या दोन गोष्टी तो जीव ओतून करायचा. पण तिच्यावर, मुलांवर आणि

एकंदर संसारावर त्याचे तितकेच प्रेम होते, हे सरिताला माहीत होते. 'मी कामात आहे- गडबड करू नकोस.' असे त्याने कधीही शैलला सांगितलेले तिने ऐकले नव्हते. सारा संसार झाल्यानंतर, अशा उतरत्या उन्हाच्या प्रहरी, असा लाखातला एक माणूस आपल्या सोबतीला आहे, या विचाराने सरिता नेहमी उत्साहित व्हायची.

सरिताने चहा केला. ओटा स्वच्छ केला. कुठलेही काम पुरे केल्याबरोबर त्यासाठी लागणाऱ्या वस्तू तत्काळ जागेवर ठेवण्याची तिला इतकी घाई व्हायची, की कधी कधी त्या वस्तू वापरण्याआधीच परत जागेवर जात. आताही तिने साखरेच्या छोट्या पोर्सेलिनच्या भांड्यात साखर ओतण्याआधीच साखरेचा डबा फडताळातल्या त्याच्या जागेवर ठेवून दिला.

मग स्वत:शीच हसत तिने तो परत बाहेर काढला. दोघेच असली तरी टीपॉट, मिल्क पॉट, शुगर पॉट, कोस्टर्स यांनी चहाचा ट्रे व्यवस्थित सजवायचा, आणि दोघांनी साग्रसंगीत चहा प्यायचा, अशी त्यांची सवय होती. सागर तर जपानला तीन वर्षे होता, तेव्हापासून चहा पिण्याला एक कर्मकांडच समजायचा.

चहाचा ट्रे उचलून सरिताने स्वच्छ केलेल्या ओट्याकडे एकवार अभिमानाने पाहिले आणि ती किचनच्या बाहेर पडणार, इतक्यात-

"लौकर ये ना- लौकर ये... मी एकटाच आहे..."

अतिशय कळवळून घातलेली ती साद तिच्या कानांवर पडली आणि ती जागच्या जागी थबकली.

मग ट्रे सांभाळत ती तशीच सागरच्या खोलीत आली. तिथल्या टीपॉयवर ट्रे ठेवून तशीच बसून राहिली.

सागरने इअरफोन काढून ठेवला. रेकॉर्डर बंद केला आणि कॉम्प्युटरवर स्क्रीन सेव्हर लावून तो टीपॉयजवळच्या शोभिवंत खुर्चीवर येऊन बसला. बसल्या बसल्या त्याने एक सिगरेट शिलगावली.

"हे काय?- अजून सर्व्ह केला नाहीस चहा?" त्याने किंचित आश्चर्याने विचारले, "मी करू का?"

"नको." तिने एकदम भानावर आल्याप्रमाणे म्हटले, "मी करते."

"काय झालं? तुला बरं वाटत नाहीये का?"

"वाटतंय ना." ती चहा कपात ओतत म्हणाली, "सागर तू माझी थट्टा करीत नाहीयेस ना?"

"म्हणजे?"

"नाहीयेस करत-मला माहितेय. यू आर नॉट द टाइप. तू असा पोरकटपणा करणार नाहीस- पण आता मला... परत एकदा... तुझी हाक ऐकू आली. अगदी स्पष्ट."

"पण मी... मी कशाला मारीन हाक?.... तू चहा घेऊन येतच होतीस ना?"

"हो. पण आवाज तुझाच होता. मात्र अतिशय आर्जव होतं त्यात... आणि लांबून कुठून तरी हाक मारावी तसा- म्हणजे... घरातल्या घरात कोणी अशी हाक मारणार नाही- असा..."

"आय गेट इट. पण कसाही झाला, तरी भासच तो!"

"भास ते झालंच. पण आता काही माझ्या डोळ्यावर झापड येत नव्हती. मी चक्क चहा घेऊन येत होते... आणि हाक इतकी स्पष्ट ऐकली मी!"... मग काहीतरी आठवून ती म्हणाली- "हो, आणि या वेळेस आणखीही काही शब्द... 'मी एकटाच आहे'... असे...."

"मग नक्कीच ते शब्द माझे नाहीत!" सागर हसून म्हणाला, "मी कुठं एकटा आहे?.... चांगली समोर आहेस की तू माझ्या!... बरं, आता समोरचा चहा पिणार आहेस की रीतसर कोल्ड टी करण्यासाठी फ्रीजमध्ये ठेवणारेयस?"

तिने चहा घेतला. विचारात असल्याप्रमाणेच ट्रे भरला. ती विसरत असलेले कोस्टर्स त्याने ट्रेमध्ये ठेवले. ट्रे उचलून ती जाऊ लागली-

"सरिता–" त्याच्या गंभीर आवाजाने ती थांबली, "आय थिंक यू आर टायर्ड... विश्रांतीची गरज आहे तुला."

'छट्! असं काय काम करते रे मी? विश्रांतीच विश्रांती घेते. उलट तूच रिटायर्ड झाल्यानंतरही रात्रंदिवस काम करीत असतोस!"

"तरीदेखील- शरीराची गरज असल्याशिवाय हे असे भासबिस होणं... उद्याच जाऊ आपण डॉक्टर सरदेसाईंकडे!"

"तू म्हणतोस तर जाऊ." ट्रे उचलून निघत सरिता म्हणाली, "पण मला काहीही होत नाहीये आणि हा भासदेखील... काहीतरी कारण असलं पाहिजे त्याच्यामागे. माझ्या तब्येतीखेरीज वेगळं काहीतरी."

-ती खोलीबाहेर पडली.

आणि पावसाला सुरुवात झाली.

सकाळी खूप पाऊस पडला होता. पण दुपारी चांगलेच उघडले होते. आज परत पाऊस येणारच नाही, असे वाटत होते.

पण आता चांगलीच जोराची झड आली, आणि ती काही केल्या थांबेना. सगळीकडे पाणीच पाणी होऊन गेले.

सरिताच्या मनाची अस्वस्थता अधिकच वाढली.

संध्याकाळ झाली, तरी पाऊस पडतच होता.

सरितेच्या हातातली कादंबरी वाचून पुरी झाली होती. पण लक्ष न लागल्यामुळे असेल कदाचित, ती तिला अजिबात समजली नव्हती. कादंबरीचा तरुण नायक

अचानक मरून का गेला आणि नंतर इतर पात्रे एकदम महत्त्वाची कशी झाली आणि कोणाचेही कुठलेही प्रश्न तडीला न लागता कादंबरी एकदम संपली कशी, हे तिला कळले नव्हते. पण कादंबरी ज्या अर्थी एका महत्त्वाच्या आधुनिक कादंबरीकाराची आहे, त्याअर्थी आपण ती नीट समजेपर्यंत पुन्हा पुन्हा नेटाने वाचली पाहिजे, असे तिच्या अभ्यासू मनाने ठरवले.

पावसाला काही उतार नव्हता. मघाशी झालेल्या भासांमुळे की कादंबरी कंटाळवाणी वाटल्यामुळे कोण जाणे, पण सरितेला उदास वाटत राहिले! उदासी कमी व्हावी, म्हणून तिने व्हरांड्यातला दिवा, हॉलमधली दोन्ही शँडेलियर्स आणि बेडरूममधला छोटा दिवा, असे सगळेच एकदम लावून टाकले. ती बेडरूममधून बाहेर पडत असतानाच सागर तिथे आला.

"जरा पडतो अर्धा तास." तो म्हणाला.

"दमला असशील. सकाळपासून काम करतोयस. आता विश्रांती घे!"

"विश्रांती? आज रात्रीसुद्धा लौकर झोपता येणार नाहीये- सकाळी माझं ॲनालिसिस न्यायला कंपनीचा माणूस यायचाय-"

"त्याला म्हणावं, उद्याच्या ऐवजी परवा ये."

"पण कशाला? रात्री बारापर्यंत पुरं होईल-"

"आणि तुझ्या विश्रांतीचं काय?"

"मला काय झालंय? अर्ध्या तासानं मी फ्रेश होईन बघ-"

"मला सांगत असतोस विश्रांती घ्यायला, डॉक्टरकडे जायला... तुझं काय? यू आर नॉट गेटिंग एनी यंगर..."

पण तिने पाहिले तर तो बोलता बोलता झोपी गेला होता. आज चांगलीच दमलेली दिसतेय स्वारी!... उठल्याबरोबर त्याला त्याचा आवडता आलं घातलेला चहा करून द्यायला पाहिजे!- नाही तरी अशा पावसाळी हवेत दोन तीन वेळा चहा प्यायलाच हवा!

तिने बेडरूमचा दिवा डिमर फिरवून मंद करून टाकला आणि ती बाहेर आली.

"अजून तू येत नाहीस?... अगं ये ना... मला एकट्याला....तुझी मदत..."

सरिता पायातली शक्ती गेल्याप्रमाणे खाली बसली.

शब्द थांबले- पण अजून त्यांची आस मागे राहिली होती. आवाज मघापेक्षाही अधिक हळवा झाला होता. जणू आता जो कोणी तिला साद घालीत होता, त्याची वाट पाहण्याची शक्ती संपत आली होती... तरीही, शेवटचा प्रयत्न म्हणून तो तिला पुन्हा एकदा हाक मारीत होता... मदतीसाठी... अतिशय करुणपणे...

आणि ती मात्र त्याच्या मदतीला न जाता इथेच बसून राहिली होती...

छे! काहीतरी करायला हवे! हा भास असला तरी त्यामागे काहीतरी कारण

असेलच. कोणाला तरी निकडीची गरज असेल...

कोणाला तरी?.... म्हणजे कोणाला?

तिने वाचले होते - अतिशय मनापासून, अगदी आत्म्यापासून एखाद्याने निर्वाणीची हाक मारली, तर ती कितीही अंतरावर, इतरांना नाही, पण त्या माणसाला, फक्त त्याच माणसाला ऐकू येते... जशी काही आत्म्याची भाषा आत्म्याला कळते.. तितकीच निकड असली तर-

आज कोणाला तरी तिच्या मदतीची निकड होती! पण कोणाला?

आणि एकदम तिच्या डोक्यात वीज चमकावी, तसे झाले... एवढे साधे, इतके सरळ, आपल्या डोक्यात आधीच कसे आले नाही?

सागरसारखाच वाटणारा हा आवाज दुसऱ्या कुणाचा असणार? त्याच्या मुलाचा- सौरभचा!

बाई ग! म्हणजे सौरभ... काहीतरी संकटात...

ती चमकून उठली. फोनशी गेली. सौरभचा नंबर फिरवला. फोनमधून नुसता कूंऽऽकूंऽऽ आवाज येत राहिला.

तिने रागाने फोन फिरवला. खाली आपटला. गरजेच्या वेळी तोंड उघडेल, तर तो फोन कसला?

तिने वैतागून फोन पुन्हा पुन्हा फिरवला– प्रत्येक वेळी कूंऽऽ कूंऽऽ

ठीक आहे. हा लागेल तेव्हा लागेल... पण त्याच्यासाठी थांबून कशाला राहायचे?

तिने मोबाईलचा नंबर लावला. टप् टप् टप् टप् ...

मोबाईलवर नुसती खरखर येत राहिली. तिने सोनियाच्या मोबाईलचा नंबर फिरवला. त्याचीही ती कथा...

आता काय करायचे?

ती विचार करीत बसली. सौरभने आपल्याला का हाक मारली असेल? त्याला कसल्या मदतीची गरज असेल?... आणि आपल्या मदतीची का? सोनिया आहे ना तिथे? पण तो (म्हणजे तो आवाज जर त्याचा असेल तर) तर म्हणाला, की मी इथं एकटा आहे... दोन्ही वेळा तो हेच म्हणाला... हे कसे शक्य आहे? सोनिया आणि शैल कुठे गेले?

मग तिला एक गोष्ट अचानक आठवली. दोन वर्षांपूर्वी सौरभचे आणि सोनियाचे बिनसले होते. त्यानंतर सोनिया शैलला घेऊन माहेरी जाऊन राहिली होती. थोडीथोडकी नाही... चांगली सहा महिने! त्यावेळी सागरने आपल्याला त्या दोघांच्या भांडणात पडू दिले नव्हते. एवढा त्रागा करून घर सोडण्याइतके सौरभचे वागणे चुकले नव्हते, असे मनोमन वाटूनही आपण सौरभची बाजू उघडउघड

घेतली नव्हती. आता पुन्हा तसेच काही झाले आहे, की काय? सौरभला एकटाच सोडून सोनिया शैलला घेऊन परत माहेरी निघून गेली की काय?... या वेळी मात्र आपण त्याच्या पाठीशी उभे राहिले पाहिजे- त्याचा संसार सावरायला मदत केली पाहिजे. ...त्यालाही असेच वाटत असेल का?... असे काही मनात येऊनच त्याने आपल्याला मनोमन साद घातली असेल का?

तिने पुन्हा फोन फिरवला. मघाचाच आवाज येत होता. फोन आउट ऑफ ऑर्डर होता. मोबाईलदेखील फक्त खरखरत होते.

तिची फोनशी झटापट चालू असतानाच सागर बाहेर आला. आळोखेपिळोखे देत म्हणाला, "हंऽऽ फ्रेश वाटलं! अपऱ्या झब्ब्याच्या समोरच्या दोन खिशांपैकी उजव्या खिशातून त्याने सिगारेटचे पाकीट आणि लायटर काढली. सिगारेट पेटवून तिचा एक झुरका घेतला आणि विचारले-

"कोणाला फोन केलास? सौरभला?"

"हो... तू कसं ओळखलंस?"

"काय म्हणाला तो?"

"कुठं काय?... फोन आउट ऑफ ऑर्डर आहे त्याचा. मोबाईलसुद्धा लागत नाहीये."

"पावसामुळे असेल!... कसला कोसळतोय दुपारपासून."

"लगेच कामाला बसतोयस वाटतं?"

"हो- कसंही करून आज पुरं करायलाच हवं!"

"होईल पुरं- त्याचं काय एवढं टेन्शन घ्यायचं?"

"मी निदान कामाचं तरी टेन्शन घेतलंय!" तो हसत म्हणाला, "तुझं काय?... काहीही कारण नसताना चेहरा उतरलाय तुझा!... पुन्हा झाला वाटतं कसला तरी भास?"

"कसला तरी नाही- तोच भास!... तू झोपला होतास, तेव्हा झाला! कुणीतरी मला बोलावतंय सागर! कुणाला तरी माझी फार गरज आहे!... आणि ते कोण हे लक्षात आलंय माझ्या!"

"कोण?"

"सौरभ!... त्याचा आवाज तुझ्यासारखाच आहे. म्हणून फसले मी पहिल्या हाकेला!"

खोलीकडे निघालेला सागर परत येऊन तिच्यासमोर बसला.

"सौरभ एकटा आहे, असं दिसतं त्या हाकेवरून! म्हणजे सोनियाच्या संबंधात काहीतरी प्रॉब्लेम झाला असणार! त्याविषयी त्याला काहीतरी बोलायचं असणार माझ्याशी!"

"पण तिच्या संबंधात इतकं अर्जंट काय घडलं असेल?" किंचित हसून सागर म्हणाला- "की टेलिफोन चालू नाहीत, म्हणून त्यानं टेलिपथीचा वापर करावा?"

त्याच्या विनोदाकडे दुर्लक्ष करून सरिता म्हणाली-

"कदाचित त्यांचं भांडण विकोपाला गेलं असेल...आणि अगदीच वाईट मनात आणायचं तर सोनियानं स्वत:चं काहीतरी बरंवाईट-"

"डोन्ट बी सिली –" सागर एकदम उखडला. "कसले तरी विचार काय करतेस?... तुला साधा एक भास झाला- पुन्हा पुन्हा झाला, तरी तो भासच... आणि तू - तू तेवढ्याशा सुतानं थेट स्वर्गाला पोहोचलीस?"

सरिता क्षणभर गप्प बसली. मग म्हणाली-"मधे सौरभ ड्रिंक्स घ्यायला लागला होता... ती त्याची सवय गेल्या वर्षभरात वाढीला तर लागली नसेल?"

सागरने सिगारेट पेटवली. सिगारेट तोंडात ठेवूनच तो म्हणाला- "हे बघ. तू इथं बसून त्याची काळजी करत राहणार असलीस, तर त्यापेक्षा आपण जाऊन त्याला बघूनच येऊया."

सागरची कल्पना एकदम पटल्याप्रमाणे सरिता खिडकीशी गेली आणि म्हणाली- "जाऊ या? पाऊसही कमी झालाय!"

सागर हसला आणि म्हणाला-"मॅडम-कमी झाला नाहीये... बाहेरच्या काळोखामुळे दिसत नाहीये, एवढंच!"

सागर तिला अधूनमधून प्रेमाने 'मॅडम' म्हणायचा. त्याच्या त्या संबोधनाने ती सुखावून जायची.

"तुझं काम पडलंय ना पण?" ती प्रेमाने म्हणाली,"मग तू राहा घरी. मी एकटीच जाऊन येते."

"एकटी? या वेळी-? आठ वाजून गेलेयत."

"मग काय झालं? मला कोणी खात नाही. उशीर झाला तर तिथंच राहीन. चालेल ना?... सकाळी लौकर परत येईन."

"ओके, पण मॅडम- तुम्हाला मी शोफर म्हणून नको कारसाठी?"

"मी टॅक्सीनं जाईन."

ती तयारीला लागली. जेवण करायचे नव्हते. सागर रात्री फारसे खात नसे. एखादा टोस्ट... बस! तेवढा तो स्वत: करून घेणार होता.

पाच मिनिटात कपडे बदलून सरिता निघाली देखील.

"सांभाळून जा!- रस्ते ओले झालेयत. पाय घट्ट लाव. उगाच भलते विचार करीत राहू नको. सगळं ठीक असेल..." सागरने ती बाहेर पडेपर्यंत पुन्हा पुन्हा सांगितले.

तो आपल्या खोलीत येऊन कॉम्प्युटरशी बसला. सरितेला वाटत होती तशी

आणि तितकी त्याला सौरभची काळजी वाटत नव्हती. त्यापेक्षा काळोखात आणि पावसात, वरळीहून सांताक्रूझला जाणाऱ्या सरितेचीच त्याला अधिक काळजी वाटू लागली. आपण सौरभकडे जाण्याची कल्पनाच काढायला नको होती. किमानपक्षी तिच्याबरोबर जायला तरी हवे होते, तिला एकटीला जाऊ द्यायला नको होते, अशी रुखरुख त्याला लागून राहिली.

पण त्याने रेकॉर्डर सुरू केला, इअरफोन कानाला लावला, कॉम्प्युटर चालू केला आणि थोड्याच वेळात तो आपली काळजी विसरून गेला. त्याचे सगळे लक्ष समोरच्या स्क्रीनवर, आणि कान कुमार गंधर्वांच्या सुरात, बुडून गेले...

आपण एकटी सहज टॅक्सीने जाऊ, या कल्पनेने सरिता छत्री उघडून रस्त्यावर येऊन उभी राहिली खरी, पण एकही टॅक्सी तिच्यासाठी थांबायलाच तयार नव्हती. सगळ्या आपल्या मीटर पाडून रिकाम्याच चालल्या होत्या. रस्त्यातही पाऊलभर पाणी तुंबले होते. सरिताने साडी शक्य तितक्या वर खोचली होती, पण ती भिजू न देण्याच्या प्रयत्नालाही काही अर्थ नव्हता, कारण तेवढ्यात आलेल्या पावसाच्या एका मोठ्या झडीमधे ती जवळ उघडी छत्री असूनही अर्धीअधिक भिजूनच गेली होती. सौरभच्या घरी पोहोचेपर्यंत ती पुरतीच भिजून गेली असती; पण तेव्हा काही हरकत नव्हती. सोनियाची साडी, पेटीकोट बदलायला मिळाले असते; पण सोनिया...? तिच्या विचाराने सरिता थबकली. सोनिया घरी असेल ना?

एकही टॅक्सी थांबेना. सरिता रडकुंडीला आली. घरी परत जावे का? की आणखी थोडा वेळ-

अचानक एक टॅक्सी थांबली. पण तिच्यात एक गृहस्थ बसलेला होता. तो बाहेर डोके काढून म्हणाला- "कुठं जायचंय तुम्हाला?"

"सांताक्रूझ. एकही टॅक्सी-"

"मी बांद्र्यापर्यंत सोडू शकेन तुम्हाला.. तिथं कदाचित रिक्षासुद्धा मिळेल. बघूया. बसा तर खऱ्या."

सरितेला काय करावे ते कळेना. कोण असेल हा माणूस? कितपत विश्वासू असेल?...म्हणा आपल्यासारख्या एका प्राध्यापिकेनं असा घाबरटपणा करायचा म्हणजे-

"लौकर बसा. पाठीमागे गाड्या लागल्यायत."

विचार करायला वेळ नव्हता. त्याने दार उघडले. ती छत्री बंद करून टॅक्सीत बसली. तो पलीकडे सरकला.

काही वेळ दोघेही गप्पच होती. पाण्याचा सपकारा आत आला. त्याने मघा तिच्याशी बोलण्यासाठी उघडलेली खिडकी तिने लावून घेतली.

शेजारचा माणूस काय वयाचा असेल? चाळिशीचा तर नक्कीच!- आपल्या मुलापेक्षा थोडा मोठा... की त्याच्याच वयाचा.. काही कळेना.

एकदम तिच्या डोळ्यांसमोर सौरभचा चेहरा उभा राहिला. तो बहुधा आपल्याला पाहून म्हणेल- तू ना आई जरा ढीलच आहेस... अशा पावसात रात्रीच्या वेळी यायची काय गरज होती?... मला काय झालंय?

बोलू दे. बोलू दे त्याला असलं काहीतरी. पण काही झालेलं नसू दे.

"सांताक्रूझला कोणाकडे?".... अचानक शेजाऱ्याने विचारले.

"मुलाकडे." तिला एकदम मोकळे वाटले. कोणाकडे तरी बोलावे, म्हणजे मनावरचे दडपण कमी होईल, असे वाटले. "काय पाऊस हो–" ती म्हणाली. "टॅक्सी मिळेचना. मी तर परत जाणार होते घरी. त्यातून वेळ रात्रीची." ती आपली बोलतच सुटली.

त्याने तिला बोलू दिले. मग मृदूपणे विचारले-"अगदी आताच जायला हवं होतं का? सकाळी गेला असता तर-"

"नाही हो. मला एकदम त्याची काळजी वाटली. तुम्ही हसाल सांगितलं तर- पण मला एकदम भास झाला... दोन तीन वेळा एक आवाज ऐकू आला... बहुधा त्याचाच. लौकर ये... मदत हवीये, असा. मग माझा जीव राहीना. म्हटलं, बघून यावं."

गृहस्थ तिच्याकडे पाहून, नीट लक्ष देऊन ऐकत होता. काही वेळ तो काहीच बोलला नाही. तीही नंतर गप्पच झाली.

नंतर, जसा काही इतका वेळ तिच्याच बोलण्याचा विचार करीत असल्याप्रमाणे तो म्हणाला- "नाही. तुम्ही केलंत, तेच बरोबर. असे भास म्हणजे मनानं दिलेल्या सूचना असतात. पुढे घडणाऱ्या गोष्टींच्या. त्या ऐकाव्यात. नाही ऐकल्या, तर नंतर पश्चात्ताप करावा लागतो... नाही, तुम्ही निघालात, यात काहीच चूक नाही...."

बांद्रा आले तरी पाऊस कमी होण्याची चिन्हे नव्हती. त्याने टॅक्सी रिक्षा स्टँडशी उभी केली. तशा पावसात तो स्वतः खाली उतरला, आणि त्याने तिला रिक्षा ठरवून दिली.

ती त्याचे पुन्हा पुन्हा आभार मानत राहिली. पण ते ऐकायला तो थांबलाच नाही. एकदाच 'दॅट्स ओके' असे म्हणून तो टॅक्सीत बसलासुद्धा.

रडतखडत, खड्ड्यांवरून उडत रिक्षा आपल्या गतीने चालत राहिली. रिक्षावाला रिक्षात एक उतारवयीन सुसंस्कृत स्त्री बसली आहे, याची किंचितही भीडभाड न ठेवता पावसाला, रस्त्यांना, इतर चालकांना, पादचाऱ्यांना मुक्तपणे शिव्या देत होता. या सगळ्या दिव्यातून जाण्यापेक्षा, सागरला, काम थोडे बाजूला ठेवून कार घेऊन चल म्हटले असते तर? तिने कार चालवावी, असे त्याने अनेकदा सांगितले

होते. पण ती बधली नव्हती. आणि एरवी जरी ती चालवत असती, तरी या पावसात, रात्रीच्या वेळी, खड्ड्यांमधून गाडी चालवण्याचा धीर तिला झालाच नसता.

नाही म्हणायला तिला लिफ्ट देणारा माणूस फार चांगला निघाला. किती ठामपणे म्हणाला होता तो!- नाही. तुम्ही केलंत ते बरोबर. मन पुढं होणाऱ्या गोष्टींच्या सूचना अगोदर देतं. त्या ऐकाव्यात. नाहीतर नंतर पश्चात्ताप करावा लागतो.

रिक्षावाल्याला, त्याने पावसाचा फायदा घेऊन मागितलेले अव्वाच्या सव्वा दीडपट भाडे देऊन ती सांताक्रूझच्या सूरबहार सोसायटीत शिरली, तेव्हा तिचे कान आजूबाजूचा वेध घेऊ लागले. पाऊस आता थांबला होता, पण सगळीकडे चिडीचूप होते. दूरवरून यावा, तसा बंद घरांमधून टीव्हीचा अस्पष्ट आवाज येत होता तेवढाच. लिफ्टशी नेहमी स्टूल घेऊन बसणारा गार्डदेखील आज तिथे नव्हता.

मात्र ती लिफ्टशी पोहोचली तेवढ्यात, वरून कुणी मुद्दाम धाडावे, तशी लिफ्ट खाली येऊन थांबली. ती किंचित दचकली. मग दार उघडून आत शिरली...

फ्लॅटचे दार उघडले, ते सौरभनेच.

"आई, तू कशी काय अचानक?" तो आश्चर्याने ओरडला. एवढ्यात शैल धावत आला आणि सरिताला बिलगला.

"अरे मी भिजलेय सगळी- तू ओला होशील" म्हणत ती त्याला बाजूला करतेय, एवढ्यात सोनिया 'शैल- झोपायला चल' म्हणत आली, आणि सरिताला पाहून थक्क झाली.

सौरभने 'आजी भिजली आहे- सांगितलेलं समजतं ना?' असे दटावत शैलला उचलून घेतले; सरितेच्या हातातली ओली छत्री काढून घेऊन ती ठेवायला सोनिया बाथरूमच्या दिशेने निघाली.

एकूण सौरभ एकटा नव्हता- अजिबातच एकटा नव्हता...

"हं- आता सांग – तू कशी काय आलीस?" सरिता शॉवर घेऊन, कपडे बदलून डायनिंग टेबलाशी येऊन बसली, तेव्हा सौरभने परत विचारले.

"सहज आले, तुम्हाला बघायला" तोंडातला 'तुला' शब्द प्रयासाने बदलत सरिता म्हणाली. मग थोड्या अधिक धीटपणाने तिने विचारले- "का? येऊ नये मी, मला पाहिजे तेव्हा?"

"खुशाल यावंस- पण तुझ्यासारखी व्यवस्थित बाई अशी भलत्या वेळी, वाऱ्यापावसात निघणारच नाही!.. तू कधी फोन केल्याशिवाय येतेस तरी का?"

"केला रे बाबा... हजार वेळा फोन केला आम्ही... पण लागेल तर ना?"

"कसा लागणार आई? पावसानं नेहमीप्रमाणे लाइन्समध्ये बिघाड- फोन

आउट ऑफ ऑर्डर! या हवेत मोबाईलचं तर काही बघूच नकोस! ते नुसते खरखरतातच आहेत सबंध दिवस!... पण तू आलीस कशामुळं? बाबा बरे आहेत ना?''

''अहो- तुम्ही तरी त्यांची एवढी उलटतपासणी कशाला चालवलीये?'' आतून स्वैपाक करता करता सोनिया ओरडली.

सौरभने व्हिस्की काढली. ''तू काय घेशील आई? जीन?''

''छे रे बाबा- मी फार तर तुला कंपनी म्हणून ज्यूस घेईन!'' सरिता म्हणाली.

तिच्या मनात मघाची शंका चुकचुकली. सौरभ जास्त प्यायला लागला असेल का?... पण तसे असते, तर त्याने इतक्या उशिरा व्हिस्कीची बाटली काढली नसती. आता जेवायचीच वेळ झाली होती... तो फार तर एखादा पेग घेऊ शकला असता.. शिवाय गेल्या वेळी पाहिली, त्यापेक्षा आता त्याची तब्येतही अधिक चांगली दिसत होती...

शैल पुन्हा चौखूर उधळत आला... ''आजी, गोष्ट!... आजी, गोष्ट!''

त्याच्या मागोमाग सोनिया बाहेर आली. ''तुला किती वेळा सांगायचं शैल- उद्या सकाळी शाळा आहे... लौकर उठायचंय! यू शुड हॅव बीन इन बेड बाय नाऊ!''

''असूदे गं. मी झोपवते त्याला. चल शैल- फक्त एकच गोष्ट हां! मग झोपायचं.... '' असे म्हणत सरिता त्याला घेऊन त्याच्या बेडरूमकडे गेली.

एकूण सगळे घर मजेत, आनंदात दिसत होते. तिची शंका खोटी ठरली होती. ते चांगलेच होते म्हणा!... पण मग तो आवाज? तिला तातडीने बोलावणारा... तिची मदत मागणारा? तो टॅक्सीतला गृहस्थ म्हणाला होता, मन पूर्वसूचना देते... तिच्या मनाने तिला फॉल्स अलार्म दिला होता... तिला चकवले होते!

शैलला झोपवून ती बाहेर आली. सोनियाने वाढायची तयारी केली होती. सौरभबरोबर ती जीन घेत बसली ...

मग सरिता त्यांच्याबरोबर ज्यूस घेऊ लागली. सोनिया म्हणाली,''सावकाश होऊ दे. जेवणाची काही घाई नाही...''

''मी फारसं जेवत नाही रात्री- तुला माहितेय'' सरिता म्हणाली. ''एखादा फुलका पुरे... आणि जेवण झाल्यावर मी निघते.''

''वेड लागलंय का या पावसात परत जायला?'' सौरभ म्हणाला. अकरा वाजले- आता कधी जाणारेयस तू?''

''हो, आई'' सोनिया म्हणाली. ''आता सकाळीच जा. ब्रेकफास्ट करा न् जा.'

सरिता रात्री थांबायला तयार झाली. नाहीतरी घर मुलाचेच होते- कुणा परक्याचे थोडेच होते? आणि येताना जे दिव्य केले, ते परत करायची तिची तयारी नव्हती.

आणि एकदम तिला वाटले की आपण कां आलो हे यांना सांगितले पाहिजे- नाहीतर यांना आपल्या डोक्याचीच शंका यायची...! तिने सगळे सांगितले. का आलो, कसे आलो, ते.

दुसऱ्यासारखा मुलगा खुर्चीतून उठून तिच्याजवळ आला असता. तिला मिठी मारून म्हणाला असता- "आई, तू माझ्या काळजीनं रात्रीबेरात्री या असल्या हवेत धावत आलीस? कमाल आहे तुझी!"

पण सौरभकडून असले काही अपेक्षित नव्हते. भावनांचे प्रदर्शन करणे त्याला आवडत नाही, हे सरितेला माहीत होते. तो फक्त एवढेच म्हणाला,"सकाळी मी सोडेन तुला माझ्या गाडीतून."

सोनिया मात्र म्हणाली- "मीसुद्धा ऐकलं आहे. अडचणीत असली, की माणसं जवळच्या माणसांना एस ओ एस पाठवतात. पण यांचा आवाज तुम्ही ऐकलात म्हणजे..."

निजानीज होईपर्यंत एक वाजून गेला. सौरभला काही झालेले नव्हते, आणि तो आणि सोनिया यांचे काही बिनसल्यासारखे निदान दिसत तरी नव्हते. सरिताचे असे सांताक्रूझला निघून येणे त्यांना थोडे विक्षिप्तपणाचे वाटले होते, पण त्यांनी तिला अगदीच काही वेड्यात काढले नव्हते.

तरीही सरितेच्या मनाला लागलेली रुखरुख पूर्णपणे गेली नव्हती. अस्वस्थपणेच ती बिछान्यावर पडली, आणि झोपही तिला म्हणावी तशी शांत लागली नाही.

पहाटेच तिला जाग आली. घरात बाकी काही हालचाल नव्हती. म्हणून ती थोडा वेळ पडून राहिली, एवढेच. नंतर सोनियाबरोबरच ती उठली, आणि शैलची तयारी करून द्यायला तिने मदत केली...

आता तिला केव्हा एकदा घरी जातो, असे होऊन गेले. सागर लौकर उठला तरी ती झोपली असल्यास समजूतदारपणे तिला उठवत नसे. पण त्याला सकाळी लौकर चहा आणि एखादी सिगारेट लागते हे तिला माहीत होते. सकाळी त्याला जाग येण्याआधी आपण पोहोचावे असे तिला वाटले, सौरभही घाईघाईने तयार झाला. त्याला सरितेच्या आधी शैलला लौकर शाळेत सोडायचे होते.

घराशी आल्यानंतर सौरभ खालच्या खालीच परत चालला होता. तेवढ्यात त्याला वडिलांना काहीतरी निरोप देण्याची आठवण झाली, आणि तो वर आला. तिने पर्समधून चावी काढली आणि दाराला लावली.

"बस, ते उठलेच असतील-" असे म्हणत ती सौरभला घेऊन हॉलमध्ये आली. चांगले आठ वाजले असूनही दोन्ही शँडेलियर्समधले दिवे जळत होते. पंखा फिरत होता.

आणि त्याखाली सागर कार्पेटवर पडला होता.

त्याचा एक हात फोन ठेवलेल्या बसक्या स्टुलाच्या रोखाने पालथा पडला होता. क्रॅडलवरून फोनचा रिसीव्हर खाली लोंबकळत होता.

दोघेही धावत सागरजवळ गेले.

सौरभने त्याच्या हाताला, कपाळाला, छातीला हात लावून पाहिला.

सारे थंडगार लागत होते. त्याने नाडी सापडते का पाहिले, आणि तो डॉक्टरला फोन करू लागला.

सरिता सागरला मिठी मारून त्याच्या शेजारी कोसळली. तिच्या काहीतरी लक्षात येऊ लागले होते.

रात्री अपरात्री कधीतरी सागरला अटॅक आला असणार... विलक्षण अस्वस्थ वाटू लागल्यावर त्याने पहिली आठवण केली असणार ती सरितेची. त्याच्या जिवाची घालमेल होऊ लागली असणार...सरिता असती तर... तिची मदत हवी... निदान डॉक्टरला बोलावण्यासाठी... त्याला आधार देण्यासाठी...पण जवळ कोणीच नाही.... त्याच्या मनाने तिला एकसारख्या हाका मारल्या असतील... शेवटी महत्प्रयासाने तो कसाबसा फोनशी गेला असेल... फोन लागणार नाही हे माहीत असूनही त्याने रिसीव्हर उचलला असेल... पण नंबर फिरवण्याआधीच-

त्याचा शेवटचा आक्रोश तिने आधीच ऐकला होता...“ये– लौकर ये-अजून का येत नाहीस?... लौकर ये... मला तुझी मदत... इथं मी एकटा...”

तिने पहिल्या प्रथम तो आवाज ओळखला होता...

पण नंतर मात्र....

◆

तो मजेत पहुडलेला असतो. पाय पोटाशी घेऊन. त्यांना हातांचा विळखा घालून. अधूनमधून लवमात्र हालचाल करीत. पाय किंचित पुढेमागे करीत. डोके किंचित खाली वर करीत. त्याहून अधिक हालचाल त्याने करायचीच नसते.

त्याच्या आजूबाजूला मंद अंधार आहे. पण त्याला त्या अंधाराची भीती नाही वाटत. अत्यंत सुखद असा तो अंधार आहे. शांत. त्याचीच खोळ करून तिच्यात झोपून राहाण्यासाठी सोयीचा. शिवाय अत्यंत मृदू. नरम. कुठेच बोचणार नाही. टोचणार नाही, असा गाढ, स्वस्थ अंधार.

शिवाय इथे थंडी नाही. गरमीच्या झळाही नाहीत. उब तेवढी आहे. अगदी सोसवेल तेवढी, मानवेल तेवढीच. या उबेत तो आपल्या शरीराचे गाठोडे करून कधीपासून अगदी चूपचाप झोपलेला आहे. आणि ही सुखाची झोप त्याच्या अंगी लागतेय. कणाकणाने तो वाढतोय. मोठा होतोय.

त्याचा जन्म व्हायला अजून तीन महिने आणि चौदा दिवस बाकी आहेत.

अजून जन्मच झालेला नाही, म्हणजे काहीच सुरू झालेले नाही, असे नाही. ज्याक्षणी त्याचे असणे सुरू झाले, त्याच क्षणी आणखी पुष्कळ काही सुरू झालेले असते. त्या आधीच्या, आणि त्या पुढच्या घटनांची साखळी त्याच क्षणी गुंफली

गर्भ

जाऊ लागलेली असते. हेतू, आणि परिणाम यांना जोडणारी साखळी. म्हणून तो केवळ जन्मायला अजून तीन महिने आणि चौदा दिवस शिल्लक राहिलेला एक जीव नसतो, तर सहजपणेच जगाच्या विराट पसाऱ्यात सामावून गेलेला, नव्हे, त्यासाठीच अस्तित्वात आलेला, एक तथ्यांश असतो. एका ठिकाणी पहुडलेला असूनही त्याच वेळी तो इतरत्र असतो. इतरांच्या मनात, त्यांच्या करणीत, बेतात, धोरणात. त्या शांत, मऊ, ऊबदार, काळोखातून बाहेर येण्याच्याही आधी तो अस्तित्वात असतो... असतोच असतो...

एका अत्यंत कर्तबगार, धनवान, आणि राजकीय वर्तुळातील महत्त्वाच्या पुरुषाची वासना आणि एका, रूप मध्यम असूनही आकर्षक दिसू शकणाऱ्या कलावंत स्त्रीची महत्त्वाकांक्षा, यांच्या संयोगातून तो अस्तित्वात आला. त्या सत्ताधारी पुरुषापुढे हात जोडल्यास आपल्या प्रगतीची दारे उघडी होतील, असे वाटणाऱ्या अनेकांमधे ती होती, आणि तिच्या तारुण्याचा उपभोग घेण्याची अभिलाषा

ठेवणाऱ्या अनेकांमधे तो होता. अर्थात ह्या दोघांची गाठ पडणे अपरिहार्यच होते. तिची तयारी लक्षात येताच, मंत्रीमहाशयांच्या तत्पर सचिवाने, खासगी गाठीभेटी गुप्त ठेवू शकणाऱ्या सेव्हन स्टार्स हॉटेलांमध्ये अनेक रात्री त्यांना एकत्र आणले होते... त्यामुळे मंत्रीमहाशयांना पराकोटीचे समाधान लाभले होते, आणि त्या कलावतीची चित्रे, शहरातील नामवंत गॅलऱ्यांमधून प्रदर्शित होऊन त्यांना पंचतारांकित समीक्षणे लाभली होती. शहरातील मोजक्या रसिकांच्या व कलाप्रेमी उद्योगसमूहांच्या चित्र-संग्रहांमध्ये ही चित्रे जमा होऊ लागली होती. कलावती आर्ट स्कूलमध्ये शिकत असताना, ज्या शिक्षकांनी, तिला जन्मात मानवी शरीराकृती रेखाटता येणार नाही असा त्रागा केला होता, तेच आता तिने मानवी आकृतींचे आकार बदलून त्यांना नवा अर्थ दिला, अशी वाखाणणी करू लागले होते.

तो अस्तित्वात आला, तो मात्र सेव्हन स्टार्स हॉटेलांच्या बेडरूममधे नाही, आणि रात्रीच्या श्रमपरिहाराच्या शांत वेळीही नाही. उलट तो विशिष्ट दिवस मंत्रीमहाशयांचा अतिशय कामाचा दिवस होता. सकाळपासून, अवजड उद्योग चालवणाऱ्या उद्योगसमूहांच्या मालकांच्या शिष्टमंडळाला तोंड देतादेता मंत्रीमहाशय आणि त्यांचे सचिव व संबंधित खात्यांचे अधिकारी हैराण झाले होते. या उद्योगांवर लादल्या जाऊ पाहणाऱ्या करांच्या विरोधात चर्चा करून, ते रद्द करून घेण्याच्या उद्देशाने ही मंडळी आली होती. बरेच तास त्यांची बाजू ऐकून घेऊन, आणि त्यांना शासनाची बाजू समजावून देऊन, मंत्रीमहाशय व त्यांचा परिवार थकून गेला होता. तरीही आज या प्रश्नाचा सोक्षमोक्ष लावायचाच, असे ठरवून, इतर सर्व कार्यक्रम रद्द करून ते सारे ती चर्चा लढवीतच होते.

अशा वेळी दुपारच्या, अर्धा तासाच्या विश्रांतीसाठी मंत्रीमहाशय आपल्या ऑफिसमध्ये गेले. कर्मधर्मसंयोगाने कलावती त्याच वेळी त्यांना भेटण्यासाठी आलेली होती. सूज्ञ वैयक्तिक सचिवाने तिला मंत्रीमहाशयांच्या ऑफिसच्या पाठीमागच्या खासगी दारांतून आत पाठवले. या ऑफिसमधे, मंत्रीमहाशयांच्या विश्रांतीसाठी परदेशी वास्तुतज्ज्ञाने एक कोटी रुपये खर्च करून शृंगारलेले एक अति आरामशीर शय्यागृह आहे. तिथेच, अवजड उद्योगांवरील करांच्या विवंचनेतले मंत्रीमहाशय कलावतीसह विश्रांती घेत असतांना, बाहेर रणरणते ऊन पडले असताना, आतल्या एक कोटींच्या वातानुकूलित गारव्यात, काळाच्या जगड्व्याळ योजनेतील एका नियोजित क्षणी, तो अस्तित्वात आला.

त्यानंतर मंत्रीमहाशयांचा उरलेला दिवस अतिशयच आनंदात गेला. हास्यविनोद करीत त्यांनी उद्योगसमूहांच्या प्रतिनिधींबरोबरची चर्चा संपवली. अवजड उद्योगांवर येऊ पाहणारे करांचे संकट टळले. सर्वसामान्य नागरिकांच्या (ज्यांचा प्रतिनिधी चर्चेला उपस्थित नव्हता) रोजच्या उपयोगातील काही हलक्या वस्तूंवरील कर

वाढवून हा प्रश्न सुटेल, असे सर्वानुमते ठरले.

त्या दिवसाला जवळजवळ अर्धे वर्ष लोटले.

आता त्याच्या जन्माला तीन महिने आणि चौदा दिवस बाकी राहिले आहेत...

एका पहिल्या दर्जाच्या हॉस्पिटलमध्ये त्याच्या सगळ्या चाचण्या होतात. शहरातील राजकीय महत्त्वाच्या एका परंपरासंपन्न इमारतीमधील, प्रेक्षणीय तरीही गुप्त अशा शय्यागारातल्या अत्यंत किंमती शय्येवर अस्तित्वात आल्यापासून त्याच्यासाठी निवडलेली प्रत्येकच जागा अत्यंत महागातली असते. हे हॉस्पिटलही त्याला अपवाद नाही. इथे, तो मुलगा आहे की मुलगी, हे ठरवण्यापासून ते त्याच्या प्रत्येक अवयवाची वाढ ही आदर्शवत झाली आहे ना, हे पाहण्यापर्यंत त्याच्या सर्वच चाचण्या घेतल्या जातात.

त्याला मजा वाटते. भोवतीचे छोटे मोठे आवाज. लहानमोठे धक्के, आणि कमीजास्त होणारी ऊब हा सगळा खेळ त्याला खूपच आवडतो.

गर्भाची वाढ पर्फेक्ट आहे- डॉक्टर सांगतात. कॉंग्रॅच्युलेशन्स!

कलावती हसते. हसताना तिच्या उजव्या गालाला खळी पडते.

तुम्ही त्याला एकट्याच सांभाळणार? (तिने फॉर्मवर फक्त स्वत:चेच नाव लिहिलेले आहे. मुलाच्या बापाचे नाही. हे हॉस्पिटल तसा आग्रह धरीत नाही.)

एकटी काय म्हणून? त्याचा एवढा थोरला बाप आहे की पाठीशी!

मला त्यांचं नाव समजू शकेल का?

एवढ्यात नाही. रीतसर पत्रकारपरिषद घेऊनच मला ते सांगावं लागेल.

सॉरी. आय डिडन्ट मीन टु बी पर्सनल.

दॅटस् ओके. त्याचे वडील फार मोठी सेलिब्रेटी आहेत. म्हणून थोडी काळजी घ्यावी लागते, इतकंच!

कलावती आनंदात डॉक्टरांच्या कॅबिनमधून बाहेर पडते.

त्याला किंचित, हेलकावे बसतात. मग आईच्या आश्वासक हाताचा दाब जाणवतो. तो मजेत एक लहानशी हालचाल करतो.

"यू नॉटी!" - ती म्हणते.

- डॉक्टर विचारात पडतात. हे मूल कोणाचे आहे, याचा त्यांना साधारण अंदाज असतो. लोकांची कुजबूज त्यांनीही ऐकलेलीच असते. मंत्रीमहाशयांना हे मूल हवे आहे, की नाही, हे आत्ताच कळले असते तर बरे झाले असते. उद्या त्यांनी आपल्याला, आधीच का कळवले नाहीत, असे म्हणायला नको!...डॉक्टरांचा, या हॉस्पिटलमधून बाहेर पडून, स्वत:चे एक गायनॅक हॉस्पिटल सुरू करावे, असा कधीपासून मनोदय आहे. हे काम थेटपणे जरी मंत्रीमहाशयांच्या खात्याच्या अधिकारात

येत नसले, तरी त्यांचे आरोग्यमंत्र्यांशी असलेले सख्य लक्षात घेता, त्यांना नाराज करून चालणार नसते. पण स्वत:हून काही बोलून भोचकपणा केलेलाही चांगला दिसणार नसतो. काय करावे? त्यांच्या पर्सनल सेक्रेटरीशी बोलून त्याचे खासगी मत घ्यावे का?

पर्सनल सेक्रेटरीशी बोलण्यासाठी डॉक्टर फोन उचलतात. परत खाली ठेवतात. नकोच ते!- काहीच न करणे उत्तम! आपल्याला या बाबतीत वाजवीपेक्षा अधिक काही माहिती असल्याचे दाखवणेही ठीक नाही!

ते कलावतीची फाइल कॅबिनेटच्या 'पर्सनल' कप्प्यात ठेवतात.

अशा रितीने, अजून जन्माला तीन महिने आणि सात दिवस शिल्लक असलेला तो जीव, डॉक्टरांच्या जाणिवेचा एक महत्त्वाचा भाग बनून जातो.

मंत्रीमहाशयांच्या पत्नीचा जीव कधीपासून खालीवर होऊ लागलेला आहे.

कुठल्या तरी किटी पार्टीत तिच्या कानावर कुजबूज येते. अर्थात, प्रत्यक्ष विचारल्यास, कोणीच काही बोलत नाही. पण जे अर्धवट ऐकू येते, त्यानेच तिच्या छातीत धस्स होते. आणि नंतर तर काय, ती कुजबूज वाढतच जाते. पार्टीमधे बायका आपल्याकडेच पाहतात, पाहत राहतात, नंतर एकमेकींना खुणा करतात, असा भास तिला होऊ लागतो. याआधी, लोक आपल्याकडे पाहतात, याचा तिला अभिमान, नव्हे गर्वच वाटायचा. पण आता त्या पाहण्यात कुचेष्टा असल्याची भावना होते. त्रास होतो.

नंतर एका समारंभात ती कलावतीला पाहते.

पोट थोडेफार दिसू लागले आहे. पण त्याहीपेक्षा तिच्या चेहऱ्यावरचा आनंद-तिथे पौर्णिमेचे चांदणे पडल्यासारखे दिसते. तिचे ते मधेच एक हात पोटावर ठेवणे, साडी किंचित उचलून सांभाळून चालणे!

त्याच्या अस्तित्वाविषयी मंत्रीणबाईंची खात्रीच होते.

प्रश्न एवढाच उरतो, की या मुलाचा बाप कोण? ('मेलीला काही जनाची ना मनाची आहे का पाहा!... लग्न नाही, काही नाही, बरोबर पुरुष माणूससुद्धा नाही - आणि पोट घेऊन फिरतेय भवानी!')

पत्नीला माहितेय की हा प्रश्न निरर्थक आहे! किंबहुना त्याचे उत्तर आपल्याला ठाऊकेय, म्हणून तर मनाला त्रास होतोय! गेले काही दिवस तिचे कलावतीवर चांगलेच लक्ष आहे! ऑफिससाठी तिची चित्रे घेतली गेली, त्या वेळी नुसते नावच ऐकून आपल्याला संशय आला... कारण जे मंत्री लाल दिव्याच्या गाड्या, वातानुकूलित शृंगारित ऑफिस, सुरक्षा, इत्यादी गोष्टींप्रमाणेच, स्त्रिया ही आपल्याला पुरवली जाण्याचीच गोष्ट आहे (इन्क्लुडेड इन द पर्क्स) असे मानतात, त्यांच्यापैकीच एक

आपला नवरा आहे, हे तिला चांगले माहितेय; त्यामुळेच पुढे पहिल्या चित्रप्रदर्शनाच्या निमित्ताने तिची कलावतीशी गाठ पडली, तेव्हा तिचा संशय पक्का झाला. पुढे विधानसभेसाठी कलावतीची चित्रे घेतली गेली, तेव्हा तो वाढला, आणि कुठल्याशा फॅशन मॅगझिनमध्ये आणि कव्हरवर तिची आणि तिच्या चित्रांची छायाचित्रे आली, तेव्हा तर पक्की खात्रीच झाली. असे असतानाही आजवर नवऱ्याकडे तिने कलावतीविषयी एक अक्षरही काढलेले नसते. कारण जोवर आपला नवरा असल्या बायकांना घरात आणून ठेवत नाही, आणि बाहेरच्या बाहेर सगळे निभावून नेतो, तोवर आपल्याला काळजी करण्याचे कारण नाही, आणि नसता तत्त्वाचा प्रश्न करून स्वत:च्या सुखी व प्रतिष्ठासंपन्न आयुष्याला बट्टा लावायचा नाही, असे तिने पक्के ठरवलेले आहे.

पण आता मात्र भलतेच काहीतरी घडले आहे.

त्या बयेला मूल होणार आहे.

आपल्या लग्नाला अठरा वर्षे झाली. नवससायास झाले. डॉक्टरी इलाज झाले. वैद्यवैदू झाले. तरीही आपल्याला मूल झाले नाही. यापुढे ते कधीच होणार नाही, यासाठी आपण दोघांनीही मनाची तयारी केली... मग आता हे – हे कसे झाले?

त्यामुळेच एक आशा आहे.... कदाचित हे मूल आपल्या नवऱ्याचे नसेलच!

पण असलेच तर (आणि सर्वांनाच तशी शक्यता- नव्हे, खात्री वाटतेय्- त्याशिवाय का ही कुजबूज...) - तर तो केवढा मोठा अपमान!... आजवर तुम्ही माझ्या नाकावर टिच्चून पोरी नाचवत राहिलात, ते मी सहन केले... एका अक्षराने न विचारता!- पण जे मूल तुम्ही मला देऊ शकला नाहीत, ते तिला होणार, म्हणजे मात्र- जीवघेणा अपमान! तोही जगजाहीर!

आणि प्रश्न फक्त अपमानाचा नाही. या मुलाच्या बळावर उद्या तिने लग्न करायला भाग पाडले, तर माझे काय होईल? इतके दिवस स्वाभिमान गिळून सगळे रंगढंग सहन केले, ते कशासाठी?- सगळी प्रतिष्ठा कचऱ्यात जाणार, पोतेऱ्याचेच जिणे येणार नशिबी... कदाचित टीचभर पोटगीवर सगळे आयुष्य काढावे लागणार!

नाही- तत्त्व बाजूला राहिले... इथे व्यवहार तरी पाहिलाच पाहिजे!

मंत्र्याची बायको हादरून जाते.

आता लहानसहान कुरबुरीवर भागणार नाही... एकदम धाडसाचे पाऊल टाकायला हवे... आधी वकिलाचा सल्ला - मग निर्वाणीचा पवित्रा–

कुठल्याही निमित्ताने ती बया या घरात घुसता कामा नये. चार घटका करमणूक ठीक आहे... पण तिच्या हातात कसलाही अधिकार येता कामा नये.

त्यासाठी, यांनी, कुठल्याही परिस्थितीत त्या पोराला आपलं म्हणता कामा नये...

अशा रितीने, जन्माला अजून तीन महिने बाकी असतानाच, तो एका बाईच्या, घरातल्या आणि समाजातल्या स्थानाला सुरूंग लावू पाहतो... आणि जन्माला तीन

महिने बाकी असतांनाच त्याचा, आपल्या बापावरचा अधिकार काढून घेतला जाऊ पाहतो...

नवीनच बांधलेल्या हॉटेल ब्लू हेवनच्या सातव्या, संपूर्ण मजला व्यापणाऱ्या फिरत्या स्वीटमध्ये तो आईबरोबर आरामात जातो.

त्याचा बाप तिथे आधीच येऊन अस्वस्थपणे थांबलेला. जयपूर पद्धतीच्या नक्षीदार कमानी खिडक्यांतून दिसणारे सारे शहर, मंत्रीमहाशयांच्या भोवती सावकाश फिरतेय. मात्र त्यांच्या डोक्यातल्या विचारचक्राची गती त्यापेक्षा कितीतरी अधिक आहे.

ती येऊन उभी राहते. अलीकडे ही अधिक उजळ, अधिक तेजस्वी दिसायला लागलीये. नवा 'फेशिअल' वाला गाठला की काय हिने? की पोटातल्या पोरामुळे- तो विचारदेखील नकोसा वाटतो!

नेहमीप्रमाणे आज ते तिला ती दिसताक्षणी जवळ घेत नाहीत. लांबच उभे राहतात. ती अपेक्षेने ताटकळत तशीच उभी. मग तिच्या लक्षात येते की, कदाचित आज नेहमीची अपेक्षा करणे चुकीचे असेल. ती शांतपणे पाहत उभी राहते. त्यांच्या पाठीमागून समुद्र अगदी मंदगतीने सरकतोय.

मग ती विचारते- मला बोलावलं?

ते म्हणतात- हो... बऱ्याच दिवसात आली नाहीस भेटायला –?

सहज!- ती उजव्या गालाला खळी पाडते.

बोलावे, की न बोलावे?... काय निघेल त्या बोलण्यातून? तिला धाडस होत नाही. एवढ्यात तो आतून लहानशी लाथ मारतो. किंचित वेदनेने ती अर्धपट वाकते. बोलायचे असते, ते न बोलताच आपोआप उघड होते.

कितवा महिना आहे?- मंत्री विचारतात.

सातवा.

आणि इतके दिवस माझ्याकडे बोलली नाहीस?

– मला वाटलं, लक्षात येईल!

खोटं बोलू नकोस. तू मुद्दामच बोलली नाहीस. तुला वाटलं, मी पाडायला सांगेन... म्हणून लांबलांब राहात होतीस!

त्यानं काय होतंय?... तुमची माणसं आहेतच की सगळ्याभर पेरलेली. त्यांच्याकडून काय कळलं नसेल?- परवा तर तुमच्या मिसेस भेटल्या होत्या फिल्म फेस्टिव्हलला. निरखून बघत होत्या पोटाकडे... त्या बोलल्याच असतील!

ते वळतात. संथपणे सरकणाऱ्या गगनचुंबी इमारतींकडे पाहत राहतात. मग पडल्या आवाजात म्हणतात – नाही. ती नाही बोलली!... पण बोलेल आज ना उद्या. विचार करीत असेल, मला जास्तीत जास्त कचाट्यात कसं पकडता येईल,

याचा!... तो पुरा झाला, की बोलेल. राहायची नाही बोलल्याशिवाय! मूल पाडायला सुद्धा सांगेल!

त्या कोण सांगणाऱ्या? मूल माझं आहे... असे ती मनातल्या मनात म्हणते. बाहेर एवढेच म्हणते – आता कसं येईल पाडता? सातवा चालू आहे!... वाढही चांगली आहे त्याची. डॉक्टरच म्हणाले. आता पाडायचं म्हणजे तो खूनच होईल!

तो आतल्या आत एकदम शहारतो. उबदार काळोखात एकदम थंड थंड होते. पण क्षणभरच!

मंत्री शांत राहण्याचा प्रयत्न करीत विचारतात- मग? तुझा विचार काय आहे?

मी मुलाला जन्म देणारेय... आणि त्याला तुमचंच नाव लावणारेय.

मंत्री दचकतात. ती काय म्हणेल, याची कल्पना असूनसुद्धा. गारुड्याच्या पेटाऱ्यात दुसरे काय असणार? तरीही झाकण काढताच नागाने फणा काढल्यावर दचकायला होतेच ना?... ते शांत राहण्याचा प्रयत्न करीत म्हणतात- तसं नको. कॉम्प्लिकेशन्स होतील.

पण मग कुणाचं नाव लावणार? पुढे त्यानं विचारलं, तर सत्य सांगावंच लागणार ना?

मंत्र्यांना, तिचा स्वर बदलल्यासारखा वाटतो. पूर्वीचा तिच्या स्वरातला आज्ञाधारकपणा, काही प्रमाणातली लाचारी – ती आता अचानक कुठे गेली? 'यस सर', 'नक्की सर', 'तुम्ही म्हणाल तसं सर', 'सांगाल तिथं सर', हे म्हणणाऱ्या आवाजातल्या अंकिततेचा अंशही या सत्याग्रही आवाजात नाहीये...

तुला कल्पना आहे, हे जाहीर झालं तर आमचं काय होईल, त्याची?

काही होणार नाही. आपले संबंध तर लोकांना माहीतच आहेत. शिवाय दोन बायका असणारे कलावंत, राजकारणी, उद्योगपती खूप आहेत... हल्ली कुणाला त्याचं काही वाटत नाही!

बाप रे! आपल्याला सामाजिक प्रतिष्ठेचे धडे देण्याइतकी पुढे गेली ही? कधीपासून? हिच्या पोटात हे रानटी रोप वाढायला लागल्यापासून-?

तो पडल्या पडल्या दचकतो. त्याची मजेची झोप विस्कटते.

तिच्या पोटात कळ मारते. पोट धरून ती सोफ्यावर बसते. आत्ताच आत्मविश्वासाने बोलणारी ती, एकदम असहाय वाटू लागते.

त्याला हे आवडत नाही. अगदी आवडत नाही. तो पाय मारतो, ती कळवळते.

मंत्र्यांना एकदम तिची दया येते. ते म्हणतात, हे बघ – आपण यातून समंजसपणे काहीतरी मार्ग काढू. पण तू इतक्यात माझं नाव नको घेऊस.

मी लग्नच करा असं नाही म्हणत. ती प्रयासाने बोलते. त्याशिवायच एकत्र राहता येईल आपल्याला. फार वेळ मला द्या, असाही आग्रह नाही. जमेल तेव्हा येत

जा. पण लोकांना हे कळायलाच पाहिजे, की मी तुमची कोणीतरी लागते.

बघू बघू. विचार करू. पण बाहेर कुठं काही बोलू नकोस. आपण भेटतो, हेही सांगू नकोस – आणि आता जा. गाडी आणलीयेस?... नाहीतर टॅक्सीनं जा.

ती निघते. मंत्री तिला दारापर्यंत सोडायलाही जात नाहीत. खिडकीतून, आता पुन्हा समोर आलेला, सरकता समुद्र पाहू लागतात...

हॉटेलबाहेर पडताना तिच्या चेहऱ्यावरची असहायता जाऊन तिथे विजयी स्मित आलेले असते. जे पाहिजे आहे, ते तिने सांगून टाकलेले असते. बाकीचे त्याबरोबर आपोआपच येणारे असते. लग्न नको, पण नाव हवे... मान्यता हवी. तिच्याबरोबर येणारा मान हवा... मुलाला सर्व संधी मिळायला हव्यात... पुढेमागे तोही राजकारणात यायला हवा– तुमचा वारस ठरायला हवा.... तुमच्यापेक्षा मोठा व्हायला हवा- मुख्य मंत्रीच व्हायला हवा. किंवा एकदम पंतप्रधानच....

यासाठीच तिने मुलाला सातव्या महिन्यापर्यंत पोटांत वाढू दिले आहे. आता तिला गर्भपात करायला कोणी सांगू शकणार नाही! झक्कत त्यांना त्याला स्वीकारावेच लागेल!

किती गडबडून गेला म्हातारा! नाव सांगू नकोस... नाव सांगू नकोस, अशी मनधरणी करीत होता पुन्हा पुन्हा!... पण न सांगून कसे चालेल? ही सगळी योजना त्यासाठीच तर होती!... नाहीतर मी नसती का त्याच वेळी काळजी घेतली? पण पहिल्यापासूनच मला मिळवायचे होते ते, चार प्रदर्शने, चित्रांचा सेल आणि चित्रकर्ती म्हणून नाव, यांच्यापेक्षा बरेच अधिक होते!

... आताचा काही दिवस ते काय हालचाल करतात ते बघायचे, नाहीतर चक्क पत्रकार परिषदच घेऊन टाकायची! – मग बसा बोंबलत!

ज्याच्या जन्माला आता दोन महिने आणि दोन आठवडे राहिलेयत, त्याची आई त्याच्या जन्माचा जास्तीत जास्त फायदा कसा उठवता येईल, याच्या विचारात गढून जाते.

मंत्रीमहाशय रात्री उशीराच घरी येतात. फ्रेश होऊन कपडे बदलून 'डेन'मध्ये बसतात. त्यांची पत्नी त्यांना स्कॉचचा पेग बनवून देते. रोज ही ड्यूटी जॉनची असते.

जॉन कुठाय?

– आज जरा लौकर गेला. पत्नी मृदुपणे सांगते, आणि तिथेच बसून राहते.

रागावणार नसलात तर थोडं बोलायचं होतं.

बोला. (ओ गॉड! ही नक्की तिच्याविषयी – पण बोलू दे. होऊन जाऊ दे एकदा काय व्हायचं ते!)

तिला दिवस आहेत असं कळलं. तुमच्यापासून, असं लोक म्हणतात.

लोक वाटेल ते म्हणतील. माझ्यापासून कसे जातील दिवस?– तसं असतं तर आपल्याला नसतं झालं मूल?

आपलं जाऊ दे. आपल्या नाही नशिबात. पण आपण संसार केला. चांगला केला – तो या बयेपायी नको मोडायला!

संसार कोण मोडतंय्? – ते तिरसटपणे विचारतात.

सांभाळ!- ती मनाशी म्हणते- त्यांना चिडू देऊ नकोस. पुरुषांची सवय असते- त्रागा करून मूळ विषयाला बगल द्यायची! पळवाट असते ही!

नाही... मला वेगळं म्हणायचंय. ती प्रयत्नपूर्वक लावलेल्या नम्र स्वरात म्हणते. मला म्हणायचंय, की ती मुलाच्या निमित्तानं लग्नाचा आग्रह धरील...

नाही धरणार. मी बोललोय तिच्याशी.

आज नाही धरणार! –पुढं धरेल. मुलाला पुढं करून हीच चिकटेल गोचिडीसारखी. प्रॉपर्टीतही वाटा मागेल... कुठपर्यंत जाईल हे, सांगता नाही येणार!

बरं बरं. तू उगाच घाबरून जाऊ नकोस.

मी कशाला घाबरू?– दुसरा पेग भरत ती म्हणते. तुम्ही आहात ना एवढे पाठीशी? पण एवढंच, की कुणी तुमच्या भोळेपणाचा फायदा घेऊन तुम्हाला राजकारणातून उठवायला बघेल तर-

राजकारणातून कसं उठवता येईल? – ते एकदम हादरतात. पहिल्या पेगची सगळी नशा उतरते- संबंध काय या गोष्टींचा राजकारणाशी?

ते तुम्हालाच माझ्यापेक्षा जास्त चांगलं कळतं. त्यांच्या मांडीवर कोपर ठेवीत पत्नी म्हणते... पण एवढं ऐकलंय, की ती पोरगी पार पोहोचलेली आहे. तुमच्या विरोधकांनीच पाठवली असणार... उगाच कोणाचंही मूल तुमचं म्हणून गळ्यात टाकायला!... तुमचं मूल मलाच नसतं का झालं? हे दुसऱ्याच कुणाचं तरी –

मंत्रीमहाशय विचारात पडतात. त्यांना एकदम स्वत:ची खात्रीच वाटेनाशी होते.

ज्याचा जन्म अजून व्हायचाय, त्याचे पितृत्वच अशा रितीने वांद्यात सापडते.

पक्षाध्यक्षांबरोबरची, पक्षा... मंत्री...ची ही भेट मंत्रीमहाशयांची अत्यंत गुप्त असल्यामुळे ती, एरवीच्या कुठल्याही भेटीच्या जागी न ठेवता स्वामींच्या आश्रमात ठेवलेली आहे.

स्वामींचा एक शिष्य टेबलवर स्कॉचचे दोन ग्लासेस व चकण्याच्या बशा ठेवून निघून जातो, आणि मंद परावर्तित प्रकाशात मीटिंग सुरू होते.

काल मुख्यमंत्री भेटले आम्हाला. पक्षाध्यक्ष भारदस्तपणाने म्हणतात... तुमच्या

या, या नवीन प्रकरणाच्या संबंधात.

मंत्र्यांच्या कानाच्या पाळ्या गरम होतात. ओठाशी गेलेला ग्लास तसाच हातात राहतो. -सीएम?... सीएमपर्यंत पोहोचलंय हे?

अर्थातच. मांजर डोळे मिटून दूध पितंऽ... पक्षाध्यक्ष 'ह ह' करून हसतात.

पण ते मला काहीच बोलले नाहीत. मंत्री म्हणतात.

त्यांनी यात पडायचं नाही असं ठरवलंय. आम्हाला म्हणाले, तुम्हीच सांगा त्यांना काय ते. सोनारानं कान टोचले म्हणजेऽऽऽ... पुन्हा पक्षाध्यक्ष हसतात.

मंत्र्यांना काय बोलावे तेच समजत नाही. जणू पक्षाध्यक्षांनी आपल्याला आधीच सुनावले आहे, अशा रितीने ते गप्प बसून राहतात.

पक्षाध्यक्ष यानंतर खूप वेळ बोलतात. मधेच त्यांचा ग्लास रिकामा होतो. स्वामींचा शिष्य तो पुन्हा भरून देऊन जातो. मंत्र्यांचा ग्लास जसाच्या तसा हातात राहतो. ते बोलतही नाहीत. पक्षाध्यक्षांना थांबवतही नाहीत. नुसते ऐकत राहतात. पक्षाध्यक्ष पुन्हा पुन्हा तेच सांगत राहतात. नवीन नवीन जुन्या म्हणी वापरून, विनोद करीत, कधी ह ह करून हसत, तर कधी अत्यंत गंभीरपणे तत्त्वचिंतनात्मक काही सांगितल्यासारखे. पण त्या साऱ्याचा सारांश एवढाच असतो, की हे प्रकरण मंत्र्यांना महाग पडणार आहे. बायकांचा वापर सर्रास सगळेच करतात. पण कोणी एखाद्या बाईला स्वत:ला वापरू देण्याचा गाढवपणा करीत नाही. या बाईचे पोट वाढले म्हणजे ती त्याचे राजकारण करणार. किंबहुना तसे राजकारण करण्यासाठीच तिने ते वाढू दिले. पण मंत्र्यांना थोडी अक्कल हवी होती. त्यांनी काळजी घ्यायला हवी होती. दिवस खराब आहेत. एड्‌सचाही धोका आहेच. अशा परिस्थितीत गाफील राहून कसे चालेल?... आता विरोधी पक्षांचे फावणार. ते पत्रकारांना हाताशी धरून या प्रकरणाचा बोभाटा करणार. सारे शासन अनैतिक आहे, त्याने पायउतार व्हावे, अशी कोल्हेकुई ती सडलेली गिधाडे करणार!... तेव्हा यावर पर्याय एकच!... त्या पोरीचे तोंड बंद करायचे. नाही, पैसे देऊन नाही. त्याहून अधिक पैसे तिला तोंड उघडण्यासाठी दिले जातील. तिला नाहीसेच करायचे. पोटातल्या त्या बाळासकट. आणि तेही उद्याच्या उद्या. कारण परवा संध्याकाळी तिने चित्रप्रदर्शनाचे निमित्त करून प्रेस कॉन्फरन्स ठेवली आहे, जिथे ती नक्की तुमचे नाव जाहीर करणार...

मथितार्थ लक्षात घेऊन मंत्री न बोलताच, दारूचा थेंबही न पिताच निघून जातात. पक्षाध्यक्ष थोडा वेळ पीत बसतात. नंतर आल्यासारखे स्वामींशी थोडी तत्त्वचिंतनात्मक चर्चा करतात.

जन्माला येण्याआधीच त्याच्या अस्तित्वाच्या बिंदूभोवती राजकारण खेळले जाऊ लागते.

संध्याकाळचा सुमार. कलावती नुसतीच पाठीशी भरपूर उशा घेऊन रेलून बसलेली. आताशा तिला जास्त वेळ चित्र रंगवणे शक्य होत नाही. पोटाचेच टेबल करून ती एका पॅडवर स्केचिंग करीत बसली आहे.

दाराची बेल वाजते. कामवाली नुकतीच घरी गेली. घरात कोणीही नाही. ती स्वतःच हळूहळू उठते, पायात सपाता चढवते, आणि पाय घसपटत सावकाश दाराशी जाते. विचारते - कोण आहे?

बाहेरून आवाज येतो – कुरियर!

ती दाराला साखळी लावते. मग दार अर्धवट उघडून पाहते. एकजण हातात टपाल घेऊन उभा असतो.

ती दार उघडते. टपालवाला हातातले टपाल टाकून तिला ढकलतो. ती खाली पडते. तो, ढगळ जर्किनच्या आतल्या खिशातून पिस्तुल काढतो, आणि धाडधाड दोन बार करतो. एक डोक्यात, दुसरा छातीत... तिसरा पोटात करण्याचा त्याला हुकूम असतो, पण कुठून तरी काहीतरी त्याच्या मनात येते, आणि तो पोटात पिस्तुल झाडण्याचा बेत रहित करतो. टपाल उचलतो, दार धाडकन लोटून घेतो, आणि इकडेतिकडे वॉच ठेवत जिन्याशी थांबलेल्या सोबत्याबरोबर जिन्यावरून उतरून जातो.

कलावतीची किंकाळी पहिल्या बारबरोबर बाहेर फुटताफुटताच दुसऱ्या बारबरोबर बाहेर थांबलेली. डोक्यातून, छातीतून रक्त भळाभळा सांडू लागलेले.

तो आतल्या आत खडबडून जागा होतो. घाबरून जातो. अंगाचे मुटकुळे सगळे एकदम हलते. अचानक असा धक्का कसा बसला?

हळूहळू सारे कोंडत जाऊ लागते. हे काय होते आहे?... श्वास घेणेसुद्धा मुष्किल का पडतेय?... काय? चाललेय तरी काय?

उद्याच्या पत्रकार परिषदेचे तपशील पक्के करण्यासाठी कलावतीच्या मैत्रीतला एक पत्रकार, वर्तमानपत्राच्या ऑफिसमधून तिला फोन करतो. बेल नुसती वाजत राहते. बराच वेळ. कलावती बहुधा बाहेर गेली असावी, या कल्पनेने तो मोबाईलवर फोन करतो. तोही वाजत राहतो. पत्रकाराला थोडे नवल वाटते.

आणखी चार वेळा तरी तो दोन्ही फोन्स आलटूनपालटून लावतो. पण कोणीही उचलत नाही. कलावती घरात नसावी, आणि बाहेर जाताना बरोबर मोबाईल न्यायला विसरली असावी, अशी त्याची खात्री होते.

कलावतीच्या वरच्या बिऱ्हाडात राहणारा एकजण लिफ्टने जाण्याचा कंटाळा करून जिन्याने जातो. तिच्या फ्लॅटवरून. थोड्या वेळाने वरचे दोघे तिथूनच खाली जायला निघतात. कलावतीच्या फ्लॅटच्या बाहेर काहीतरी काळे द्रव त्यांना दिसते.

ते, ते समंजसपणे ओलांडून जातात.

ग्रोसरीच्या दुकानात कलावतीने सांगून ठेवलेले सामान घेऊन छोकरा येतो. बेल वाजवतो. पुन्हा पुन्हा वाजवतो. कोणी दार उघडत नाही. शेवटी तो सामानाची पिशवी दाराला लावून निघणार, इतक्यात कसल्यातरी चिकट द्रवात आपला पाय भरल्याचे त्याच्या लक्षात येते. एक शिवी पुटपुटत तो बाजूला होतो. लांबवर पॅसेजमध्ये लावलेल्या पिवळट बल्बच्या उजेडात त्याला एक काळा रुंद ओघळ दाराच्या फटीतून बाहेर आलेला दिसतो. तो खाली बसतो, आणि हळूच बोट लावून बघतो. बोट नाकाजवळ आणतो. ते लाल रक्त असते. त्याचा पाय त्यातच भरलेला असतो. खून बह रहा है- खून बह रहा है, असे ओरडत तो धावत खाली जातो.

हळूहळू माणसे जमू लागतात. कोणीतरी पोलिसला फोन करते.

कलावतीचा पत्रकार मित्र घरी परत जाताना एकदा चान्स घ्यावा म्हणून कलावतीच्या घरी येतो, तर तिथे हंगामा चाललेला दिसतो. दार फोडलेले, लोकांची गर्दी, ती हटवण्याचा प्रयत्न करणारे पोलिस... पोलिस फोटोग्राफर्स... आणि अजूनही न हलवलेला कलावतीचा देह...

तो पोलिस इन्स्पेक्टरला बाजूला घेतो. आपले आय-कार्ड दाखवतो. एकूण प्रकाराची पोलिसांना असते तेवढी माहिती पत्रकार या नात्याने घेतो. वर आपल्याला तिच्याविषयी असलेल्या माहितीपैकी थोडीफार त्यांना देतो. अंत्यसंस्कारासाठी तिचा देह माझ्या स्वाधीन करता येईल का, असे विचारतो.

इन्स्पेक्टर म्हणतात, खुनाची केस आहे. आधी पोस्ट मॉर्टेम करावा लागेल...

पत्रकार म्हणतो, राइट!... फक्त एकच करा इन्स्पेक्टरसाहेब, तिच्या पोटात सात महिन्यांचा गर्भ आहे... तो बाहेर काढाल, तेव्हा त्याचं, डीएनए टेस्टसाठी ब्लड सँपल काढून ठेवा...

इन्स्पेक्टरचे डोळे विस्फारतात. डीएनए? –कशासाठी? त्याचा बाप माहिती नाहीये? पत्रकार म्हणतो, हे बघा, ते सगळं जरा वांद्याचं आहे... पण सांगतो तसं करा. – नंतर लोक विचारतील, पोस्ट मॉर्टेम केली, तेव्हा डीएनए का नाही केली? मग तुम्हाला महाग पडेल.

ठीक आहे. मी घेतो डीएनए सँपल. पण कोणा बरोबर टॅली करायचंय?

पत्रकार नाव सांगतो. इन्स्पेक्टर जागच्या जागी उडतो.

ते तयार होतील डीएनए टेस्टला?

आम्ही पत्रकार भाग पाडू त्यांना. तुम्ही सांगतो, तेवढं करा.

सारे काही विचित्रच झालेले! तो मंद अंधार, तो उबदार आसमंत, ते सगळे एकाएकी गेले कुठे? एकदम हा फटफटीत प्रकाश – कोलाहल – भणभणते

वारे– इतक्या वेळचे मजेत झोपणे तर दूर राहिले... आता संवेदनाच संपली... ते कणाकणाने वाढणे... मधेच संपून गेले...

याला मृत्यू म्हणावा का? पण ज्याचा जन्मच झालेला नाही, त्याला मृत्यू कसा येईल? मग आता जे होते, त्याचे काय झाले म्हणावे? जे आहे त्याला काय नाव द्यावे? एक गुलाबी गोळा, हात, पाय, नाक, बंद डोळे, सारे काही असलेला – फक्त प्राण सोडून...

त्याचे अस्तित्व अजून चालूच आहे; कारण त्यामागचा हेतू अजून ठरायचा आहे... त्याचा बाप कोण, हे जगाला कळायचे आहे... ते कळण्यावर त्या बापाचे, आणि त्या बापावर अवलंबून असलेल्या अनेकांचे भविष्य ठरायचे आहे... तीन महिन्यांनी नव्हे, तर आता कधीच जन्म नसलेल्या, आणि जन्म नाही म्हणून मृत्यू नसलेल्या त्या मुटकुळ्याचे काम, आता गर्भाच्या काळोखात नव्हे, तर दिवसाच्या उजेडात चालूच राहिले आहे... सारे अपूर्ण, अर्थहीन झाले आहे. परंतु लोक त्यातून अर्थ लावत आहेत... मोठ्या राजकीय उलाढाली होतील, असे अर्थ...

कसलाही लवाजमा न घेता मंत्रीमहाशय एकटेच गाडी चालवत पक्षाध्यक्षांच्या घरी जातात.

कुणीतरी त्यांना आत नेते. पक्षाध्यक्ष काळोखात बसल्येत. फक्त कुठंतरी एक दिवा जळतोय, त्याचा प्रखर झोत त्यांच्यावर एका बाजूने पडलाय. हातात ग्लास आहेच. पाठीमागे मंद रागदारीचे सूर तरळताहेत...

मंत्री चोरासारखे दाराच्या बाजूला उभे राहतात.

या – बसा.

मंत्री समोर जाऊन बसतात. काळोखात बुडून जातात.

लोक म्हणतात, डीएनए टेस्टला तयार व्हा – तुम्ही त्या गर्भाचे पिता नाही, असं सिद्ध करा!

मग करा. पक्षाध्यक्ष हसतात. होऊन जाऊ दे. हा सूर्य हा जयद्रथ –

नाही. मीच पिता आहे, असं सिद्ध होईल. मग काय करायचं?

राजिनामा द्यायचा. मंत्रीपदाचा.

तेवढ्यानं भागेल?– आरोप नाही येणार खुनाचा?

येईल. पण सिद्ध नाही होणार.

का?

मंत्री आहात. केस चालेल, तेव्हाही माजी का होईना, पण मंत्री असाल. आपल्या देशात मंत्र्यानं राजीनामा दिला, की जनता खूष! त्याला त्याच्या गुन्ह्याची शिक्षा कधीच नाही होत. –पक्षाध्यक्ष क्षणभर थांबतात. मग योग्य म्हण न आठवल्यामुळे नुसतेच ह ह करून हसतात.

आपण म्हणाला होता, तिला नाहीशी करा. सगळे प्रश्न सुटतील. तुम्ही वाचाल – सरकार वाचेल!

म्हणालो होतो!

त्याप्रमाणे केलं. पण प्रश्न सुटले नाहीत. उलट गुंतागुंतीचे झाले!

आम्हाला काय माहीत की ते हरामखोर पत्रकार तुमचं पितृत्व सिद्ध करण्याच्या मागे लागतील, असं?.... ही तुमची डीएनए फीएनए फ्याडं आमच्या वेळी नव्हती. हल्ली आलीयेत परदेशाहून. आमच्या ती कशी लक्षात येणार? आमचं ऐका. जनता म्हणते तेवढं करा. थोडक्यावर भागेल. जनता रक्तपिपासू असते. तिला चार थेंबांची आहुती देऊन शांत करायचं. ते नाकारलंत, तर तुमच्यावर तुटून पडून तुमचं रक्त प्याल्याशिवाय राहणार नाही साली!

सारे शांत होते.

मंत्री डीएनए टेस्टला तयार होतात. त्यांचे पितृत्व सिद्ध होते.

खुनाचा संशय राहतो, पण प्रत्यक्ष आरोप होत नाही. तरीही मंत्री राजीनामा देतात. नैतिक जबाबदारी स्वीकारून.

त्यामुळे विरोधी पक्षाच्या आरोपातली हवा निघून जाते.

सरकार पडत नाही. पक्षाध्यक्षांची काळजी मिटते.

मंत्र्यांच्या पत्नीची कटकट थांबते. पण ती दुःखी, हिरमुसली होते. मंत्रिपद तर गेलेच, शिवाय मंत्र्यांचे पितृत्व सिद्ध झाल्यामुळे तिच्यातला दोष अधोरेखित झाला, हे तिच्या जिव्हारी लागते. त्यातल्या त्यात समाधानाची गोष्ट एवढीच, की तिचा पाणउतारा करणारी कलावती या जगात नसते. अर्थात किटी पार्टीतल्या इतर बायकांनाही तोंड दाखवणे तेवढेसे सोपे नसते.

मंत्री यावरही तोडगा काढतात. ते तिला खरेदी आणि विश्रांती अशा दुहेरी कामासाठी हाँगकाँगला पाठवून देतात.

सगळ्या जबाबदाऱ्यांमधून सुटका झाल्यामुळे मंत्र्यांना शांत झोप लागते.

आणि अचानक – एका मध्यरात्री...

मंत्र्यांना जाग येते. छातीवर थोडेसे दडपण आल्यामुळे.

मऊ, लिबलिबीत असा काहीएक आकार त्यांच्या छातीवर पसरलाय. त्याचेच वजन त्यांना जाणवतेय.

मंत्री दचकत नाहीत. घाबरत नाहीत. दिवा लावत नाहीत. कदाचित्, दिव्याच्या उजेडाला बिचकून तो नाहीसा होईल, म्हणून!

हात असावेत अशा दोन चिमुकल्या विळविळीत कांड्या त्यांच्या गळ्यात पडतात.

आणि त्याच क्षणी त्यांना एकदम काहीतरी सुचते.

हे – हे आपल्याला यापूर्वी कधीच कसे सुचले नाही?

हा – हा आपला मुलगा होता! आपला स्वत:चा!

तिने आपल्याशी डाव खेळला असेल, विरोधी पक्षांनी त्याचे भांडवल केले असेल, पत्रकारांनी राळ उडवली असेल, आपल्याला मंत्रिपद गमवावे लागले असेल... पण हे सगळे ज्याच्यापायी झाले, तो नुसता गर्भाचा गोळा नव्हता. तो आपला – आपल्या रक्ताचा मुलगा होता!

ते सगळे त्याला केवळ एक गर्भ समजले असतील – पण आपण – आपणही तेच केले?

अठरा वर्षांनंतर आपण बाप होणार होतो! प्रथमच. एकेकाळी ज्यासाठी आपण आसुसलो होतो, ते आपल्याला अचानक – न मागता मिळाले होते. मुलगा आहे... त्याची वाढ नॉर्मल आहे – तिने सांगितले होते. तेच, डॉक्टरकडूनही कळले होते. पण आपण त्या मुलाला शत्रू मानले. तो नष्ट होऊ शकत नाही असे कळले, तेव्हा त्याच्या आईसकट त्याला – राजकारणाच्या गरगरत्या चक्रात कातरून टाकले...

असे कसे केले आपण? तेव्हा काहीच कसे आपल्या लक्षात आले नाही? डोळ्यांवर मंत्रिपदाची पट्टी होती म्हणून –? डोक्यात राजकारणाची नशा होती, म्हणून?

इतक्या वर्षांनी तो आला- त्याला आपण जाऊ द्यायला नको होते...

छातीवर पसरलेल्या त्या मऊ लिबलिबीत आकारावर दोन्ही हात टाकून ते त्याला अतीव प्रेमाने मिठीत घेतात...

जे कधीच लाभले नव्हते, ते एकाएकी मिळाल्याच्या आनंदात!

पण हळूहळू तो भास विरत जातो. आपले हात रिकामेच आहेत असे मंत्र्यांच्या ध्यानात येते.

परत कधीच जन्माला येऊ न शकणाऱ्या त्या जीवासाठी त्यांचे मन त्या काळोखात आक्रोश करीत राहते...

◆

दरवाजांच्या उंच कमानी, उंच छताला टांगलेली एकच हंडी. खोलीत उजेड पुरेसा येत नसल्यामुळे, ती दिवसादेखील जळत ठेवलेली. भिंतीवर, पुस्तकांनी खच्चून भरलेली अंगचीच कपाटे.

हे, मॅक्‌आर्थर पब्लिकेशन्स या आंतरराष्ट्रीय प्रकाशनाच्या मुंबई विभागाचे सर्वेसर्वा डॉ. हरिहर यांचे ऑफिस.

ठेंगणे, सावळे, दयाळू चेहऱ्याचे डॉ. हरिहर पुस्तके-फाइल्स यांच्या पसाऱ्यात नाहीश्या झालेल्या मूळच्या ऐसपैस टेबलाशी, फिरत्या खुर्चीत बसलेले. त्यांच्या समोरच्या वजनदार खुर्चीवर जयमाला ऊर्फ जय.

जय सावळी आहे. पण नाकडोळे रेखीव, आणि चेहरा बुद्धिमान. अंगावर सुती, उंची साडी, केस पुरुषांप्रमाणे न कापता सैल अंबाड्यात बांधलेले. अजून तिशी गाठली नसूनही साधेपणामुळे प्रौढत्व आलेले.

समाजशास्त्रामध्ये मास्टर केलेली जय डॉ. हरिहरांच्या विनंतीवरून मॅक्‌आर्थर प्रकाशनासाठी, भारतीयांच्या अंधश्रद्धांवर एक पुस्तक लिहितेय: पॉप्युलर बिलीफ्स इन् इंडिया. बरेचसे काम झाले आहे, आता थोडेच शिल्लक राहिले आहे. आतापर्यंत जेवढे लिहून झाले आहे, तेवढे डॉ. हरिहर आपल्या, लंडनमधल्या गोऱ्या बॉसकडे

शनचरी

पाठवत आलेयत. त्याला ते अतिशय आवडलेले आहे, आणि हे पुस्तक परिपूर्ण होण्यासाठी कितीही खर्च झाला तरी चालेल, असे त्याने डॉ. हरिहरला कळवले आहे.

"अजब आहे तुझं संशोधन!" डॉ. हरिहर बसक्या आवाजात म्हणतात. "मला नव्हतं वाटलं आजच्या काळात आपल्यावर चेटूक, जारणमारण असल्या गोष्टींचा इतका प्रभाव असेल!"

"माझ्या वाचनात आलंय सर, की मध्यप्रदेशात पन्नास वर्षांपूर्वी एक चेटकी होऊन गेली, शनचरी म्हणून. ती तर अजून जिवंत आहे, असंच तिथले लोक समजतात."

"शनचरी?"

अचानक जयचा मोबाईल वाजू लागतो. ती किंचित ओशाळवाणी होते. "एक्स्क्यूज मी, सर!" ती डॉ. हरिहरना म्हणते.

"हाय डार्लिंग!" फोनवर आवाज येतो. "मला एक लाख रुपयांची गरज आहे तातडीची!"

"गो टू हेल रवी! नेहमी नेहमी तुझ्या अड्डेवाल्यांना द्यायला माझ्याकडे पैसे नाहीत!"

"मग एकदाच दहा लाख देऊन टाक नि मोकळी हो!"

"रवी-मी इथं मीटिंगमध्ये आहे. मला भलतंसलतं बोलायला लावू नकोस."

"मग नंतर फोन करू?"

"नको. मी पैसे देणार नाही!"

"प्लीज- निदान पन्नास हजारांची तरी व्यवस्था कर... तुला माहीत नाही- यावेळी खरंच माझा जीव धोक्यात आहे. नो किडिंग- मी जर पैसे दिले नाहीत, तर माझी मान कापून ठेवणारेयत ते... बघ ना... निदान तीस दे-वीस बघीन मी कोणाकडून तरी..."

"मी एक पैसा देणार नाही, अँड दॅट्स फायनल!"

"मी नंतर येतो संध्याकाळी- आपण बोलू..."

"रवी प्लीज-"

"आय लव्ह यू डार्लिंग!"

जय फोन बंद करते आणि एक सुस्कारा सोडते. आकाशाकडे पाहून मान हलवते. तिचे खाजगी संभाषण आपण ऐकलेच नाही, असे दाखवण्याचा प्रयत्न डॉ. हरिहर करतात. तिला म्हणतात –"त्या शनचरीविषयी बोलत होतो आपण!"

"अं?-हं!"

जयला भानावर यायला किंचित वेळ लागतो, "मी त्या गौना गावी प्रत्यक्ष जाऊन तिची माहिती गोळा करण्याचा प्रयत्न करणारेय. पन्नास वर्षांनंतर अजूनही तिचं नाव घेतलं जातं- कां? कसं काय?- मला कुतूहल आहे!"

"गो अहेड! लगेच जा!- तुझी प्लेन फेअर सँक्शन झालीच आहे, असं समज."

"थँक्स सर." आणि एकदम जयला रडूच फुटते. ती टेबलाला डोके टेकून तोंडावर हात ठेवते.

ती अशी अचानक रडू लागलेली पाहून डॉ. हरिहर गोंधळतात."रिलॅक्स-टेक इट इझी प्लीज-" असे काहीसे तोंडातल्या तोंडात पुटपुटतात...

जय लवकरच सावरते. पर्समधून रुमाल काढून चेहरा टिपल्यासारखे करते.

डॉ. हरिहर कपाटातून एक स्वच्छ ग्लास बाहेर काढतात आणि त्यात जवळच्या स्टँडवर ठेवलेल्या बाटलीतले पाणी ओततात. तो ग्लास तिच्यासमोर धरतात.

ती घोट दोन घोट पाणी पिते. मग म्हणते-"सर – आय ओ यू ॲन ॲपॉलॉजी अँड ॲन एक्स्प्लनेशन!"

"नाही... त्याची काही गरज नाही..."

"कधी ना कधी हे तुम्हाला सांगणारच होते मी! दुसरं आहे कोण मला?... तुम्हीच मला वडिलांच्या जागी आहात..."

"आय नो..." काय म्हणावे हे डॉ. हरिहरना सुचत नाही.

"आता झालेलं माझं फोनवरचं संभाषण.... तुम्ही ते ऐकू नये, असं वाटलं असतं, तर मी फोन बंदच करून टाकला असता..."

"तशी थोडी कल्पना आहे मला." पुढे वाकून, स्वर अधिकच खाली आणत खाजगी आवाजात डॉ. हरिहर म्हणतात-"तुझा नवरा होता ना फोनवर?"

"हो सर. एक नंबरचा नालायक आहे तो. पपा माझ्यासाठी मोठी इस्टेट ठेवून गेलेत-"

"मोठे नावाजलेले डॉक्टर होते ते. मालप्रॅक्टिस न करताही गडगंज पैसा मिळवला त्यांनी आपल्या ज्ञानावर...."

"रवीला त्यांच्याविषयी कणभरही आदर नाही. त्याला फक्त त्यांचा पैसा दिसतो. पण तो अनेक ठिकाणी गुंतवलेला आहे. वाटेल तेव्हा माझ्या हातात कॅश कुठून असणार? मग हा सल्ले देत राहतो. इथली प्रॉपर्टी वीक- तिथले शेअर्स वीक..."

"स्वत: काय करतो तो?"

"सिरिअल्स, फिल्म स्क्रिप्टस असं काहीकाही लिहितो. डिरेक्ट करतो. मनात आणलं तर तो चांगला रायटर-डिरेक्टर होईल... त्याच्या या गुणांमुळेच मी त्याच्या प्रेमात पडले- तो कॉलेजमध्ये नाटक बसवायला यायचा तेव्हा. पण पुढे स्वत:ला मोठा कलावंत समजण्यात, आणि त्या नावाखाली चैनबाजी करण्यात त्यानं करिअरची वाट लावली... आता त्याला इंडस्ट्रीत फारसा भाव नाही... चैनबाजी वाढतच चाललीये- त्यासाठी तो सतत माझ्याकडून पैसे उकळायला पाहतो... कधी धाक दाखवून- कधी गोड बोलून.... त्याच्या त्या गोड आवाजानं माझ्या अंगावर काटा येतो सर- आय लव्ह यू डार्लिंग... आय लव्ह यू हनी... 'लव्ह' हा शब्दच मला आता भयंकर वाटायला लागलाय!"

"एक अगदी ऑब्व्हियस प्रश्न विचारतो- तू डिव्होर्स का नाही घेत?"

"तो तयार आहे डिव्होर्सला. पण त्यासाठी त्याला दहा लाख रुपये पाहिजेत. शिवाय स्वत:चं उत्पन्न शून्य दाखवून दर महिन्याला माझ्याकडून पोटगी वसूल करण्याइतका निर्लज्ज आहे तो... आता आम्ही वेगळेच राहतो... ही अरेंजमेंट त्याच्या सोयीची आहे... त्याला मनासारखं उनाडता येतं- मी काहीच बोलू शकत नाही... मी देखील म्हणते, तेवढाच मनस्ताप कमी... पण पैसे संपले की त्याला अचूक आठवण होते माझी... डिव्होर्स घेतला, तरीदेखील तो पैसे मागत राहणार

नाही, याची काहीच गॅरंटी नाही सर...''

तिला पुन्हा रडू फुटू लागते. महत्प्रयासाने ती स्वत:ला सावरते. रुमालाने नाकाचा शेंडा पुसत राहते.

डॉ. हरिहर विचारात पडतात. काय सांगायचे या मुलीला?... कसला सल्ला द्यायचा? इतकी शहाणी, इतकी बुद्धीमान मुलगी-

तारुण्यात, प्रेमाच्या भरात, नको त्या माणसाला जवळ करून बसली आहे- आता त्याचे चटके सोसते आहे...पण एरवी इतकी कर्तबगार मुलगी- या एकाच विषयात इतकी असहाय, इतकी दुबळी ठरावी?... काय उपाय यावर?

''मला तरी सध्या काहीच मार्ग दिसत नाही.'' जय शरणागतीच्या स्वरात म्हणते, ''त्याच्यापासून जमेल तेवढं दूर राहायचं- पैसे जितके द्यावेच लागतील तेवढे द्यायचे- आणि कसाबसा संसार रेटायचा. मला माहितेय- मी डिव्होर्स घेऊ शकत नाही... दुसऱ्या कुणाचा आधार घेऊ शकत नाही... तुम्हाला कल्पना नाही रवी किती मत्सरी आहे याची- स्वत: तो सतत नव्या नव्या नटव्या पोरींना घेऊन भटकतो... पण मला कोणी नुसतं भेटून गेलं असं कळायचा अवकाश, झालीच याची उलटतपासणी सुरू!... नाही सर- या माणसाची जी दाट काळी सावली पडलीये माझ्या आयुष्यावर- तिच्यापासून मला सुटका नाही!''

पुन्हा तीच असहायता... कोंडलेल्या प्राण्याचा आक्रोश... सुटका नाही- सुटका नाही!

''आपला हा प्रॉजेक्ट आहे ना सर- हाच माझ्यासाठी मोठा आधार आहे.... गेल्या वर्षभरात मी या प्रॉजेक्टच्या निमित्तानं प्रवास करीत राहिले- मुंबईबाहेर राहिले- रवीपासून दूर... आय मस्ट थँक यू सर- तुमच्यामुळे मी काही दिवस तरी भयाच्या सावटाच्या बाहेर –''

जयला कधी इतके हळवे झालेले डॉ. हरिहरांनी पाहिलेले नसते.

उद्या सकाळीच जय गौनाला जायला निघणार असते. प्लेनचे तिकीटही हातात येऊन पडलेले असते. संध्याकाळी बारीक-सारीक खरेदी करून ती घरी येते. पर्समधून लॅच की काढून दरवाजा उघडते. चपला काढून, स्लीपर्स घालून ती व्हरांड्यातून सरळ पुढे जाऊ लागते. जाताना तिची नजर सहज हॉलकडे जाते तर काय, समोरच रवी बसलेला असतो.

त्याच्या हातात व्हिस्कीचा ग्लास असतो. पलीकडच्या छोट्या टेबलवर ब्लॅक लेबलचा बॉक्स असतो.

ती हॉलमध्ये जाते. ''रवी- इथं- या घरात दारू प्यायची नाही... मी कितीदा तरी सांगितलंय तुला!''

"ओ: कम ऑन!... बाहेर बारमध्ये पेगवर पिणं किती महागडं झालंय, याची काही कल्पना आहे तुला? नटांना, निर्मात्यांना एक वेळ ते परवडेल, पण माझ्यासारख्या लेखक-दिग्दर्शकाला-? डार्लिंग, घरात पिऊन मी तुझेच पैसे वाचवतोय."

"रवी- तुझी ती बाटली उचल, आणि आत्ताच्या आत्ता चालू लाग."

"तू मला अशी घालवून देऊ शकत नाहीस डिअर. मी तुझा नवरा आहे... हे घर तुझं आहे तितकंच माझं आहे!"

"नॉट एनी मोर- वेगळं राहण्यासाठी तू माझ्याकडून दोन लाख रुपये घेतलेयस... आठवतं?"

"यू मस्ट बी किडिंग!" अत्यंत मधाळ आवाजात, हसतहसत, रवी म्हणतो, "दोन लाख रुपयात मी सेपरेट ॲकॉमोडेशन कुठं घेऊ? झोपडपट्टीत –?"

"तो तुझा प्रश्न आहे!- तू कबूल केलंयस वेगळं राहण्याचं!"

"नाऊ-नाऊ- तू प्रत्येक गोष्ट फारच लिटरली घेतेस!... अगं वेगळा झालो म्हणजे काय मी इकडे एखादं ड्रिंक घेत मजेत तुझ्याशी गप्पा मारायला यायचं नाही?... तू काहीही म्हण- बट आय स्टिल लव्ह यू डार्लिंग!" रवी एकदम तिच्या सोफ्याशी येऊन तिच्या अंगावरच पडतो. तोंड तिच्या तोंडाजवळ नेऊ लागतो.

त्याला बाजूला करून सोफ्यावरून उठणे अवघड असते. पण ती ते जमवते, आणि त्याचा हात तिच्या पर्सजवळ जात असतानाच पर्स खेचून घेते. तो मोठमोठ्याने हसतो.

"उद्या तू बाहेरगावी चाललीयेस असं ऐकलं!"

"हो- आणखी बरेच दिवस परतणार नाहीये मी."

"एकटीच जाणारेयस?"

"माझ्या पुस्तकाच्या कामासाठी जाणारेय. मजा करायला नाही."

"तुला मजा करता येत नाही हाच तर तुझा प्रॉब्लेम आहे- पाहावं तेव्हा तू चिडलेली- करवादलेली!... तुझी कझन आहे शमा, तिच्याकडून शीक काहीतरी!"

"शमाचं नाव घेऊ नकोस!" आता खरोखरच चिडून जय म्हणते. "सतरा वर्षांची नकळती मुलगी ती!- तिचा ॲडव्हान्टेज घेण्याचा प्रयत्न करू नकोस."

"सतरा वर्षांची हे खरं आहे!" खुदकन हसून रवी म्हणतो, "पण नकळती नक्कीच नाही! काहीकाही बाबतीत तुझ्याहून अधिक कळतं तिला!" आणि तो छद्मीपणाने हसतो.

जयच्या संतापाला पारावार राहत नाही. पण करायचे काय संतापून? आपल्याला अधिकाधिक चिडवण्याचाच त्याचा प्रयत्न आहे, हे ओळखून ती आतल्या खोलीत जाऊ लागते.

“एकच मिनिट!” -तो तिला थांबवतो. “जास्त वेळ नाही घेणार तुझा! मला फक्त पैसे देणारेयस ते दे- की मी चाललो. बाटली राहू दे इथंच!”

“मी तुला पैसे देणार नाहीये!”

“प्लीज- त्या दिवशी नाही का आपण फोनवर बोललो? जय, सिरियसली सांगतो. मला एक लाखाची अतिशय गरज आहे... मी एक सिरियल सुरू करतोय. नुसता पायलट द्यायची खोटी - की ती लगेच एअरवर येणारेय- चॅनलनं तसं प्रॉमिस केलंय्-स्लॉटदेखील तयार आहे! एकदा ही सिरियल मार्गी लागली ना, की माझं सगळं आयुष्य सुधारेल बघ- अगदी रेग्युलर- शिस्तीचं होऊन जाईल!...मग आपला संसारदेखील कदाचित पूर्वीसारखा.. फक्त एक लाख... बघ- एकच लाख... तेदेखील सिरियल सुरू झालं की परत करण्याच्या बोलीवर! बघ-इतकं सगळं जमवत आणलंय् मी या वेळी! आयुष्य सुधारण्याची संधी....”

किती तळमळून बोलतोय हा! हे पहिल्यांदाच ऐकणारा नुसता विरघळून जाईल!... पण हे खरं असतं, तर आपल्या एकूण आयुष्यातच किती फरक पडला असता! तिने अनेक ठिकाणी वाचलेले आहे... सैतान अतिशय गोड बोलतो, तळमळून बोलतो, पण ते खरे कधीच असत नाही!

“कसला विचार करतेयस?” रवी आता घाईला येतो. “देतेयस ना पैसे?”

“रवी- माझ्या दारात पैशांचं झाड उगवत नाही!”

“म्हणजे? तू देणार नाहीस पैसे?” तो तिच्या अगदी जवळ उभा राहून विचारतो. त्याच्या श्वासाला स्कॉचचा वास येतो. सैतानाच्या श्वासाला गंधकाचा वास मारतो..

“काय करणार आहेस तू, मी पैसे दिले नाहीत तर?”

“मी?... काय करणार आहे?” रवी नाटकीपणाने विचारतो, आणि सहज ठेवावेत, तसे तिच्या खांद्यावर हात ठेवतो.

त्याच्या त्या आविर्भावाने तिच्या पोटात भीतीचा गोळा उठतो, तरीही, सारे धैर्य एकवटून ती म्हणते- “तू मला मारून टाकू शकत नाहीस रवी. सोन्याची अंडी देणारी कोंबडी मारण्याचा मूर्खपणा तू करणार नाहीस!”

“उलट आहे. इथं कोंबडीच सोन्याची आहे, आणि ती अंडी देणं बंद करायची भाषा करतेय्.” तो भेदक हसून म्हणतो,“तू एक विसरतेयस. मी तुझा नवरा आहे. कायदेशीर. उद्या तू मेलीस तर तुझी सगळी प्रॉपर्टी माझ्या नावावर जमा होईल!.. आहे ठाऊक? सुदैवानं आपल्याला मूलसुद्धा नाही, की ज्याच्या नावावर-”

“मी सगळ्या प्रॉपर्टीचा ट्रस्ट करू शकते.” केवळ त्याला जिंकू द्यायचे नाही, या भावनेने ती म्हणते.

“तर मग त्या आधीच मला तुझी वासलात लावली पाहिजे!”- आपले दोन्ही हात तिच्या मानेवर ठेवत तो म्हणतो. चेहऱ्यावर तेच भेदक, गुळचट हास्य.

ती किंचाळून बाजूला होते. तो मोठ्याने हसतो. खरेच तो मनात आले तर आपल्याला मारून टाकील? का नाही? -व्हॉट इज देअर टू स्टॉप हिम?''

''तुला काय वाटतं?- मला मारून तू मोकळा सुटशील? पहिला संशय तर तुझ्यावरच येईल!''

''त्यातून मार्ग काढता येईल... तू पेपर वाचतेस ना? बायकोचा किंवा प्रेयसीचा खून करणाऱ्या एका तरी पैसेवाल्याला आजवर शिक्षा झालीये?... आणि तू मेलीस की मी पैसेवाला होईनच!''

किती थंडपणे बोलतो हा या गोष्टी?... पैशासाठी तो आपला खून करील, आणि तोही लौकरच, याविषयी तिला शंका राहत नाही. आता गौनाहून आल्यानंतर पहिले काम.. ट्रस्टच्या संबंधात सॉलिसिटरचा सल्ला घ्यायचा!

''डोन्ट वरी- मी सध्या तरी तुझा खून करणार नाही!'' त्याचे मधाळ बोलणे पुन्हा जागेवर आलेले.''आय लव्ह यू टू मच फॉर दॅट! मग- सही करतेस ना?''

त्याच्या हातात चेकबुक आणि पेन कधी आले? ... ते ड्रॉवरमधून काढताना आपण त्याला पाहिलेही नाही?... किती वेळ विचार करीत होतो आपण?... की भीतीने गारठून गेलो होतो?

चेकवर त्याने आकडी-अक्षरी एक लाख लिहिलेले असते. पण घासाघीस करण्याची, भांडत बसण्याची, शक्तीच संपल्याप्रमाणे ती सही करते. सवयीने चेक क्रॉस करणार एवढ्यात तो चेक-बुक तिच्या हातातून काढून घेतो. त्यातून चेक फाडून घेत म्हणतो, ''चेक बेअरर हवा. परवा शुटिंगसाठी कॅशच हवी ना हातात?''

चेक शर्टच्या खिशात ठेवून तो जायला निघतो. स्वत:च्याच शब्दांवर विश्वास नसल्याप्रमाणे ती दुबळ्या आवाजात म्हणते- ''हे पैसे परत करणारेय तू. सिरियल सुरू झाल्याझाल्या!''

''डिव्होर्ससाठी दहा लाख देणारेयस, त्यातून कापून घे!'' तो निर्लज्जपणे म्हणतो, ''आय लव्ह यू डार्लिंग!'' म्हणत वाकून तिच्या गालाचे चुंबन घेतो, आणि बाहेर पडतो...

त्याने लावून घेतलेल्या दाराचा आवाज ऐकू आला तरी ती जागची उठत नाही. शक्तिपात झाल्यासारखी बसूनच राहते. एक लाख रुपये गेले... कायमचे गेले.... आपण काहीही विरोध करू शकलो नाही.. असे नेहमीच होणार! एखाद्या जळूसारखा तो आपले रक्त शोषत राहणार- सगळे शोषून झाले, की आपल्याला रस्त्यावर फेकून देणार! आपल्या हातात काहीही नाही! पोलिस, न्यायालये सारे त्याचीच बाजू घेतील, त्याच्या गोड बोलण्याला फसतील! -त्याच्या हातातल्या पैशाला भुलतील! आपल्याकडून सायफन करून घेतलेल्या पैशाला!

या माणसापासून स्वत:ला वाचवण्याची शक्ती आपण कुठून आणायची?... स्वत:चे प्राण वाचवण्याची शक्ती?

कितीतरी वेळ, ती वाढत्या काळोखात तशीच बसून राहते. हातापायातले त्राण गेल्याप्रमाणे... वेळेचे भानच सुटल्याप्रमाणे.

केव्हातरी तिला जाग येते, ती दारावरच्या बेलच्या आवाजाने.

ती अशक्तपणे दाराशी जाते. दारावरचा दिवा लावून दार उघडते.

जीन्स आणि टॉप घातलेल्या बार्बी डॉलसारखी दिसणारी शमा आत येते.

"रवी आलाय ना?" येतायेताच ती विचारते.

"आला होता... आत्ताच गेला!" मला एक लाख रुपयांना नागवून!- ती मनातल्या मनात म्हणते.

"असा कसा गेला?" उंच, बारीक आवाजात शमा विचारते. "मला तर म्हणाला होता, की तुला बरोबर घेतल्याशिवाय बाहेर जाणार नाही!"

"बस. तुला एक सांगायचं आहे." जय म्हणते.

"कुठं जाणार, काही सांगितलं?" शमा अजून आपल्याच नादात.

"तू रवीचा नाद सोडायला हवास शमा. त्याच्या पाठीमागे भटकणं बंद करायला हवं. रवीची बायको म्हणून सांगत नाहीये मी. तुझी मावस बहीण म्हणून सांगतेय. तू लहान आहेस, म्हणून सांगतेय."

"तुला वाटतं तेवढी लहान नाही मी. मला स्वत:ची काळजी घेता येते. मी रवीच्या बरोबर असते, कारण रवी मला त्याच्या सिरिअलमध्ये काम देणारेय!"

"–असं वाटत असेल तुला. पण ते चूक आहे. तू मूर्ख आहेस. वेळीच सावध हो. तुझ्यासारख्या दहा तरी पोरींना रवी सध्या झुलवत असेल!"

"असला मत्सर तुझ्यासारख्या विदुषीला शोभत नाही. तू तुझे प्रोजेक्टस् करीत गावभर फिरत असतेस, मग रवीसारख्या कलावंतानं कंपनीसाठी दुसरीकडे बघितलं, तर त्यात गैर काय? बिचाऱ्याला कायम लोनली वाटत असतं. तुला जर त्याचा तिटकारा येत असेल, तर सरळ सोडून दे की त्याला. रवी म्हणतो, तू त्याला सोडण्याची किंमत द्यायला तयार नाहीस. कायम अडकवून ठेवलायस तू त्याला. ना स्वत:ला ना दुसऱ्याला–"

"चालती हो- आधी चालती हो. आपण काय बोलतोय हे तुझं तुला कळत नाहीये! ... तुझ्या भल्यासाठी सांगतेय तर उलट मलाच- जा-जा त्याच्या मागे आणि मर."

शमा आपले हाय हील्ड शूज खाट खाट वाजवत बाहेर पडते, आणि जयला रडण्याचा उमाळा येतो. शमासारख्या उनाड पोरींना रवीसारख्या, कलेबिलेच्या गोष्टी करणाऱ्याचे आकर्षण असणारच, एवढे का आपल्याला समजत नाही? तिच्या

वयात ती असे उद्धटपणाने बोलणारच, हेही आपल्याला ठाऊक आहे!... मग कशाला आपण तिचा शब्दन् शब्द मनाला लावून घेतो? कशाला, याचे कारण उघड असते. एकटी शमा असे बोलून थांबणार नसते. सगळेच रवीला सहानुभूती देणार असतात. तिला, संसारात स्वारस्य नसलेली एक रूक्ष विदुषी समजणार असतात. आणि रवी कसा आहे हे जरी ती एकट्या डॉ. हरिहरना पटवू शकली, तरी इतर कुणालाच पटवू शकणार नसते.

जयला कमालीचे हताश वाटू लागते.

एवढे एकच सुख असते, की उद्यापासून आणखी काही दिवस तरी तिची रवीपासून सुटका होणार असते.

एअरपोर्टवर उतरल्यानंतर आणखी सहा तासांचा बसचा प्रवास करून मरगळलेली जय गौनाला येऊन पोहोचते, तेव्हा सगळीकडे संधीप्रकाश पडलेला असतो. लौकरच काळोखण्यापूर्वी ते गाव सोनेरी होऊन लखलखत असते. गावाच्या वेशीवरच भेटलेल्या एका घोंगडीवाल्याला ती डाकबंगला कुठे, असे विचारते. तो न बोलता तिची बॅग उचलतो व चालू लागतो.

डाकबंगल्याशी पोहोचेपर्यंत अंधारू लागते. बॅग घेऊन आलेला घोंगडीवालाच पाठीमागच्या खोपटातून चौकीदाराला शोधून आणतो. ती पाच रुपयांचे नाणे त्याच्या हातावर ठेवते, आणि पर्समधून काढलेले पत्र चौकीदाराला दाखवते. तो किल्ल्या आणायला परत जातो.

भोवतीच्या झाडीमुळे अंधार अधिकच गडद वाटू लागतो. झाडीत कोल्ही ओरडू लागतात.

चौकीदार येऊन बंगल्याचे कुलूप उघडतो. दार एकदम हॉलमध्येच उघडते. चौकीदार दोन दिवे लावतो. पिवळट रंगाच्या त्या दिव्यांनी हॉल, मुळात फार पडझड झालेली नसतानाही, उगाचच उदासवाणा वाटतो.

चौकीदार म्हणतो, जेवण आणि नाश्ता उद्यापासून सांगून ठेवीन. आज आमच्यातलीच भाकरी खाणार का?

ती नको म्हणते. "रात्री मी फार काही खात नाही. तसा बिस्किटांचा एक पुडा आहे जवळ, भूक लागली तर! चहा मिळाला तर मात्र हवा आहे... पण तोही अगदी गोडमिट्ट नको! साखर जेमतेम घातलेला!"

चौकीदार एका भांड्यात चहा घेऊन येतो, आणि तिचा चहा पिऊन होईस्तार तिथेच ठिय्या मारून बसतो.

थोडीशी सोबत मिळाली म्हणून जयला बरेच वाटते. ती ताबडतोब आपल्या कामाला सुरुवात करते. चौकीदाराला विचारते-" 'शनचरी'ची माहिती आहे का?"

चौकीदार एकदम उठून उभा राहतो. तिच्या हातातला चहा कधी संपतो, याची अधीरतेने वाट पाहू लागतो.

ती परत विचारते-"शनचरी नावाची चेटकीण होती ना या भागात?"

चौकीदार नाइलाजाने बोलल्यासारखे म्हणतो- "बाई, अशा करकरीत तिन्हीसांजेच्या वेळी नाव काढू नका तिचं." आणि तो चहाचे भांडे उचलून घाईघाईने चालू पडतो. तोंडाने "राम-राम" पुटपुटत.

एकूण आहे- या गावाला शनचरीची माहिती आहे... नुसती माहितीच नाही, तर दहशतही आहे!

जयला थोडा उत्साह येतो. ती दार लावून घेते, मुख्यत: डासांच्या भीतीने. मग ती डाकबंगल्याची पाहणी करते. हॉल सोडून आणखी दोन खोल्या असतात. शिवाय छोटेसे किचन. बाथरूम. येणार असल्याचे आगाऊ कळवल्यामुळे का होईना, सगळे झाडूनपुसून स्वच्छ केलेले असते. बेडरूममधल्या पलंगावर एक, फारशी न उसवलेली गादी असते. कपाटात चादरी असतात. चला-आजची रात्र नीट जायला हरकत नसते.

जय डायरी काढून त्या मंद दिव्याच्या प्रकाशातच लिहू लागते. गावाचे प्रथमदर्शनी रूप, डाकबंगला, शनचरीच्या उल्लेखाबरोबर 'तोबा-तोबा' म्हणत चौकीदाराचे पळून जाणे...

सकाळी उठल्याबरोबर ती गावात थोडेसे फिरून येते. बसस्टँडपर्यंत जाऊन येते. जवळपासच्या गावाची माहिती काढते. दररोज आजूबाजूची काही गावे बघून यायची, तिथल्या लोकांना भेटायचे, शनचरीविषयी विचारायचे, त्याबरोबरच इतरही चेटक्या, जादूटोणा करणारे मांत्रिक यांची माहिती गोळा करायची, आणि रोज संध्याकाळी मुक्कामाला डाकबंगल्यावर परत यायचे, असा तिचा बेत ठरतो..

चौकीदाराला ती शनचरीविषयी पुन्हा विचारतेच. दिवसा उजेडी त्या चेटकिणीविषयी बोलायला काही हरकत नाही, अशी समजूत घातल्यावर, आणि आपण खास याच कामासाठी आलो आहोत, असे सांगितल्यावर तो थोडीफार माहिती देतो.

शनचरीला पन्नास वर्षांपूर्वी गावच्या जमीनदाराने जाळून मारले. त्यानंतर अचानक एक बाई, जी आधी कुणाला माहीत नव्हती, ती शनचरीसारखाच तांबडाकाळा पोशाख करून गावातून हिंडू लागली. स्वत:ला शनचरीच म्हणवू लागली. जमीनदार तुलाही जिवंत जाळेल, अशी भीती घातली तरी तिने काही दाद दिली नाही. शनचरीसारखीच हिची नजरही वाईट होती. उभ्या पिकावर पडली तर पीक जळून जाई, खेळत्या पोरावर पडली तर ते सुकायला लागे...

"कोण होती ती? – शनचरीची मुलगी?"

"छे छे- शनचरीला कुठली मुलगी?... या बायकांना पोरं होत नाहीत बाई...

झाली तरी मरून जातात... लोक म्हणतात, ती चेटूकविद्येची बिदागी म्हणून काळ्या देवाला द्यावी लागतात... ही बाई आपण कोण, कुठली, सांगत नसे. नाव सांगायची तेही शनचरीच...''

''मग पुढं?''

''पुढं तिला पण कोणीतरी कोयत्यानं तोडली, आणि आठपंधरा दिवसात आणखी एक बाई-काळी घागरा- चोळी न् तांबडा दुपट्टा घेतलेली कुठंकुठं दिसायला लागली. लोक तिला घाबरायला लागले. आपल्या घरावर तिची नजर पडू देईना झाले. तीदेखील आपलं नाव शनचरीच सांगायची. पण वस्तीत जास्त करून दिसायची नाही... झाडीतून, रानातून फिरताना दिसायची.''

''तिचं काय झालं?''

''काय माहीत नाही... पण गावात कोणाला तरी, कुठंतरी क्वचित कधीकधी शनचरी दिसतेच. असं म्हणतात, का पन्नास वर्षांपूर्वी जाळून मारलेली शनचरी मेलीच नाही... ती अजून जिवंत आहे...''

''ती कशी असेल जिवंत?''

''का? या चेटक्या असतात, त्यांना तुमच्या आमच्यासारखं मरण कुठनं असायला? त्यांची विद्या असते ना, साधना असते अघोरी- त्यामुळे त्यांना बरोबर ठाऊक असतं मेलं तरी परत जिवंत कसं व्हायचं ते!''

चौकीदाराच्या उद्‌गारांनी जयला एक नवीच दिशा सापडल्यासारखे होते. पन्नास वर्षांपूर्वी मेलेल्या शनचरीच्या कथा त्या भागात आजही कशा ऐकायला मिळतात, याचे कोडे उलगडल्यासारखे होते. शनचरी गेल्यानंतर तिच्यामागून कोणी ना कोणी तिच्या नावाचा वसा घेतला आहे. तिचा संप्रदाय चालू ठेवला आहे. गावकऱ्यांची त्यामुळे खात्रीच आहे, की शनचरी अजून जिवंत आहे... ती ऐकेल या भीतीने रात्री ते तिचे नावदेखील घेत नाहीत...

तिला जाळून मारणाऱ्या जमीनदाराचा कोणी ना कोणी वंशज जिवंत असेलच ना अजून?'' ती विचारते.

चौकीदार 'हां' म्हणतो. जमीनदाराचा वाडा दाखवायचे कबूल करतो. मग त्याच्याशी काय बोलणे करायचे ते तिने करावे!

डाकबंगल्यापासून सुमारे मैलभर अंतरावर जमीनदाराचा वाडा असतो. गावातल्या निम्म्या अधिक जमिनी त्याच्या मालकीच्या असतात. तेव्हा गावचा जमीनदार तो, आणि सरपंचही तोच! त्याचा हुद्दा कोणी विचारायला जात नाही. तो सांगेल तसे निमूटपणे करतात.

वाड्याच्या फाटकाची भिंत भलतीच लांबरुंद असते. फाटक ढकलून (आज रखवालदार जागेवर नाही) आत गेल्यावर एक लांबलचक बगिचा लागतो. फळझाडांची,

फुलझाडांची दाटी असलेला. मधल्या पायवाटेने दोघे चालू लागतात. पायवाटेच्या टोकाशी मजबूत, दगडी वाडा असतो. बाजूला एक जीप उभी असते.

चौकीदार पुढे होऊन चौकशी करतो. जमीनदारसाहेब दिल्लीला गेलेयत, दोन दिवसांनी परत येतील, असा निरोप मिळतो. आपल्या नावाचे कार्ड ठेवून जय निघते.

जाण्यापूर्वी चपला चढवताना पुन्हा एकवार वाड्याकडे नजर टाकते. आणि मघा न आलेली एक विचित्र गोष्ट आता तिच्या ध्यानात येते. वाड्याच्या माडीवरचा डावीकडचा भाग ढासळलेला आहे. त्यामुळे वाडा पक्षघात झाल्यासारखा दिसतो...

"हे काय, इतका लख्ख, अगदी चित्रासारखा ठेवलेला वाडा आणि त्याचा हा ढासळलेला भाग कोणी दुरुस्त नाही करीत?"

"तो होत नाही दुरुस्त."

"म्हणजे?"

"असं म्हणतात, की जमीनदारांनी- म्हणजे थोरल्या जमीनदारांनी -शनचरीचं खोपट पेटवून तिला जाळून मारलं, त्याच रात्री धाडधाड करून वाड्याच्या या भागातले दगड कोसळले- आपोआप... लोक म्हणाले, शनचरीचा शाप जमीनदाराला बाधला... पण जमीनदारानं जिद्दीनं तो भाग दुसऱ्याच दिवशी बांधून घेतला... आणि काय सांगायचं, दोनच दिवसांनी परत तिथले दगड कोसळले- नशीब कोणाला इजा झाली नाही.... लोक बोलायला लागले. जमीनदार जिद्दीला पेटला... त्यानं परत बांधून घेतली ती बाजू... पण दोन दिवसांनी तोच प्रकार... तेव्हापासून तो भाग तसाच आहे ढासळलेला. अलीकडे एकदा या जमीनदारांनी प्रयत्न केला होता... पण दगड जागेवर राहायलाच तयार नाहीत..."

काय असेल हे? - जय विचारात पडते. मुंबईला गेल्यावर कुणा आर्किटेक्टशी या विषयात बोलायला हवे!

दोन दिवसात जय सकाळ-दुपार जवळच्या गावांमधून फिरून येते. सगळीकडे तिला एकच दिसून येते. चेटूक, जारणमारण या प्रकारावरचा सर्वांचा गाढ विश्वास. साधारण शिकलेले लोकसुद्धा, आम्हाला त्यातलं काही कळत नाही, पण आम्ही या बाजूला रात्र पडल्यानंतर जात नाही, लहान मुलाला उघड्यावर घेऊन बसत नाही, फुलणाऱ्या झाडाला काळे दोरे बांधून ठेवतो, अवसेला चेटकीसाठी अन्न काढून ठेवतो, अशा नाना गोष्टी सांगतात. शनचरीविषयी तर हजार दंतकथा असतात. अमका रक्त ओकून मेला, तमक्याच्या अंगावर बिब्ब्याच्या फुल्या उठल्या, ती समोरून आली तर माणसं मागच्या मागे परतायची, अवसेच्या रात्री तिच्या खोपटाभोवती प्रकाश दिसायचा- नाना गोष्टी.

जय हे सारे टिपून ठेवते. या सगळ्या भागात आजही शनचरीचा पगडा आहे, आपण त्याविषयी वाचले होते, त्याहून कितीतरी अधिक प्रमाणात आहे, याविषयी तिला शंका राहत नाही.

दोन दिवसांनी दिल्लीहून परतलेल्या जमीनदाराचे आपणहूनच बोलावणे येते.

चौकीदार तिला वाड्यावर घेऊन जातो. पण स्वत: बाहेरच थांबतो.

हॉल प्रशस्त असतो. चित्रपटातला, जमीनदाराच्या वाड्याचा हॉल असावा, तसा. पांढऱ्याशुभ्र बैठकीवर जमीनदार बसलेले. पलीकडे एक तरुण बाई विड्याची पाने नखलीत बसलेली.

जमीनदार सुमारे पंचेचाळिशीचे असावेत. म्हणजे रवीहून निदान दहा वर्षांनी मोठे. पण तिला त्यांच्यात आणि रवीमध्ये काहीतरी साम्य जाणवते. पण काय ते लक्षात येत नाही.

किंचित हसून ते म्हणतात- "या या- बसा... तुम्ही मुंबईहून आलात म्हणे."

त्यांच्या खुणेसरशी शेजारची ती स्त्री उठते आणि आत जाऊन पाणी आणि बर्फी घेऊन येते. "दूध घेणार?" जमीनदार विचारतात. पण जय ठाम नकार देते. तशी ती स्त्री पुन्हा आपले विड्याची पाने नखलण्याचे काम चालू ठेवते.

या दरम्यान जयने आपल्या येण्याचा हेतू सांगितलेला. जमीनदारांचे हास्य थोडा वेळ लोप पावते. कपाळावर सूक्ष्म आठ्या उमटतात.

"शनचरीविषयी कशाला माहिती गोळा करताय तुम्ही?... ती एक भयंकर बाई होती. आमच्या जन्माआधीच ती मरून गेली..."

"लोक, ती अजून जिवंत आहे असं मानतात...."

जमीनदार क्षणभर दचकतात. मग हसून म्हणतात- "हो, पण त्यात काही अर्थ नाही. माणसं अशी कशी जगत राहतील? म्हातारी नाही होणार? -मरून नाही जाणार?"

"तुमच्या मते ती चारचौघींसारखीच होती... चेटूक करणारी नव्हती."

"आम्हाला काही समजत नाही त्यातलं. पण ती भयंकर दुष्ट होती एवढं खरं! आमच्या वडिलांकडून ऐकलंय ना आम्ही? गावातली माणसंही सांगतात... तिनं आमच्या वडिलांना फार पिडलं. तिच्या जादूटोण्यानं एका वर्षी आमची सगळी दुभती गुरं मेली. एका वर्षी गव्हाचं सगळं शेत करपून गेलं. आमच्या वाड्याचा एक भाग कायमचा ढासळला–"

"हो- आपल्या वडिलांनी तिचं खोपट जाळलं त्या दिवशी..."

"आमचे वडील कशाला जाळतील तिचं खोपट? हे लोकांनी काहीतरी उठवलेलं आहे. लोक दोन्ही तोंडांनी बोलतात. जाळून मारलं म्हणतात, आणि अजून ती जिवंत आहे म्हणतात. दोन्ही कसं शक्य आहे?"

एव्हाना त्या तरुण स्त्रीने जमीनदारांना विडा तयार करून दिलेला असतो. ते तो तोंडात कोंबतात. तिने केलेला दुसरा विडा तबकातून उचलून जयच्या समोर धरीत मधाळ आवाजात म्हणतात- "घ्या..."

"नको" जय म्हणते.

"घ्या हो. फार संकोची आहात तुम्ही. ज्याला त्याला नको म्हणता. दूध नको म्हणता. विडा नको म्हणता. खरं तर तुम्ही एवढ्या लांबून आलात आमच्या घरी. म्हणजे जेवायलाच यायला हवं- उद्या येता का?"

"उद्या परत जाणारेय मी मुंबईला..."

'मग विडा तरी घ्या. नाही, घ्याच. नाही म्हणू नये विड्याला."

ती विडा घेते. तसाच हातात धरून ठेवते.

"खात का नाही?" जमीनदार विचारतात. "खाऊन बघा. चव आहे आमच्या चमेलीच्या हाताला..."

"मी खाईन, जेवण झाल्यावर." ती विडा पर्सच्या, बाहेरच्या छोट्या कप्प्यात ठेवते.

थोड्या इकडच्या तिकडच्या गप्पा झाल्यावर जय उठते. डाकबंगल्यावर परतते. टिपण करते : जमीनदारांचा चेटूक प्रकारावर पूर्ण विश्वास आहे. शनचरीने आपल्या वाडवडिलांचे नुकसान केले, असेच ते मानतात. मात्र आपल्या वडिलांनी शनचरीला जाळून मारले, हे कबूल करायला ते तयार नाहीत.

संध्याकाळी जय चौकीदाराला विचारते –

"शनचरीचं घर कुठेसं होतं?"

चौकीदार खाणाखुणा सांगतो. मग म्हणतो- "तिथं होतं, असं म्हणतात. खरं-खोटं मला माहीत नाही. तिला जाळलं तेव्हा मी अगदीच लहान होतो." मग काही एका विचाराने धसकून तो विचारतो - "तुम्ही तिकडे जाणार तर नाही?... नका जाऊ."

"आलेच जरा पाय मोकळे करून." असे म्हणून पर्स उचलून जय निघते. थेट त्याने सांगितलेल्या जागेपाशी येते.

उन्हे कलायला सुरुवात झालेली असते. सगळीकडे शांतता पसरलेली असते. इथे कुठे शनचरीचे खोपट असेल? आता तर तिथे काहीच नसते. मग तिच्या एकदम लक्षात येते. काहीच नसणे हीच त्या खोपटाची खूण असते. बाकी सगळीकडे गर्द झाडी असताना याच भागात झाडझुडूप सोडाच, पण गवताचे एक पातेसुद्धा नसते. बहुधा कित्येक वर्षांत उगवलेलेच नसते. जणू तिथले सगळे जीवनच जळून गेलेले असते.

आणि त्याच्याच पलीकडे बांबूचे घनदाट बन- सूर्यकिरणही आत येऊ न शकल्यामुळे एखाद्या काळोखी गुहेसारखे दिसणारे गहन बन –

त्या ओक्याबोक्या, पूर्ण रिकाम्या जागेवर एकच एक फत्तर आहे. जय त्यावर बसते. आजूबाजूचे वातावरण अनुभवू लागते. तिथली ती किर्रर शांतता ऐकू लागते.

एकदम तिला आठवण होते, जमीनदारांची. त्यांनी दिलेला विडा खायचे ती विसरूनच गेली आहे. पर्सच्या छोट्या कप्प्यात हात घालून ती तो विडा काढते, आणि खाऊ लागते..

हळूहळू तिला एक प्रकारची गुंगी चढू लागते. या विड्यात काही गुंगीचा पदार्थ घातला होता की काय?.... पण ही गुंगी तशी नाही. आपल्याला आजूबाजूचे समजते आहे... आणि तरीही सारे शरीर बधिर झाल्यासारखे वाटते आहे... समोरचे ते वेळूचे बन... त्याच्या काळोखातून दोन तांबूस डोळे आपल्याकडे पाहताहेत... रोखून पाहताहेत... टक लावून पाहताहेत....

जय तो भास झटकून टाकण्याचा प्रयत्न करते. पण तो अधिकच खरा होऊ लागतो. आता तिला त्या डोळ्यांच्या वर एक तांबडालाल पट्टा दिसू लागतो. मळवट भरल्यासारखा. त्यावर केसांच्या जटा. पूर्ण पिकलेल्या.

हळूहळू तो चेहरा पुढे येऊ लागतो. आता जयला एका वृद्ध स्त्रीची अंधुक आकृती दिसू लागते. एक लालभडक पट्टा त्या चेहऱ्याखाली दिसतो. तो बहुधा दुपट्टा असावा. बाकीचे काळे कपडे अंधारात मिसळून गेलेले...

जयच्या शरीराची बधिरता वाढतेय. आपण कुठे आहोत, आजूबाजूला काय चालले आहे हे कळेनासे होते... फक्त समोर, वेळूच्या बनाच्या काळोखातून पुढे येणारी, काळोखात अर्धवट मिसळून गेलेली ती आकृती- तिच्या तोंडून काहीतरी शब्द...

"तू कुठं बसलीयेस... तिच्या समाधीवर... काहीतरी खातेयस!"

जय चटकन उठते. एक साधा फत्तर म्हणून आपण त्यावर बसलो. ती... तिची समाधी?... इथे बसून, काहीतरी खात बसून आपण तिचा अनादर केला का?... जय तोंडातला विडा थुंकू पाहते... पण या जागी थुंकायचे तरी कसे?

"– आता काही उपयोग नाही. वेळ टळून गेली आहे. या समाधीवर बसून खाणाऱ्याचं जे होतं, तेच तुझंही होणार..."

"म्हणजे? म्हणजे काय होणार?"

"ते वेळ आली की कळेल!"

आता ती वृद्ध स्त्री थोडी पुढे आलेली... शनचरी?

"जमीनदार- आत्ताच्याचा बाप- त्या वेळी तरुण होता... पोरींना नादी लावायचा.

झुलवायचा. फसवायचा. बळजबरी करायचा. त्यांना आयुष्यातून उठवायचा... शनचरीला हे बघवेना. पण ती गरीब. वयस्कर. ती काय लढणार जमीनदाराच्या विरोधात? पण तरुण आयाबहिणींच्या आयुष्याचा कचरा होताना पाहणं, हे पण तिला सहन होईना. तिच्या अंगात शक्ती होती. साधना केली. आणि तिनं या माणसाला शिक्षा होईल असं पाह्यलं. आपल्या परिनं. त्याची गुरंढोरं, त्याची शेती, जमेल तेवढ्याचा विध्वंस केला. त्याच्या डाव्या हाताला लकवा देखील लावला. दुसरं काय करणार एक बाईमाणूस? विद्या होती तिच्याकडे- संताप संताप झाला की शक्ती यायची... त्या संतापानंच... मग एरवी न हलणाऱ्या वस्तू पण तिचं ऐकायच्या–''

जय चकित होऊन ऐकत राहते. चेटूक– हे शस्त्र– त्या असहाय बाईने- त्या जुलमी जमीनदाराच्या विरोधात वापरले- तिच्या लक्षात येऊ लागते. याच कारणाने शनचरीचा संप्रदाय अजून जिवंत आहे- शनचरीमागून शनचरी... जोवर जुलूम चालू राहणार तोवर शनचरी जिवंत राहणार...

''शनचरीचं खोपट जाळलं त्या राक्षसानं. ती जळून गेली. पण जळताना तिनं म्हटलेल्या मंत्रानं जमीनदाराचा वाडा कायम ढासळला.... शनचरी आहे तोवर त्याचा दगड जागेवर राहणार नाही.... मी हे कां सांगतेय तुला? ... तू तिच्या समाधीवर बसलीस... तिथं अन्न खाल्लंस म्हणून...''

ऐकता ऐकता जयला भोवळ येते.

तिला भान येते तोवर काळोख पडलेला असतो, त्या रिकाम्या जागेवर ती एकटीच असते. थंड वारे सणसणू लागलेले असते, आणि वेळूच्या बनातून शब्दांशिवायच्या सुरांच्या लकेरी येत असतात....

जय मुंबईच्या एअरपोर्टवर उतरते, तेव्हा तिचे डोके जड झालेले असते. अंग बधिर झाल्यासारखे वाटते. आणि असे असूनही, आश्चर्य म्हणजे थकवा मुळीच नसतो. एक वेगळीच हुशारी, तरतरी वाटत असते.

लिफ्ट सहाव्या मजल्यावर थांबते. हातातली बॅग खाली ठेवून जय पर्समधली किल्ली काढते. ती दाराला लावते.

बॅग व्हरांड्यातच ठेवून अंग टाकण्यासाठी ती बेडरूममध्ये जाते.

बेडवरच्या रवी आणि शमाची धावपळ होते. शमा चादर अंगाभोवती लपेटतच बाथरूममध्ये पळते. रवी विनासंकोच अंगात कपडे घालू लागतो.

संतापाच्या ज्वाळा जश्या जयला लपेटून टाकतात. 'रवीऽ'- ती ओरडते.

रवी कपडे घालता घालताच तिच्याकडे पाहतो. आपल्यावर रोखलेल्या बोटाकडे- त्या बोटाच्या लांबलचक वाढलेल्या नखाकडे पाहत राहतो...

त्याचे डोळे भयाने तारवटतात. शर्ट जेमतेम अंगात चढवत तो पळत सुटतो.

बाथरूममध्ये कपडे चढवून शमा येते. ती जयकडे पाहते आणि किंकाळी फोडते. धडपडत, दाराच्या चौकटीवर आपटत, भिंत पकडत ती कशीबशी दरवाजा गाठते, आणि लिफ्टशी पोचते.

लिफ्टची बेल वाजवते. एकदा... दोनदा... आणि मग लिफ्टसाठी न थांबता ती, काहीतर प्रचंड संकट मागे लागावे तशी जिन्यावरून धावत सुटते...

डॉ. हरिहरना त्यांच्या असिस्टंटचा फोन येतो. प्रथम तो काय बोलतोय हेच त्यांना नीट समजत नाही. विलक्षण घाबरल्यासारखा त्याचा आवाज येतो-

"डॉक्टर, जयचा नवरा वारला... हो- रवीच!...फार विचित्र अपघात झाला त्याला. लिफ्टमध्ये त्यानं एक पाय टाकताच लिफ्ट अचानक सुरू झाली... दारात अर्धवट सापडलेल्या, एक पाय एक हात बाहेर अडकलेले अशा अवस्थेतल्या रवीचं अंग सोलपटलं, डोकं आपटत जाऊन फुटलं... लिफ्ट चार मजले खाली येऊन थांबली. लिफ्टभर रक्ताचा सडा पडला होता."

"टेरिबल न्यूज! - जयला कसं कळवणार?"

"ती आलीये मुंबईत. तिला सांगितलंय. सिडेटिव्हज् दिलीयेत. रवीचे मित्र परस्पर सोय करणारेयत त्याच्या क्रिमेशनची."

"ठीक आहे... मी संध्याकाळी भेटतो जयला."

संध्याकाळी उशिरापर्यंत शमा तापाच्या गुंगीतच असते. तिची मम्मी तिच्या उशाशी बसून असते. रवीचा रक्तबंबाळ देह लिफ्टमधून काढताना तिने पाहिलेला असतो. तिथेच ती चक्कर येऊन पडलेली असते. गुंगीतसुद्धा ती त्याविषयीच बोलत असते. हे तिच्या मम्मीला समजू शकते. तिला समजत नाही ते हे, की शमा मध्येच जयविषयी "ती भयंकर दिसत होती.. नखं वाढलेली... डोक्यावरचे पिंजारलेले केस पांढरे फटक... कपाळावर मळवट... डोळ्यांभोवती काळं, हडकलेला चेहरा..." असे काहीच्या बाहीच का बोलते?

संध्याकाळी डॉ. हरिहर येऊन जातात, तेव्हा जय सिडेटिव्हजच्या अंमलाखालीच असते. "झोप. मी उद्या येईन." असे सांगून डॉ. हरिहर परत जातात.

दुसऱ्या दिवशी ते येतात, तेव्हा मात्र जय बरीच हुशारलेली असते. "आय ॲम सॉरी... रवीला फारच विचित्र ॲक्सिडेंट झाला...लिफ्ट अशी आपली आपण कशी सुरू झाली... कोणालाच सांगता आलेलं नाही."

आपल्या, रेखीवपणे कापलेल्या नखांना नेलपॉलीश लावता लावता जय

म्हणते-“सर, शनचरीच्या संशोधनातून मला एक अगदीच नवीन मुद्दा मिळाला. आत्तापर्यंत आपण समजत होतो, की फक्त दुष्ट बायका मत्सरानं, दुसऱ्याचं वाईट व्हावं म्हणून चेटूक, जारणमारण करीत असतील.”

“मग?... तसं नाहीये का?”

“बऱ्याच केसेसमध्ये आहे. पण कित्येकदा टोकाच्या असहायतेमधूनही या बायका, जुलूम करणाऱ्यावर चेटूक करीत असतील, या शनचरीसारख्या. कुठून तरी त्यांच्यात चेटूक करण्याचं सामर्थ्य आलेलं असतं. पण त्याची सांगड जेव्हा असहायतेतून येणाऱ्या संतापाबरोबर पडत असेल, तेव्हाच, जुलूमाला विरोध करण्याचं एकमेव शस्त्र म्हणून या बायकांच्या हातून चेटूक होत असेल... त्यांच्या अंगात मग अशी काही शक्ती येत असेल, की अचेतन वस्तूही त्यांचं ऐकत असतील...”

डॉ. हरिहर जयकडे पाहत राहतात. तिच्या डोळ्यात त्यांना एक नवी अनोळखी शक्ती दिसते. त्यांचे मन भयाने दाटून येते.

◆

ती दोघे बंगल्याशी पोहोचली, तेव्हा संध्याकाळ उलटून गेली होती. बंगला काळोखात बुडून गेला होता, फक्त मेनगेटवरचे दोन षटकोनी दिवे जळत होते.

तिथेच एक तिपाई टाकून मध्यमवयीन राखणदार रामाधार बसला होता. हातातल्या काठीवर हनुवटी टेकून.

त्यांची गाडी दाराशी आली, तेव्हा तो तत्परतेने उठून उभा राहिला.

सिद्धेश्वर गाडीतून उतरला आणि त्याने हातातला लखोटा रामाधारला दाखवला, "सॉलिसिटर मेहतांचं पत्र आहे. बंगल्याचा ताबा घेण्यासाठी."

"तुम्ही मिस्टर अँड मिसेस महाराव ना?... मला कळवलंय मेहता साहेबांनी. वाटच पाहत होतो तुमची." गेट उघडत रामाधार म्हणाला.

सिद्धेश्वर गाडी पार्क करेपर्यंत रामाधारने बंगल्यातले दिवे लावले. मग तो लगबगीने, सामान घ्यायला गाडीशी गेला.

मिथिला कितीतरी वर्षांनी या बंगल्यात येत होती. लहानपणी वाटायचा, तेवढा काही तो एकमजली बंगला आता भव्य वाटत नव्हता. पण टुमदार आणि तरीही बऱ्यापैकी लांबरूंद मात्र दिसत होता. बंगल्यातून येणाऱ्या प्रकाशात दिसत होते त्यावरून, बाहेर छोटीशी बाग आणि पाचसात मोठी झाडे सुद्धा असावीत.

दुरुस्ती

सिद्धेश्वर हा बंगला प्रथमच पाहत होता. अगदी अलीकडेपर्यंत मिथिलाचे पपा तिथे राहायचे. एकटेच. घरकामाचे दोन नोकर येऊन जाऊन आणि पाठीमागच्या छोट्या आऊटहाऊसमध्ये राहणारा, दिवसभर बंगल्यावर लक्ष ठेवणारा राखणदार रामाधार, यांचीच काय ती सोबत.

गेले काही दिवस ते आजारी होते. हे नंतर कळले. त्यांच्या मृत्यूनंतर, सॉलिसिटर मेहताचे जे सविस्तर पत्र आले, त्यावरून. नाही तर त्यांच्याकडे कुणाचे जाणेयेणे नव्हते. मिथिलेची ममी तिला घेऊन घर सोडून बाहेर पडली, त्याला पंधराहून अधिक वर्षे उलटली होती. त्यानंतर त्या दोघींपैकी कोणीच पपांना भेटले नव्हते. पपांनी दुसरे लग्न केले नाही. मिथिलाशिवाय त्यांना दुसरे मूलबाळ नव्हते. म्हणून तर आता त्यांच्यानंतर हा बंगला मिथिलेकडे आला होता. पपांच्या वडिलांनी बांधलेला... पिढीजात!

खाण्यापिण्याची व्यवस्था करून रामाधार आऊटहाऊसकडे निघून गेला. ती

दोघे हातपाय धुवून, कपडे बदलून तयार झाली.

सिद्धूने गाडीत ठेवलेली व्हिस्की बरोबर घरात आणलीच होती. त्याने दोन ग्लास भरले. एक मिथिलाला देऊ केला.

"नको मला. आज नाही वाटत घ्यावीशी."

"अगं, आज तर घ्यायलाच हवी!... बंगल्याचं सेलिब्रेशन नको करायला?"

"आपण मारे बंगल्याचा आनंद साजरा करू... पण बंगल्याला काय वाटत असेल आपल्याविषयी, कोण जाणे! मी इतकी वर्षं त्याचं तोंड पाहिलं नाही... याचा रागही येत असेल!"

"हं- आता विनाकारण खंत करू नकोस." सिद्धेश्वर किंचित काळजीच्या स्वरात म्हणाला.

"का? पुन्हा मला अटॅक येईल?" त्याची काळजी ओळखून मिथिलेने विचारले.

"छे, आता अटॅक बिटॅक काही येणार नाही... तू कम्प्लीट बरी झालीयेस. पर्फेक्टली नॉर्मल."

"खरंच तुला असं वाटतं?"

"मला वाटतं, म्हणजे...? डॉक्टरांनी सर्टिफिकेट दिलंय तसं."

मिथिलेने एका ग्लासमध्ये ऑरेंज ज्यूस ओतून घेतला. "आय ॲम नॉट टेकिंग एनी चान्सेस. मी यापुढं अल्कोहोल कधीच घेणार नाहीये. ज्यानं डोकं आउट होईल, असं काहीच नाही. चिअर्स!"

त्याने आपला ग्लास तिच्या ग्लासला टेकवला आणि 'चिअर्स!' म्हणून तोंडाला लावला.

"उगाच घाबरतेयस तू!" तो म्हणाला, "तुला पुन्हा वेड लागण्याची अजिबात भीती नाहीये, असं म्हणत होते डॉक्टर कूपर! पूर्वी तुला अटॅक्स यायचे ते इनसिक्युरिटीमुळे! कितीतरी वर्षं ममी आणि तू, दोघीच एकमेकींना होता. पपा जवळ नाही, हा बंगलाही दुरावला, याची खंत होती. म्हणून तुझ्या डोक्यावर परिणाम झाला. पण आता मी आहे ना?... हॉस्पिटलमधले सहा महिने किती चांगले काढलेस! तुला अभिमान वाटायला हवा... शॉक्स न घेता निव्वळ मेडिकेशन आणि थेरपीनं बरं होऊन दाखवलंयस तू! दॅट इज रिमार्केबल!"

मिथिला त्याच्याकडे पाहत राहिली. किती आधार देत राहतो हा आपल्याला!... याच्या सततच्या उत्तेजनानं आणि आपल्याला समजून घेऊन वागण्यानंच आपण बऱ्या झालो! नाही तर...

"पण लक्षात ठेव!" सिद्धू म्हणाला. "एकसारखा विचार करायचा नाही... कशाचीही खंत करायची नाही! ब्रूडिंग करायचं नाही! हसायचं, मोकळेपणानं

बोलायचं... मजेत राहायचं!''

''माझ्या, काय मनात येतं माहितेय का सिद्धू...'' ज्यूसच्या ग्लासमधल्या बर्फाच्या खड्यांकडे पाहत मिथिला म्हणाली,''पपा आणि ममी एकमेकांना दुरावले नसते, तर सगळंच वेगळं झालं असतं!''

''असं बोलून आता काय उपयोग? भूतकाळ थोडाच बदलणारेय?''

''दॅट्स व्हेरी सॅड.'' मिथिला म्हणाली. ''भूतकाळ बदलता येत नाही. आणि सगळा अर्थ नंतरच लागणार असतो. पण नंतर कळून उपयोग काय? एकदा घडून गेलेलं, पुन्हा कधीच बदलणार नसतं. भूतकाळातल्या चुका दुरुस्त करण्याची संधीच माणसाला कधी मिळणार नसते. किती दुःखाची गोष्ट आहे, नाही, ही?''

''दुःखाची, की समाधानाची, हे मानण्यावर आहे.'' सिद्धेश्वर ग्लास पुन्हा भरत म्हणाला, ''कधी कधी,जे घडलेलं असतं, ते तसं घडलं नाही तर बिघडणार असतं. त्याच्या जागी जे घडलं असतं, ते अधिक दुःखाचं असू शकतं. म्हणून, घडलेलं बदलत नाही, हेच ठीक! एनी वे, तू असले काहीतरी चमत्कारिक विचार करीतच जाऊ नकोस.'' तो म्हणाला.

''नाही कसं?... प्रत्येकाच्याच मनात येतं... हे असं का झालं? –ते टळलं असतं का?... वेगळं काही झालं असतं, तर आज आपण कुठं असतो?... तूच बघ ना- मम्मीनं पपांना सोडलं नसतं, तर मी मजेत याच बंगल्यात वाढले असते. मला वेडाचे झटके आले नसते.''

''असं काही नाही. कितीतरी आईबाप वेगळे होतात. त्यांची मुलं तात्पुरतं वाटून घेतात. पण पुढे चारचौघांसारखीच होतात.''

''पण मला नाही झालं ते शक्य!... मला एकसारखी आठवण यायची पपांची. काहीही केलं तरी, यावर पपा काय म्हणाले असते, असा विचार यायचा मनात. आणि त्याप्रमाणे वागायचा प्रयत्न मी करायची. मला खूप आवडायचे पपा. अशी लहानशी मूर्ती... देखणा चेहरा, पण त्यावर गोंधळल्यासारखा भाव... अगदी मोजकं बोलणं! जसं काही आपण अधिक बोललो तर कोणी ऐकून घेणार नाही, अशी भीती वाटायची त्यांना!... ममीचा स्वभाव याच्या उलट! स्पष्ट काय ते बोलायचं, कुणाचाही मुलाहिजा न ठेवता!... तिला कसलीच भीती वाटत नसे. मला वाटतं, तिला मरणाची देखील भीती वाटली नसेल! –डॉक्टरांनी कॅन्सरचं निदान केलं, ते तिनं शांतपणे स्वीकारलं... आणि ती गेली...''

मिथिला रडू लागली. सिद्धेश्वरने तिच्या पाठीमागून हात टाकला आणि तिला जवळ घेतले. पण तिचे रडणे कमी होण्याऐवजी वाढत गेले.

सिद्धेश्वर तिला शांत करण्याचा प्रयत्न करू लागला.

नक्षीदार जाळीच्या खिडक्यांमधून गार वारे आत आले. त्याने छतावरून खाली

लोंबकळणाऱ्या हंड्या किंचित् हलल्या. त्यामुळे दिवाणखान्यात काही सावल्या इकडून तिकडे सरकल्या.

मिथिला जे बोलली, त्यातले बरेच काही सिद्धेश्वरला माहीत होते. पण मिथिलेच्या मनात येईल ते तिने मोकळेपणाने बोलावे, काही दडपून ठेवू नये, अशी शिस्त त्याने तिला मुद्दामच लावली होती, डॉ. कूपरांच्या सांगण्यावरून. त्यामुळे तिचे तेच तेच बोलणेसुद्धा न कंटाळता ऐकण्याची सवय त्याने स्वतःला लावून घेतली होती...

"माझे पपा असे बुजल्यासारखे, गोंधळल्यासारखे का झाले माहितेय्?... त्यांचे वडील,आणि आई यांचं बिनसलेलं होतं!"

"-तू सांगितलंयस आधी एकदा."

"आजोबा म्हणे आक्रस्ताळी स्वभावाचे होते. आजीनं खूप सहन केलं. पण अशक्य झालं, तेव्हा तिनं एक वेगळाच मार्ग काढला... ती चोरून दुसऱ्या एका माणसाला भेटायला लागली... आजोबांना हे कळलं- आणि त्यांनी एका रात्री... सिद्धू तुला कल्पना करता येते? इथंच- या शांत वास्तूमध्ये एक खून झालाय्!"

"प्लीज... मिथिला- पुरे झाल्या ना या जुन्या गोष्टी! तुझा जन्मसुद्धा झाला नव्हता, तेव्हाच्या या हकिकती पुन्हा पुन्हा बोलून आता काय होणारेय्?"

"माझा जन्म नसेल झाला तेव्हा... पण हा बंगला होता ना, त्यानं सगळं पाहिलंय... आज इथं आल्यापासून तोच मला एकसारखा या सगळ्या आठवणी देतोय... आपण हे असं त्याच्याविषयी, आणि त्याच्या पोटात दडलेल्या घटनांविषयी बोलावं- ही त्याचीच योजना आहे."

आता खिडक्यांमधून वाऱ्याचे जरा अधिकच जोराचे झोत आले- आणि कमानदार दरवाजांची तावदानेदेखील वाजली. हंड्या आता अधिक जोराने हलल्या. आणि कशाकशाच्या कोण जाणे, पण सावल्या गर्रकन दिवाणखानाभर फिरल्या... नंतर क्षणाक्षणाने अधिक स्थिर होत गेल्या...

मद्य न घेताही मिथिलाला जशी काही वातावरणाची नशा चढली. हळूहळू तिच्या पापण्या लवू लागल्या... मान मधे मधे गचकन खाली झुकू लागली.

"चल- तुला झोप येतेय. रात्रही बरीच झालीये. आपण झोपायला जाऊया."

त्याने तिला सहजपणे उचलले. ती मिटल्या डोळ्यांनीच किंचित् हसली. त्याच्या गळ्यात टाकलेल्या हातांची मिठी तिने अधिकच पक्की केली.

"या बंगल्यातली- या बेडरूममधली- आपली आज पहिली रात्र.." असे म्हणत त्याने तिला बिछान्यावर ठेवले.

प्रशस्त उंच खिडक्यांमधून चांदणे आत आले. झुळझुळीत पडदे वाऱ्याने सळसळले...

बाहेरचा उंबर काहीतरी कुजबुजला... त्याची दोनपाच फळे टपटप पडली... रातराणीच्या सुगंधाने बेडरुम घमघमून गेली...

झोपलेल्या मिथिलेच्या शेजारी अंग टाकता टाकता सिद्धेश्वरच्या मनात आले... या बंगल्याने कमीत कमी तीन जोडपी पाहिली... तीन काळातली.... पहिल्याचा संसार विस्कटला, दुसऱ्याचा विस्कटला-आता आपला- या तिसऱ्या जोडीचा संसार तरी धड टिकणार आहे, की नाही?... म्हणा, का नाही टिकणार? त्या पतीपत्नीचं प्रेम नव्हतं एकमेकांवर!- पण आपलं, खूप प्रेम आहे... ते तसंच कायम टिकवायचं!- वाढवायचं!

मध्यरात्री मिथिलेला जाग आली... दचकून नव्हे, अगदी शांतपणे तिने डोळे उघडले.

नाइट लॅम्पचा मंद सोनेरी प्रकाश बेडरुमभर पसरला होता...

मिथिलेने शेजारी झोपलेल्या सिद्धूच्या उघड्या पाठीवर हात टाकला. तो अजिबात जागा झाला नाही. अगदी गाढ झोपेत होता तो!

मिथिलेने कुशी बदलली. तरी झोप येईना.

ती उठली. पाणी प्यायली. मग काही वेळ बिछान्यातच बसून राहिली. खिडकीतून, चांदण्यामध्ये हलणाऱ्या झाडाझुडपांच्या चित्रविचित्र आकारांकडे पाहत राहिली.

तिला त्या आकाराची भीती वाटली नाही. पण एकूणच अस्वस्थ वाटत राहिले.

काहीतरी करायचे राहून गेले आहे, अशी एक विचित्र जाणीव होत होती. पण काय? काही कळेना. परत झोपही येईना.

हळूहळू तिच्या लक्षात आले. बंगला बघायचे राहून गेले आहे. इतक्या वर्षांनी आपण इथे आलो... पण खालचा हॉल, किचन, बेडरुम एवढेच पाहिले. वरच्या खोल्या पाहिल्याच नाहीत.

बंगल्याला काय वाटले असेल?... आपण आता त्याची मालकीण- पण त्याची पुरती विचारपूस करावी, एवढेही आपल्या मनात आले नाही ना?... तो मात्र ते पक्के मनात धरून बसला... त्याने आपल्याला झोपेतून जागे केले. चल आत्ताच, माझी राहिलेली बाजू पाहून घे, अशी टोचणी लावून! ती सावकाश उठली. उशाशी ठेवलेला टॉर्च तिने ऑन केला. ती बेडरुमच्या बाहेर पडली. सावकाश, जिन्याकडे वळली...

क्षणभर तिच्या मनात आले. आपण झोपेत तर चालत नाही ना?... ही परत वेडे होण्याची नांदी नसेल ना?

पण लगेच तिने तो विचार झटकून टाकला. डॉ. कूपरांनी सांगितलेय् ना? सिद्धू म्हणतो ना? मग आपण आता पूर्ण बरे झालो आहोत...

नाइटी किंचित वर उचलून ती जिना चढू लागली. घरातल्या नोकरांनी घर अगदी कमालीचे साफसूफ ठेवलेय्!- जिन्याच्या कठड्यावर धुळीचा कणदेखील नाही!

ती वरच्या मजल्यावर पोहोचली. वरच्या खिडक्या बंद होत्या. पण तावदानातून बाहेरच्या चांदण्याचा प्रकाश अपारदर्शकपणे आत येत होता. त्यात तावदाने दुधी झाली होती.

तिथे संपूर्ण काळोख नव्हता. एक अगदी मंदसा हिरवट प्रकाश सगळीकडे पसरला होता. आपण कुठे उभे आहोत, याचा मिथिलेने थोडासा अंदाज घेतला.

खालच्या मजल्यावरच्या दिवाणखान्याला ही जागा समांतर होती. पण तितकी प्रशस्त नव्हती. कारण इथून चारी बाजूंना खोल्या काढलेल्या होत्या. त्या सर्वांची दारे बंद होती. तिथे कुणीच राहत नव्हते. नोकरचाकरसुद्धा.

मिथिलेने त्यातल्या एका बंद दारावर टॉर्च रोखला. दाराला बाहेरून कडी लावलेली नव्हती. तिने ते सहज ढकलले. त्याबरोबर ते एकदम उघडले.

टॉर्चची तिरीप आतल्या मंद हिरवट प्रकाशावर पडली.

आणि एकदम तिथे हालचाल जाणवली. कोणीतरी घोगऱ्या आवाजात विचारले- "कोण आहे?"

दचकल्यामुळे मिथिलेच्या हातातला टॉर्च खाली पडला. तो प्रकाशाचे बिंब इकडेतिकडे पाडीत जमिनीवर घरंगळला.

मिथिला घाबरून पळूनच जाणार होती. पण जाण्यापूर्वी टॉर्च घेण्यासाठी ती खाली बसली.

पुन्हा मघाचाच आवाज, पण आता स्वत:च थोडा घाबरल्यासारखा आला, "कोण आहे?"

कशी कोण जाणे, (कदाचित त्या आवाजातला जोर थोडा कमी झाल्यामुळे) मिथिलेची भीती कमी झाली. तिने अंदाजे दाराजवळ हात फिरवला. हाताला स्विचबोर्ड लागला, त्यावर बोटे टेकली- खोलीत उजेड पडला. दोन छोट्या, मंद, लोंबत्या दिव्यांचा.

खोली रिकामी नव्हती.

खोलीत एक डबलबेड होता. त्यावर एक स्त्री झोपली होती. गाढ.

बेडजवळच एक गृहस्थ उभा होता. साधारण चाळिशीचा. तब्येतीने सुदृढ. मिशा ठेवलेला. काहीतरी, अतिशय महत्त्वाचे काम करताना व्यत्यय आल्याप्रमाणे तो मिथिलेकडे संतापून पाहत होता.

त्याच्या हातात एक उशी होती.

ती उशी पाहताच सारा प्रकार मिथिलेच्या लक्षात आला. ती म्हणाली-"थांबा आजोबा, मी हे तुम्हाला करू देणार नाही."

"नाही. ती मेलीच पाहिजे. बेईमान रांड!"- असे म्हणून तो ती उशी त्या स्त्रीच्या नाकावर ठेवून दाबू लागला.

आपण या प्रकारात प्रत्यक्ष जाऊ शकतो का, याचा विचार होण्यापूर्वीच मिथिला त्या गृहस्थाच्या हातातून उशी काढून घेण्याचा शर्थीचा प्रयत्न करू लागली होती. त्याने तिला ढकलून दिले... पण ती परत जाऊन त्याच्याशी झटापट करू लागली.

त्यांचा झगडा चालू असतानाच त्या आवाजाने ती झोपलेली स्त्री जागी झाली आणि मिथिलेला पाहून किंचाळली. उठली, आणि धावत जाऊन एका दाराआड दडली. तिथून भीत भीत पाहू लागली.

"कोण आहेस तू? पिशाच?... आजवर कधीच कशी दिसली नाहीस?"- त्या गृहस्थाने विचारले.

त्याने 'पिशाच' म्हणताच, ती स्त्री पुन्हा किंचाळली.

"घाबरू नकोस. आजी-" मिथिला आवाजाच्या अनुरोधाने म्हणाली,"मी नात आहे तुझी, सदानंदची मुलगी."

"कसं शक्य आहे?" गृहस्थ आश्चर्याने म्हणाले,"सदू जेमतेम पंधरा वर्षांचा आहे."

"आत्ता असतील; पण पुढे कधीतरी त्यांना मुलगी होणारेय्. ती मी- मिथिला.'

आजोबा थक्क होऊन बिछान्यावरच बसले. "म्हणजे काय म्हणतेय्स?- मला समजत नाही..."

"समजेल. आधी मला सांगा– तुमचं हे काय चाललं होतं?"

"ते तुला नाही कळायचं."

"मला सगळं कळतंय्. तुम्ही आजीचा खून करीत होता, ही उशी तिच्या नाकावर दाबून, झोपेतच-"

मिथिलाची आजी दारामागूनच रडायला लागली. मोठ्याने नाही, पण हमसून हमसून.

आजोबा आजीच्या अंगावर खेकसले, "गप्प बस ग. कोणी तुला काही करीत नाहीये."

"केलात... तुम्ही तिचा खून केलात!" मिथिला म्हणाली. "–आणि तुमचं हे पाप पुढे सबंध घराण्याला आपापल्या परीनं निस्तरावं लागलं!"

"शक्यच नाही. डॉक्टर, दम्याचा अटॅक येऊन श्वास कोंडला, असं सर्टिफिकेट

देतील. तसा तिला दम्याचा विकार आहेच!''

"तुमचा खून उघडकीला आला! तुम्ही डॉक्टरकडून खोटं सर्टिफिकेट मिळवलंत, पैसे देऊन! पण पुढं तिच्या त्या मित्रानंच बोंबाबोंब केली. मग पोलिसांनी आपला इंगा दाखवून तुमचा कबुली जबाब मिळवला.

"तुम्हाला जन्मठेपेची शिक्षा झाली. दोन वर्षं चांगल्या वागणुकीमुळे सूट... तब्बल बारा वर्षं तुरुंगात घालवावी लागली. आईचा खून झाला आणि तो प्रत्यक्ष वडिलांनीच केला, या गोष्टीचा, पोरगेल्या सदानंदावर भयंकर परिणाम झाला. लोक त्याच्याकडे बोटं दाखवायला लागले. तो कुठं जाईनासा झाला. कुणाशी बोलेनासा झाला... बुजायला लागला... त्यानं शिक्षण अर्धवट सोडलं....''

"मला कल्पना नव्हती- माझ्या कृत्यामुळं असं काही...''

"आणखी पुष्कळ झालं, तुमच्या कृत्यामुळं.'' मिथिला चिडून म्हणाली, "आपल्या वागण्याचे मुलांवर परिणाम होतील, हे पुष्कळजण सोयीनं विसरून जातात. माझे पपा तुमच्यामुळं आयुष्यातून उठले... आणि त्यांच्या स्वभावाला विटून ममीनं त्यांना सोडलं- नाहीतरी तिनं त्यांच्याशी दयेपोटीच लग्न केलं होतं.. नको होतं करायला... पण केलं, आणि नंतर सोडलं, म्हणून मी-मी मेन्टल केस झाले!''

"या-या सगळ्या पापाचा धनी मी?''- आजोबा पुरतेच खचून गेले होते.

"हो. मी आता बरी आहे... पण तारुण्याची दहा तरी वर्षं मी जे काय भोगलंय्, ते माझं मला माहीत!- म्हणून– म्हणून मी तुमच्या हातातली ती उशी काढून घेतली...''

"फार चांगलं केलंस बाळ, पुन्हा कधीच मी हे पाप करणार नाही. या पापाचा विचार जरी मनात आला, तरी पुढे काय झालं ते मी डोळ्यांसमोर आणीन-''

"माझं तसं काही नाहीये ग!- हे निव्वळ संशयानं-'' मिथिलेची आजी पुढे येऊन म्हणाली,"पण तू चांगले डोळे उघडलेस त्यांचे. ये भेट मला अशी-''

तिने मिथिलेला मिठीत घेण्याचा प्रयत्न केला... पण ना तिला कसला स्पर्श झाला ना मिथिलेला...

मिथिला त्या खोलीतून बाहेर पडली. आपल्या पाठीमागे तिने दार लावून घेतले...

बाहेर मंद हिरवट प्रकाश फक्त जमिनीवर खेळत होता. भिंती काहीशा अंधारातच विरघळल्या होत्या, म्हटले तरी चालेल!

मिथिलेला काहीतरी मिळवल्यासारखे, कर्तबगारी करून परतल्यासारखे वाटत होते. आजोबांना त्यांची चूक समजावून देणे, तिला वाटले होते त्यापेक्षा खूपच सोपे गेले होते. खरेच, कुणी अशा लहान लहान कृती करून इतिहास बदलू शकले

असते का?

कोण जाणे! निदान ती तरी ते करू शकली होती!-तिचा जन्म होण्याआधी घडलेली चूक ती दुरुस्त करू शकली होती!

-म्हणजे पुढचे सगळे बदलले असणार... मुख्य म्हणजे आई-वडील दोन्ही वाचल्यामुळे पपा माणसांतून उठण्यापासून वाचले असणार!... आणखी खूप कायकाय झाले असेल... निदान ममीने पपांना सोडले तरी नसेल!

समोरची खोली ओळखीची आहे असे वाटतेय. आपण लहानपणी, लपाछपी खेळताना, ज्या खोलीत धावत धावत लपायला जात होतो, तीच बहुधा ही!... आतमध्ये अंधार असायचा... आणि तिथे लपले तर कधीच सापडायला व्हायचे नाही.

दाराला तेव्हा कडी नसायचीच! आताही ती नव्हती.

मिथिलेने दार ढकलले. ते उघडले. आतमध्ये आताही अंधार होता. फक्त टेबललॅम्प लावलेला होता. आणि टेबलाशी बसून ममी काहीतरी लिहीत होती.

ती काय लिहितेय्, हे वाचायला मोह मिथिलेला आवरला नाही, ती पाय न वाजवता ममीच्या पाठीमागे जाऊन उभी राहिली. आणि तिच्या खांद्यावरून वाचू लागली-

"सदानंद- मी मिथूला घेऊन घर सोडत आहे. फार विचार करून मी हा निर्णय घेतलेला आहे. तो बदलावा, असा प्रयत्न करू नकोस. मी तो बदलणार नाही..."

हे काय?- पूर्वी लिहिलेली तीच्च चिठ्ठी (मिथिलेला ती अजूनही आठवते.) आताही ममी लिहितेय्. पण... आजोबांनी खून न केल्यामुळे मधल्या काळात सगळे बदललेय ना? मग...असे कसे?

"ममीऽ' तिने हाक मारली.

ममी केवढ्यांदा दचकली!

"क- कोण आहेस तू?"

"कमॉन ममी- तू मला ओळखत नाहीस?"

"तुझा चेहरा ओळखीचा वाटतोय्!- थोडा आमच्या मिथूसारखा... तू आमच्या नात्यातली वगैरे कोणी..."

"मी तुझी मिथूच आहे ममी. पण आणखी काही वर्षांनंतरची."

"आणखी काही वर्षांनंतरची-म्हणजे..."

"ममी- ही चिठ्ठी का लिहितेयूस तू?"

"का म्हणजे? -मी सोडायचं ठरवलंय सदाला. इनफ् इज इनफ्. मला सहन होईनासं झालंय्. ही गेट्स ऑन माय नर्व्हज."

"पण ममी-पपांना आता कसलाच कॉम्प्लेक्स नाहीये. आजोबांनी आजीचा

खून केलेला नाहीये....''

''खून-? आजीचा? व्हॉट नॉन्सेस! ऑफ कोर्स देअर इज नो सच थिंग! सदाला?- आणि इन्फिरिऑरिटी कॉम्प्लेक्स? अनथिंकेबल! तो दुसऱ्याला कॉम्प्लेक्स देईल असा आहे!... आपण फार हुशार, आपण फार शिकलेले, मॉडर्न, हँडसम, एक्झिक्युटिव्ह इन ॲन अमेरिकन कन्सर्न... याचा गर्व आहे त्याला! त्या भरात तो माझा कसलाही अपमान करायला मागंपुढं पाहत नाही!... कुठल्या कुठल्या मैत्रिणी तर आहेतच... पण चीप बारमधल्या मुलीदेखील–शी!... त्यातनं पिणं तर अगदी रोजचं आहे!- ते तर मिथू बघतेच आहे- पण बाकीचं तिला कसं समजावून देणार?''

मिथिलाचे पपा गाणे गुणगुणत आले. तिने त्यांना असे सुटाबुटात, तोंडात सिगारेट घेऊन, खिशात हात घालून मजेत फिरताना कधीच पाहिले नव्हते. त्यांचे केसही इतके दाट, इतके कुरळे, आणि मस्त भांग काढून बसवलेले असतात, हा तिला नवीनच शोध होता.

आल्याआल्या त्यांनी मोठा भोपळ्यासारखा गोल दिवा लावला. त्याचा सुरेख, डोळे सुखवणारा प्रकाश पडला.

''ओ- यू हॅव कंपनी...'' ते ममीला म्हणाले. ''मे आय नो हू इज धिस प्रिटी यंग लेडी?''

''मी तुमची मुलगी-मिथू!''

''नो नो नो- ही काय मस्करी आहे? मला काही इतकी चढलेली नाहीये!''

''नाही पपा- मी सांगते ते पटणं कठीण आहे... पण ते खरं आहे! एवढंच की ते आजचं सत्य नाही- उद्याचं आहे! पपा- तुम्ही एका वेगळ्याच जगात राहताय! जिथं हुशारी आहे- पैसा आहे- चैन आहे पण तेवढंच आहे!... मी विनवणी करते- जरा आमच्या जगात या!- जिथं ममी आहे...तुमची मिथू आहे! नाहीतर ममी तुम्हाला सोडून जाईल पपा! इथं- या बंगल्यात तुम्ही एकटेच राहाल!... आणि ममी एकटी कष्ट काढून मला लहानाचं मोठं करील!... या ओढाताणीत मला तुमच्या आठवणीनं... ॲटॅक्स यायला लागतील! ते वाढत जातील. मला मेन्टल असायलममध्ये ठेवावं लागेल!''

''यू आर एक्झॅजरेटिंग! असं... एवढं कसं होईल?''

''होईल नाही- झालं!... मी नुकतीच असायलममधून बाहेर पडलेय! माझ्यावर प्रेम करणाऱ्या सिद्धेश्वरच्या आधारानं! विश्वास नाही बसत? माझ्या डोळ्यांभोवतीची ही काळी वर्तुळं बघा! हातापायांच्या झालेल्या काड्या बघा!''

''डोन्ट बी एक्सायटेड, डिअर!... माझ्या मिथूचं असं काही भयंकर होणार असेल तर- वेल, मला कठीण जाईल स्वतःला सुधारणं... पण मी प्रयत्न करीन!

आय विल ट्राय हार्ड-व्हेरी हार्ड!.... पण हिनं मला कधीच सोडून जाता कामा नये! कायम- मला सोबत केली पाहिजे! माझ्या सगळ्या चुका सुधारण्यासाठी- मदत केली पाहिजे!''

''तू, आपण चुकतो, एवढं कबूल जरी केलंस ना सदा, तरी मी कायम तुझ्याबरोबर राहीन!'' ममी म्हणाली.

मिथिलाने आनंदाने त्यांना मिठी मारली. पण ती आकाशाच्या कवडशाला मिठी मारावी तशी...पोकळ होती...

मिथिला खोलीबाहेर आली. तिने खोली बंद करून घेतली. तिने एकामागून एक सगळे दिवे लावले.

आणि समोरच कोणीतरी स्त्री उभी असल्याचा तिला भास झाला. तिच्या अंगावर सरसरून काटा आला.

मग तिच्या लक्षात आले, की तो मोठा पूर्णाकृती आरसा आहे. नक्षीदार महिरपीचा. ती स्वत:शीच हसली. आरशाच्या अगदी जवळ गेली.

मात्र त्यात दिसणारी मिथिला अगदीच नवीन होती. तो भास नव्हता. तिच्या डोळ्याभोवतीची वर्तुळे नाहीशी झाली होती. गालांना थोडा रंग चढला होता. हातापायांच्याही आता काड्या राहिल्या नव्हत्या. ती अंगाने चांगली भरली होती.

कारण ती असायलममधून परत आली नव्हती. ती तिथे कधी गेलीच नव्हती.

कारण तिला कधीच वेडाचे झटके आले नव्हते.

कारण तिच्या आईवडिलांनी तिला नेहमीच लाडात वाढवले होते.

त्या दोघांचे एकमेकांवर फार फार प्रेम होते. ते कधी आटले नव्हते.

आणि त्यांच्यावरही त्यांच्या आईवडिलांनी फार फार प्रेम केले होते. त्यांनी कधी एकमेकांचा संशय घेतला नव्हता... कधी एकमेकांना मारण्याचा प्रयत्न केला नव्हता.

सगळे छान होते. कारण भूतकाळ आता दुरुस्त केलेला होता.

सगळे सगळे बदललेले होते...

मिथिला आनंदाच्या लहरींवर तरंगतच खाली आली, आणि सिद्धेश्वराच्या कुशीत शिरून झोपी गेली...

काही वेळाने त्याला जाग आली. सिद्धेश्वरला नव्हे- सिद्धूलाही नव्हे– सिद्धानंदला!

त्याने डोळे उघडले. बेडलॅम्पच्या मंद सोनेरी प्रकाशात बेडरुम नाहत होती.

त्याने मिथिलेला हलकेच बाजूला केले. तो सावकाश उठून बसला. मिथिलेकडे पाहत राहिला..

सगळे सगळे बदललेले होते... त्यामुळे मिथिलेला तिच्यावर प्रेम करणारा

सिद्धेश्वर भेटलाच नव्हता. तिला भेटला होता सिद्धानंद. तिच्या श्रीमंतीवर डोळा ठेवून असलेला.

त्याचा बेत आत्तापर्यंत तरी चांगलाच यशस्वी झाला होता. पिढीजात श्रीमंत आईबापांची एकुलती एक, लाडात वाढलेली मुलगी त्याने ठरवून गळाला लावली होती.

तिचे आजी-आजोबा तर कधीच गेले होते. पपा आणि ममी सुद्धा वेळच्या वेळीच हे जग सोडून गेले होते...

आता ती एकटीच होती. घरचा सारा पैसा, आता तिच्याच मालकीचा होता. नुकतीच सॉलिसिटर्सनी बंगल्याची मालकीदेखील तिच्या नावावर केली होती.

आता फक्त संधीची वाट पाहायची. एकदा का मिथिला वाटेतून दूर झाली, की चैनच चैन! बार्स, पोरी, रेस, कॅसिनो...

संधी मात्र नामी शोधायची. ॲलिबाय चांगली बघायची. कोणालाच पत्ता लागता कामा नये. कोणाला कल्पनाही येता कामा नये. किती आपटली, तरी पोलिसांना जाम शोध लागता कामा नये!

घाई नाही... प्लॅन नीटपणे आखला पाहिजे... तोवर प्रेमाचे नाटक व्यवस्थित चालू ठेवायला पाहिजे..

सिद्धानंद हातातल्या उशीबरोबर चाळा करीत राहिला.. तिच्याशी खेळता खेळता, तिचा वापर कसा करायचा याच्या कल्पना मनात खेळवू लागला...

◆

किंबहुनेसारखा तिरसट माणूस मी आजवर पाहिलेला नाही.

लहानशा कारणाने उखडेल, समोरच्याला घालूनपाडून बोलेल, कोणासमोर बोलतो आहोत, त्याचा काय परिणाम होईल, कशाकशाचा विचार नाही! सतत आपला चिडकटपणा करायचा! काम उपसायची ताकद रेड्यासारखी, पण सतत कामाच्या ओझ्याखाली असल्यासारखा त्रासलेला!

अशी माणसे नुसतीच तिरसट नसतात, मूर्खही असतात. नाहीतर कधी चिडावे, कधी शांत राहावे, याचे तारतम्य त्यांना असणार नाही का? आमची अकाउंटंटची फर्म- मेहेर, भरुचा अँड कंपनी बऱ्यापैकी नावाजलेली आहे. मुख्य ऑफिसच्या खालोखाल आमची शाखा महत्त्वाची आहे. आणि इथला चीफ किंबहुने (मी त्याचा असिस्टंट)... म्हणजे किंबहुनेकडे एक महत्त्वाचे पद. ते सांभाळणाऱ्या माणसाने आपला आब राखायचा तर जाता येता स्टाफच्या अंगावर ओरडू नये, एवढा तरी पोच ठेवावा? त्यातून सीएचा कारभार म्हणजे मार्च-डिसेंबर सोडले तर एरवी आरामाचा, निदान रिलॅक्स्ड राहून करता येण्यासारखा... तेव्हा प्रचंड टेन्शनमुळे माणसाने कातावून जावे, अशी परिस्थिती नाही. पण हे साल्या किंबहुन्याला समजेल तर ना?

त्या दिवशी मी त्याच्या कॅबिनमध्ये बसलो असताना असाच कुठल्या तरी क्षुल्लक कारणावरून तो माझ्या अंगावर ओरडू लागला.

प्रार्थना

मी म्हटले,"हळू, स्टाफला वाटेल, आपलं भांडण चाललंय."

"वाटू दे" किंबहुने वसपटला,"तू आधी मला सांग, या पी. रतिलालला तू एकदा समज का देत नाहीस? म्हणावं, बॅलन्स बुक्सही अपटुडेट ठेवता येत नसतील, तर कंपनी बंद करा. तू ना उपाध्या, नको तिथं शामळूपणा करतोस..."

हे शेवटचे वाक्य, त्याच वेळी, दारावर टकटक न करता आत आलेल्या शिवारेने ऐकले.

"शिवारे" किंबहुने आपल्या रागाचा झोत तिच्याकडे वळवीत म्हणाला-"आंत येताना नॉक करायचं. मे आय कमिन विचारायचं, हे किती वेळा सांगायचं तुम्हाला? इतकी साधी शिस्त पाळता येत नाही?... किती वर्षं नोकरी करताय तुम्ही?"

शिवारे स्वस्थ उभी, तिने 'सॉरी' म्हणण्याचाही त्रास घेतला नाही. त्यामुळे किंबहुने आणखीनच उसळला.

"शिवारे- से सॉरी." तो ओरडला.

ती निर्विकारपणे "सॉरी" असे पुटपुटली.

"आता बाहेर जा- आणि दहा मिनिटांनंतर परत या. आमचं महत्त्वाचं डिस्कशन चाललंय... जा तुम्ही. आणि पुन्हा याल तेव्हा आत येण्यासाठी परवानगी मागायचं विसरू नका."

शिवारे माझ्याकडे एक कटाक्ष टाकून निघून गेली... त्या कटाक्षाचे अर्थ अनेक होते...

आता, शिवारेला माझ्यासमोर फायर करून तिचा असा अपमान करण्यात पाच मिनिटे घालविली, त्यापेक्षा तिने काय काम आणले असेल, ते मिनिटभरात ऐकून झाले असते. पण इतका सूज्ञपणा दाखवील, तर तो किंबहुने कसला?

त्या संध्याकाळी, सगळा स्टाफ गेल्यावर- मी एकटाच बसलो असताना शिवारे आली. मी आश्चर्याने विचारले- "हे काय, अजून घरी नाही गेलात?"

"घाई नव्हती" ती म्हणाली. "घरी कोणी नाहीये वाट पाहणारं."

शिवारे एकटीच राहते, हे मला माहीत होते. म्हणून मी अधिक काही विचारले नाही.

"आज किंबहुनेसाहेब तुमच्या अंगावर ओरडले, ते मला मुळीच आवडलं नाही." ती म्हणाली. "खरं म्हणजे त्यांच्यापेक्षा तुम्ही कितीतरी अधिक एफिशियंट आहात. तुम्हीच त्यांच्या जागेवर असायला हवं. आणि त्यांनी-त्यांनी या ऑफिसमध्येच असायला नको."

"जाऊदे शिवारे. जगात सगळ्या प्रकारची माणसं असतात." मी विषय घाईघाईने आवरता घेतला. बॉसविषयी हाताखालच्या लोकांशी चर्चा करणे, हे चांगले ऑफिस एथिक्स नाही, पोलिटिकली करेक्ट नाही, हे मला माहितेय.

"किंबहुनेसारख्या माणसानं, खरं ना, या जगातंच असायला नको." शिवारे म्हणाली. आश्चर्य म्हणजे तिच्या त्या शब्दात राग नव्हता. फक्त एक निर्णायक ठामपणा होता.

मी चमकून तिच्याकडे पाहिले. पण आणखी काहीच न बोलता ती सरळ निघून गेली.

मी पाहत राहिलो. शिवारे एकटीच मागे थांबली, याचे कारण तिच्या घरी जसे वाट पाहणारे कोणी नव्हते, तसेच ऑफिसातही ज्याच्या सोबतीने घरी जावे, असे कोणी नव्हते. ना मित्र, ना मैत्रीण. मी तिच्याबरोबर जावे, अशी तिची अपेक्षा होती

का? मी ''थांब'' म्हटले असते तर थांबावे, यासाठीच ती आली होती का?... पण मी यातले काहीच केले नाही. स्टाफमधल्या, तिच्याबरोबरीच्या लोकांप्रमाणेच मलाही तिच्याविषयी दुरावाच वाटत होता. या दुराव्याचे नेमके कारण कदाचित कोणीच सांगू शकले नसते. पण शिवारे आपल्यातली वाटत नसे, एवढे खरे. तिच्यात काहीतरी अगम्य, समजण्यापलीकडचे होते. तसे तिचे बोलणे काही विशेष वेगळे नव्हते. रूप साधेच पण रेखीव, आणि रंग पूर्ण सावळा होता. उंची चार मुलींपेक्षा अधिक होती. आवाज किंचित घोगरा होता. आपल्या उंच, शिडशिडीत बांध्यामुळे, मोकळ्या सोडलेल्या तोकड्या केसांमुळे आणि नेहमीच गडद रंगाची साडी ब्लाऊज घातल्यामुळे ती चारचौघात उठून दिसायची. पण तिचे आकर्षण वाटण्यापेक्षा एक अंतरच तयार व्हायचे एवढे खरे... भरीत भर म्हणून तिचे थंड आणि मोजके बोलणे!...किंबहुनेसारख्याला तिची चीड यावी, हेदेखील स्वाभाविकच होते.

त्यानंतर दोन-तीन वेळा तरी शिवारेची आणि किंबहुनेची ऑफिसात खडाजंगी झाली. तीही सगळ्या स्टाफसमोर. खडाजंगी, असे आपले म्हणायचे, पण आरडाओरडा एकट्या किंबहुनेनेच केला. तोही लहानसहान गोष्टींवरून. फायलिंग नीट केले नाही, एखादे पत्र गहाळ झाले, किंवा एखाद्या क्लायंटची फाइल वेळच्या वेळी किंबहुनेच्या टेबलावर आली नाही, एवढ्यावरून तो तिला नाही नाही ते बोलला, तेही सगळे लोक ऐकत-पाहत असताना. त्याच्या सरबत्तीवर ती एखाद दुसरेच वाक्य बोलली, आणि आव्हान दिल्याप्रमाणे त्याच्याकडे रोखून पाहत गप्पच राहिली. दर वेळी, तो ''से सॉरी!'' असे गरजल्यानंतर तिने तोंडातल्या तोंडात ''सॉरी'' म्हटले. तिच्याबरोबर कामे करणाऱ्या मुली अशा वेळी हटकून डोळ्यातून पाणी काढत किंवा तोंडावर रुमाल धरून मुसमुसत. पण तिने यातले काही केले नाही. त्यामुळे किंबहुनेच्या रागाचा पारा चढतच गेला. वाजवी नव्हते इतके, आणि स्वत:ला शोभणार नाही इतके तो बोलला. यामुळे स्टाफ मनातल्या मनात आपली हेटाळणी करतोय, असे जाणवून आणखीच संतापला. दरवेळी क्रोधायमान एक्झिट घेताना शिवारेविषयीच्या त्याच्या द्वेषावर आणखी एकेक पुट चढले. आणि तिनेही जशी काही थंडपणेच पण, मनातल्या मनात या अपमानांची तारीखवार नोंद केली...

यातल्या एकाच वेळी मी समोर होतो. पळणीटकरसमोर खुर्ची घेऊन त्याला काही समजावून देत होतो म्हणून. पण बाकीच्या दोन तीन वेळी माझ्या कानावर आले ते वेगवेगळ्या व्यक्तींनी सांगितले असले, तरी तपशील साधारण एकसारखाच होता...

त्यानंतर मी किंबहुनेला एकटा गाठून विचारले-"सर, राग मानू नका. पण शिवारेशी थोडं लिनिअन्ट नाही का वागता येणार?"

"-मग मी काय तिला खातो का गिळतो?"

"नाही... पण तुम्ही तिला नको इतकं फायर करता. तेही चारचौघांसमोर!"

"चारचौघांसमोर, म्हणजे?-प्रायव्हेटली करायला तो काय रोमान्स आहे?... तो तू कर हवं तर तिच्याबरोबर. ऑफिसची शिस्त सगळ्यांसमोरच लावायला हवी. तरच बाकीच्यांना समज येईल. सगळ्यांना शिस्तीची जाणीव देणं इज पार्ट ऑफ माय ऑफिशियल ड्युटी!"

"ते बरोबर. पण शिस्तीसाठी का होईना. एखाद्या मुलीला इतकं बोलायचं म्हणजे-"

"डांबरट आहे साली. मी इतकं बोलतो पण भडवीच्या डोळ्यात एक थेंब पाणी येत नाही. नुसती टकटक बघत राहते. ना लाज ना शरम! सोडून दे! तू कशाला बाजू घेतोस तिची? काही आहे वाटतं कनेक्शन?"

किंबहुनेसारख्या रेड्याच्या अकलेच्या माणसाला काही सांगायचा प्रयत्न करणे म्हणजे आपण घाणीत हात घालण्यासारखे होते. मी निरुत्तर झालो.

त्यानंतर दोनच दिवस उलटले. संध्याकाळची वेळ होती. ऑफिस अर्धे अधिक रिकामे झाले होते. मी चॅरिटेबल ट्रस्टचा काहीतरी प्रॉब्लेम किंबहुनेबरोबर सॉर्ट आउट करायला त्याच्या कॅबिनपाशी गेलो, तेवढ्यात आतून मला त्याने ओरडून म्हटलेले "गेट आउट" ऐकू आले. त्याच्या ह्या संतापाच्या मूडमध्ये त्याला भेटावे की नाही, अशा विचारात मी बाहेरच थांबलो. आत कोण असेल, याचाही अंदाज मी करून पाहत होतो. पण फार वेळ मला थांबावे लागले नाही. दोन पाच मिनिटातच कॅबिनचे दार ढकलून शिवारे बाहेर आली. एरवी मी दिसल्यावर ती थांबली नाही, असे कधीच होत नसे. पण या वेळी तिने, कसे कोण जाणे, मला पाहिलेसुद्धा नाही. आपल्याच तंद्रीत असावे, तशी ती निघून गेली...

मी रीतीप्रमाणे दारावर टकटक केले, आणि "येस" ऐकू आले नाही, तरीही तसाच दार ढकलून आत गेलो.

किंबहुने हाताने डोके धरून, गोठून गेल्यासारखा बसला होता, कसला तरी जबरदस्त धक्का बसावा, तसा.

मी घाईघाईने पुढे होऊन विचारले,"सर-? काय झालं सर?"

"साली हरामखोर!" स्वत:शीच बोलल्याप्रमाणे किंबहुनेने शिव्या दिल्या. मात्र त्या शिव्यांमध्ये त्याचा नेहमीचा आवेश नव्हता.

"पण-काय झालं, ते तर सांगाल!"

हळूहळू किंबहुने भानावर आला. पाणी प्यायला. कॅबिनलाच ॲटॅच्ड असलेल्या

बाथरूममध्ये जाऊन आला. मग खुर्चीवर बसत म्हणाला.. साली म्हणाली, मी मरणार म्हणून!''

''काय?'' मी चमकलो.

''मला म्हणाली, तुम्ही... थोड्या दिवसात मरणार!''

''तसं नको, मला पहिल्यापासून सांगा सगळं.''

किंबहुनेने सगळे सविस्तर सांगितले. प्रकार विचित्रच होता. अविश्वसनीय.

थोड्या वेळापूर्वी शिवारे किंबहुनेच्या कॅबिनमध्ये, आज ''मे आय कम इन सर?'' असे शिस्तीने विचारून आत शिरली. काळ्या रुंद काठांची लालभडक रंगाची सुती साडी. काळा ब्लाऊज. केस नेहमीप्रमाणेच मोकळे सोडलेले. तसा हा तिचा नेहमीचाच अवतार होता. पण कां कोण जाणे, किंबहुनेला आज तिची थोडीशी भीती वाटली. कदाचित तिच्या डोळ्यात त्याला काहीतरी वेगळे दिसले असावे.

त्याने ''बस'' न म्हणताच, ती त्याच्यासमोर बसली.

त्याने विचारले,''काय काम आहे?''

''सर, मी तुम्हाला सांगायला आलेय''- ती शांतपणे म्हणाली.''-की तुम्ही या जगात राहण्याच्या लायकीचे नाही आहात.''

''गेट आउट!'' किंबहुने ओरडला. (जे मी बाहेरून ऐकले होते.)

ती त्याच शांतपणाने म्हणाली- ''म्हणून तुम्ही मरणार आहात. लौकरच मरणार आहात.''

यावर किंबहुने ओरडू शकला नाही. त्याची वाचाच बसल्यासारखी झाली.

''मी आजपासून प्रार्थना सुरू करणार आहे. तुम्ही मरावंत, यासाठी प्रार्थना. अत्यंत मनापासून. ती यशस्वी होणार. शंभर टक्के यशस्वी होणार. तुम्ही मरणार. पण अशी प्रार्थना सुरू करण्यापूर्वी जो मरणार, त्याला पूर्ण कल्पना देण्याची चाल आहे. मी तुम्हाला सांगितलं. आता मी प्रार्थना सुरू करू शकते.''... काळीज कापत जाईल. अशा थंड स्वरात तिने एवढे सांगितले, ती खुर्चीवरून उठली आणि कॅबिनमधून बाहेर पडली...

किंबहुनेने सांगितलेली हकिकत ऐकून मी थक्क झालो. एरवी कदाचित मी त्याच्या या सांगण्यावर विश्वास ठेवला नसता. पण शिवारे कशी एका तंद्रीत बाहेर पडली, हे मी प्रत्यक्ष पाहिले होते. एका परीने, कॅबिनबाहेरून का होईना, पण मी त्या प्रसंगाचा साक्षीदार होतो...

''शी इज अ बिच. माझ्या कॅबिनमध्ये येऊन, माझ्या तोंडावर मला हे सांगण्याचा धीर कसा झाला तिला?''

''तिनं कोणाशी तरी पैज लावली असेल.'' एकूण प्रसंग हसण्यावारी नेण्याचा

प्रयत्न करीत मी म्हटले. "नंतर येऊन ती सॉरी म्हणेल... नक्कीच!"

"ते तर तिनं म्हणायलाच हवं. नाहीतर मी नोकरीवरून काढून टाकीन तिला. रांडेची मला, जगण्याच्या लायकीचा नाही म्हणते, म्हणजे–?"

"तुम्ही किती चिडता ते पाहायचं असेल तिला! एनी वे, द होल थिंग इज नथिंग मोअर दॅन अ प्रॅक्टिकल जोक!... मी विचारायला आलो होतो, या धरमशाला चॅरिटेबल ट्रस्टविषयी. आपण त्यांना..."

"जरा वेळ राहू दे तो ट्रस्ट." हाताने हवा उडवत तो म्हणाला. "मला सांग, तुला काही कल्पना आहे या प्रकाराची? कोणी मरावं म्हणून अशी प्रार्थना केली, तर मरतं माणूस?"

"अर्थातच नाही." मी म्हटले. "तुम्हाला एवढं अपसेट व्हायचं कारणच नाही. ती थोडी विक्षिप्त आहे. मनाला येईल ते करते.... माहितेय आपल्याला. शी इज अ फूल!"

"ते तर झालंच. पण या वेळी तिला महाग पडेल हा विक्षिप्तपणा. उद्याच नोटीस देतो मी तिला. समजतेय काय? ... शी वोन्ट गेट अवे विथ धिस!" किंबहुने म्हणाला. पण त्याच्या बोलण्यात नेहमीचा संताप नव्हता. उसने बळ आणून बोलावे, तसा तो बोलत होता.

मी पाहिलेय, जी माणसे एरवी फार आवेशाने बोलतात, ती गर्भगळीत फार पटकन होतात. किंबहुने एकीकडे नोटीस देण्याच्या गोष्टी करीत होता. पण प्रत्यक्षात तो खूप हादरला असावा. कारण त्या दिवशी आम्ही धरमशाला चॅरिटेबल ट्रस्टचे काम तर करू शकलो नाहीच, पण तो घरी जायलाही त्याच्या नेहमीच्या वेळेआधीच निघाला. नुसते तेवढेच नाही, तर मला, "सहज गप्पा मारू या!" असे म्हणून, गाडीतून त्याच्या घरापर्यंत सोबत घेऊन गेला! त्याच्या त्या गप्पांमध्येच केव्हातरी त्याने असेही सुचविले, की शिवारेच्या मनात नेमके काय आहे, हे मी काढून घ्यावे!

... मी अर्थातच तसे काही केले नाही. तिला त्या संबंधात काहीही विचारणे, म्हणजे तिच्या त्या शब्दांना उगाचच महत्त्व देण्यासारखे होते, आणि इतक्या वेडेपणाच्या बोलण्याकडे लक्ष द्यायचे तरी कशासाठी?

शिवाय मी कधीच आपणहून तिच्याशी काही बोलायला जात नसे. स्टाफमधले कोणीच कधी तिच्याशी फारसे बोलत नसल्यामुळे माझे तसे करणे डोळ्यात आल्याशिवाय राहिले नसते. आणि ऑफिसातली माझी इमेज बिघडवणे मला परवडण्यासारखे नव्हते.

मात्र मी एक केले. ऑफिसात वावरतांना, येताजाताना तिच्यावर लक्ष ठेवले. ती लंच टाईममध्ये आणि कामातून वेळ मिळाला असता, किंवा काम करतानादेखील

डोळे मिटून काहीतरी पुटपुटत असे. मी तिला किंबहुनेच्या कॅबिनमधून बाहेर पडताना पाहिले, तशाच तंद्रीत ती दिसायची. त्यावरून स्टाफमध्ये कुजबूजदेखील सुरू झाली होती...

एकूण प्रकार मी फारसा गंभीरपणाने घेतलाच नव्हता. तिचे पुटपुटणे, तंद्रीत असणे, हेदेखील तिच्या स्वभावातल्या विक्षिप्तपणाचाच एक भाग म्हणून मी सोडून दिले होते. तरीही मी एक गोष्ट केली. सहजच म्हणून का होईना, माझ्या सकाइट्रिस्ट मित्राची -देवरसची गाठ घेतली.

"देवरस," मी त्याला विचारले, "आपण दुसऱ्याच्या मरणासाठी प्रार्थना करू शकतो का?"

"का, नाही?" त्याने उलट विचारले, "दुसऱ्याच्या यशासाठी, विजयासाठी, आजारातून तो बरा व्हावा, जगावा यासाठी नाही का आपण प्रार्थना करीत? मग कोणी मरावा, यासाठी का नाही?"

मी कधी असा विचार केला नव्हता, म्हणून थोडा गडबडलो. मग म्हटले, "नाही... पण देवाकडे नेहमी आपण, आपल्या किंवा दुसऱ्याच्या, चांगल्याच गोष्टी मागतो, वाईट मागत नाही."

"चांगलं, वाईट सगळं सापेक्ष आहे. कुणी सांगावं. एखादा वाईट माणूस मरणं हे इतरांच्या कल्याणाचंही असू शकेल. दुष्ट माणूस विजयी होणं हे समाजाला घातक असेल... आणि देवसुद्धा ज्याचा त्याचा वेगळा वेगळा असू शकतो. प्रार्थना कोणाची करायची?- आपल्याला बळ देणाऱ्या शक्तीची. ही शक्ती आसुरी देखील असू शकते."

ऐकताक्षणी माझ्या अंगावर काटा आला. शिवारे कुठल्या शक्तीची प्रार्थना करीत असेल, काय माहीत?

"आता यातलं देव, दानव सगळं बाजूला ठेवून मी तुला निखळ मानसशास्त्रीय सत्य सांगतो." देवरस म्हणाला, "ते आहे, विश्वास. कन्व्हिक्शन. माणसाला स्वत:ला जर वाटलं, की आपण मरणार, तर त्याला कोणीही वाचवू शकत नाही. प्रार्थना, मंत्रतंत्र, जादुटोणा यांचा एकच परिणाम असतो.. त्या माणसाला नैतिक बळ देणं किंवा दुबळं करणं!"

"मला नीट नाही समजलं!"

"आफ्रिकेत बघ-अशी काळी जादू करतात. व्हूडू करतात. आपल्याकडेही करणी केली, की त्या भीतीनं माणूस आपला आपणच खचायला लागतो. लोक त्याला बाजूला काढतात. त्याचे दिवस भरत आलेयत् असं त्याला जाणवून द्यायला लागतात... मग तो धास्ती घेतो. खंगत जायला लागतो. ज्याला करणीबरणी

जाणवणार नाही, त्याच्यावर बिलकुल परिणाम होणार नाही. मुख्य भाग आहे, तो त्या माणसाला, आपण मरणार, असं वाटायला लावण्याचा! ते वाटायला लागावं, यासाठी बाकीचं सगळं!''

... मी किंबहुनेला हे सांगायचे ठरवले. माणूस कसाही असला, मला स्वतःला कितीही आवडत नसला, तरी त्याला, उगाचंच घाबरू नकोस, तुला काहीही होणार नाही, हे सांगणे माझे कर्तव्य होते.

मी त्याला दुसऱ्या दिवशी मुद्दाम भेटून विचारले. ''शिवारेला नोटीस देणार होता, त्याचं काय झालं सर?''

''नाही द्यायची, असं ठरवलं!''

''ते बरं झालं. मला वाटतं तिला नोकरीची गरज आहे!''

''तू उपाध्या नेहमी तिची बाजू घे! (किंबहुने माझं नाव कधीच नीट ''उपाध्ये'' असं घेत नसे. नेहमी उपाध्या!) मला वाटतं तुझी लाइन आहे तिच्यावर! पण लक्षात ठेव- मी तिला नोकरीची गरज आहे, म्हणून नाही नोटीस देण्याचं टाळलं!''

''मग?''

''मला वाटतं, नोटिशीनं ती अधिक चिडेल!... म्हणजे, ती जे काय प्रार्थनेचं वगैरे म्हणाली, ते मला खरं नाही वाटत. पण कशाला तिला अधिक बिथरवायचं- नाही का?''

म्हणजे- किंबहुनेला तिची भीती वाटायला लागलीये एकूण!

''पण सर- ती काय करणार करून करून?''

किंबहुने गंभीर झाला. मग म्हणाला-''मी तुला सांगणार नव्हतो. पण सांगतो!... काल रात्री ती मला दिसली!''

''कुठं? स्वप्नात?'' मी टिंगलीच्या सुरात विचारले.

''नाही. आमच्या घरासमोर मैदान आहे, तिथं... रात्री दहाच्या सुमाराला. मी आमच्या बेडरुमच्या छोट्या बाल्कनीत ड्रिंक घेत उभा होतो... तर ही आपली सरळ ठिय्या मारून बसलेली मैदानात. हात जोडलेले... आणि नजर आमच्या घराकडे... अशी टक लावलेली!''

''आय डोन्ट बिलीव्ह. रात्रीच्या वेळी-मैदानात- ती कशाला येईल?''

''प्रार्थना करायला. माझ्या मरणासाठी.''

''मग? तुम्ही काय केलंत?''

''एकदा वाटलं, सरळ पोलिसांना फोन करावा. माझ्या समोरच्या मैदानात एक संशयास्पद बाई वावरतेय असा. मग बसू दे तिला रात्रभर लॉकपमध्ये... मग म्हटलं, नको, तिला अधिक चिडवणं चांगलं नाही!... मी नुसती हाक मारली. शिवारे, शिवारे अशी. तशी ती ताडकन् उठली आणि चालायला लागली, आमच्या

घराकडे बघत बघत!''

"मी एक सांगू सर? तुम्ही हे सगळं डोक्यातून काढून टाका! असं कोणीही दुसऱ्याच्या इच्छेनं मरत नाही!''

"तसा माझा विश्वास नाहीच आहे रे!... अशी दहा जणींनी जरी माझ्या मरणासाठी प्रार्थना केली, तरी मी मरणार नाही!''

"दॅट्स द स्पिरिट!''

"तरीही- ती तुझ्याशी बोलते... तू तिला एकदा विचार... म्हणावं, बाई, हे चालवलंयस काय?''

"ठीक आहे. मी विचारतो. पण तुम्ही काळजी करू नका.''

संध्याकाळी माझे काम आटोपण्याआधी मी मेन हॉलमधल्या कपाटातून, "मार्केटिंग लॉ''चा व्हॉल्यूम काढण्यासाठी बाहेर गेलो... तर शिवारे तिच्या टेबलाशी नुसतीच बसलेली दिसली. गप्प. हातांची घडी घालून. खाली पाहत.

मी तिच्या अगदी जवळ गेलो, तरी तिची समाधी मोडली नाही. माझे सहज लक्ष गेले. तिच्यासमोर आमच्या ऑफिसच्या रौप्यमहोत्सव स्मरणिकेचे उघडे पान होते. त्यावर किंबहुनेचा फोटो होता. ती त्याच्याकडे टक लावून पाहत होती. तोंडाने पुटपुटणे चालूच होते.

मी म्हटले- "शिवारे, काय चाललेय?''

तिने स्मरणिका बंद करण्याचे श्रम घेतले नाहीत. म्हणाली-"प्रार्थना.''

"प्रार्थना? -कशासाठी?''

तिने उत्तर दिले नाही.

मी विचारले-"शिवारे, काल रात्री... तू किंबहुनेच्या घरासमोरच्या मैदानात जाऊन बसली होतीस?''

प्रश्न तसा अवघड होता. त्याचे उत्तरही अपेक्षित होते... छे, मी कशाला जाऊ?... त्यांना भास झाला असेल... वगैरे वगैरे.

पण ती तसे काहीच म्हणाली नाही. स्मरणिका मिटून पर्समध्ये ठेवत म्हणाली- "हो.''

मला काय बोलावे हे सुचेना. तरीही मी विचारले, "काय करीत होतीस?''

"प्रार्थना''

"किंबहुने मरावेत म्हणून?...''

"हो.''

"पण का?''

"मी मागेच सांगितलं होतं तुम्हाला. त्यांच्यासारखा माणूस या जगातच

असायला नको....''

"मे बी. पण अशी प्रार्थना करून थोडेच मरणारेयत ते?''

"मरतील.''

"कसे मरतील? शक्यच नाही!''

"पाहाल तुम्ही!'' तिने पर्स उचलली आणि ती ताठपणे चालत निघून गेली.

एवढे मात्र खरे, की किंबहुने दिवसेंदिवस मवाळ होत चालले होते. शिवारेला फायरिंग देणे तर सोडाच, पण ते तिच्या वाऱ्यालाही उभे राहत नसत. एकंदरीतच त्यांचा आरडाओरडा, आणि ज्याच्या त्याच्यावर तोंड सोडणे बरेच कमी झाले होते. स्टाफपैकी सर्वांनाच हे जाणवले होते. आणि हे कशामुळे झाले असावे, याचे कुतूहलही वाटत होते. आपापल्या परीने त्यांचे तर्क चालू होते, नाही असे नाही. पण आम्हा तिघांपैकी कोणी जोवर तोंड उघडत नव्हते, तोवर त्यांना सत्याची कल्पनासुद्धा करणे अशक्य होते.

शिवारेचे मात्र कामाकडे दिवसेंदिवस अधिकाधिक दुर्लक्ष होऊ लागले होते. म्हणजे ती कामात चुका करीत होती, असे नाही, तर ती आपल्या समोरचे काम शक्य तेवढे दुसऱ्यावर टाकू लागली होती. यामुळे तिला अधिकाधिक रिकामा वेळ मिळत असे. तो सगळाच्या सगळा वेळ ती डोळे मिटून, स्मरणिकेच्या पानाकडे किंवा शून्यात टक लावून तोंडाने पुटपुटण्यात घालवीत असे.

लोकांनी प्रथम याची चेष्टा केली. नक्कल केली, त्याविषयी चहाटळ शेरे मारले, पण शिवारेने तिकडे अजिबात लक्ष दिले नाही. तिला जणू आजूबाजूच्या लोकांचे भानच नसे. कामातून पाच मिनिटे मोकळी मिळाली, तरी तत्क्षणी तिची समाधी लागत असे. हळूहळू लोक या प्रकाराविषयी आपापसात गंभीरपणे बोलू लागले. त्यांना तिची थोडी भीतीच वाटू लागली. तिच्याविषयी अधिक दुरावा तयार झाला.

एकदा किंबहुने मला म्हणाले,"उपाध्या, काळजीचं काही कारण नाही बरं का!''

"म्हणजे?'' मला चटकन संदर्भ लागला नाही.

"म्हणजे... माझी हेल्थ! एकदम पर्फेक्ट. एव्हरीथिंग इज नॉर्मल! कालच सगळे रिपोर्ट्स आले!- डॉक्टर म्हणाले, एकदम फिट आहात तुम्ही!''

म्हणजे मरणाच्या भीतीने याने, मेडिकल चेकप करून घेतले होते!... आणि म्हणतो, दहाजणींनी प्रार्थना केली, तरी मी भीत नाही! ग्रेट आहे हा!

-आणि यानंतर दुसऱ्याच दिवशी, घरी जाऊन कपडे बदलून रिलॅक्स होतोय्,तोवर मला फोन आला.... ताबडतोब नानावटीला निघून या!... किंबहुनेंना ॲडमिट केलंय! त्यांच्या कारला ॲक्सिडेंट झालाय्!

मी तत्काळ हॉस्पिटलमध्ये पोहोचलो. किंबहुनेच्या गाडीला समोरून येणाऱ्या जीपची धडक बसली होती. तोच गाडी चालवत होता. समोरची काच फुटून तिच्या तुकड्यांनी चेहरा विद्रूप झाला होता. स्टिअरिंग व्हील छातीत घुसून श्वास अडकला होता. जगण्याची काही आशाच नव्हती. मी पोहोचलो, त्यानंतर तासाभरात तो खलास झाला. शेवटपर्यंत शुद्धीवरच आला नाही. त्यामुळे कशाविषयीच त्याची काहीही प्रतिक्रिया कळली नाही...

दुसऱ्या दिवशी, ऑफिसात एकच हैदोसहुल्ला! कोणी टेबलावर बसायलाच तयार नव्हते. सगळे जण घोळके करून किंबहुनेच्या मरणाविषयी बोलत होते. शेवटी मलाच थोडे कडकपणे, थोडे नरमपणे सांगून, विनवण्या करून त्यांना आपापल्या जागेवर पाठवून, काम सुरू करायला लावावे लागले.

बऱ्याच फोनाफोनीनंतर हेड ऑफिसकडून आदेश आला की, मी किंबहुनेच्या जागी निदान सध्यापुरते तरी काम पाहावे. त्याप्रमाणे मी ऑफिस थोडे स्थिरस्थावर करून, स्वत:चे टेबलही सांभाळून किंबहुनेच्या कामाचा चार्ज घेतला. त्याआधी, पद्धतीप्रमाणे एक छोटी शोकसभा देखील घेतली.

शोकसभेला शिवारे सर्वात पुढे बसली होती. माझ्या खुर्चीच्या बरोबर समोरच. सतत माझ्याकडे पाहत. बहुतेकांना ऑफिसला आल्यानंतरच, किंबहुने गेल्याचे कळले होते. तिला मात्र ते आधीच कळले असावे. नेहमीसारखे गडद रंगाचे कपडे न घालता आज तिने पांढरा शुभ्र पोशाख केला होता. पण त्यामुळे ती शोकमग्न न वाटता, उलट, नटल्यासारखी वाटत होती. तिच्या चेहऱ्यावरचा नेहमीचा हरवलेला भाव नाहीसा होऊन आता तिची मुद्रा विजयी वाटत होती.

खरे तर हा काही तिचा विजय नव्हता. किंबहुने गेला होता, तो अपघातात. त्याच्याशी तिचा काय संबंध?... पण दिवसभर ती अत्यंत उत्साहाने वावरत होती. आज ती नेहमीप्रमाणे डोळे मिटून प्रार्थना पुटपुटत नव्हती. उलट कधी नव्हे ती आज लोकांशी थोडेफार बोलताना दिसत होती. त्यामुळे लोकांचीही तिच्याविषयीची भीती काहीशी कमी झाली होती. संध्याकाळी ती नेहमीप्रमाणे मागे थांबून न राहता आज घोळक्याबरोबरच घरी जाण्यासाठी बाहेर पडली.

मला अर्थातच आज दोन्ही टेबलांचे मिळून रग्गड काम होते. नऊ वाजेपर्यंत मी ते जमेल तेवढे आटोक्यात आणले, आणि आंबलेल्या अंगाला आळोखेपिळोखे देऊन, दोन्ही बाजूंनी, मागे पुढे कंबर वळवून, थकवा गेल्याचे नाटक करून घरी जायला निघालो.

मात्र घरी न जाता देवरसच्या घरी गेलो.

तोही क्लिनिकमधून दमूनच आला होता. आम्ही दोघे मग ड्रिंक्सचे ग्लासेस

हातात घेऊन गप्पा मारीत बसलो.

सगळा प्रकार सांगून मी त्याला विचारले-"आता तू काय म्हणशील? शिवारेची प्रार्थना सफल झाली, की झाली नाही?"

"ते नक्की कसं सांगणार? पण माझ्या दृष्टीनं तरी, झाली!"

"कशी काय? तुझ्या– एका सकाइट्रिस्टच्या दृष्टीनं त्या प्रार्थनेचा हेतू काय? किंबहुनेच्या मनात चलबिचल तयार करणं- आपण मरणार असं त्याच्या मनानं घेणं, आणि त्या मनानं दिलेल्या संकेतांप्रमाणे शरीरानं खंगत जाणं.... अखेरीस नष्ट होणं..."

"राइट, ॲबसोल्यूटली राइट."

"मग इथं मनाचा प्रश्न कुठं आला?... त्याला मरण आलं, ते अपघातानं." देवरस हसला. मला क्षणभर वादात जिंकल्याचा आनंद झाला.

मग तो शांतपणे म्हणाला- "अपघात खरोखर कसा झाला, येईल तुला सांगता?... कशावरून गाडी चालवतांना, जवळ येणाऱ्या मरणाचा विचार मनात आल्यामुळे त्यांचा व्हीलवरचा ताबा सुटला नसेल?... कशावरून, समोरून येणारी जीप हेच आपलं शिवारेनं सांगून ठेवलेलं मरण आहे, आणि ते अटळ आहे, या विचारानं त्यांना जीपला टाळता आलं नसेल?"

यावर मला काहीच बोलता येईना.

"हे बघ, आमच्या सकाइट्रीच्या भाषेत, दिलेली सूचना मनानं नकळत, नेणीवेच्या पातळीवर स्वीकारणं, याला 'ऑटोसजेशन' अशी संज्ञा आहे." हसतहसत देवरस म्हणाला-"इथं 'ऑटो' शब्दावर कोटी करायचा मोह मला आवरत नाहीये. गाडी चालवतांना मनानं दिलेली मरणाची सूचना... त्यालाच ऑटोसजेशन म्हणता येईल- नाही का?"

दोन दिवसांनी हेडऑफिसकडून पत्र आले. मला किंबहुनेच्या जागी प्रमोशन मिळाले होते. मी रीतसर त्याच्या कॅबिनमध्ये बसू लागलो.

त्या संध्याकाळी, मी एकटाच काम करीत बसलो असताना, दारावर टकटक झाली. पाठोपाठ, शिवारे आंत आली.

"काँग्रॅच्युलेशन्स!" ती किंचित स्मित करून म्हणाली.

"थँक यू!"

"-शेवटी माझ्या मनासारखं झालं. या कॅबिनमध्ये किंबहुनेंच्या जागी, तुम्ही येऊन बसलात!"

"ईश्वराची इच्छा!"

"आणि माझी प्रार्थना!... किंबहुने मरावेत, अशी."

मला आता यांत गुंतायचे नव्हते. मी विषय हसण्यावारी नेण्याचा प्रयत्न करीत म्हटले-"ओ, कम ऑन- दॅट वॉज जस्ट अ कोइन्सिडन्स. बोलाफुलाला गाठ, म्हणतात तसं..."

"तो योगायोग नव्हता." आपले तेजस्वी डोळे माझ्यावर रोखून शिवारे म्हणाली, "किंबहुने मेले ते माझ्या प्रार्थनेनं."

मी वाद घातला नाही. (देवरसचे आर्ग्युमेंटही माझ्या डोक्यात घोळत होतेच... "अपघात खरोखर कसा झाला, येईल तुला सांगता?")

"मी किंबहुनेंच्या मरणासाठी प्रार्थना केली, तो वाईट माणूस होता म्हणून. पण तेवढंच नव्हतं. मला वाटत होतं, की त्यांच्या जागी तुम्ही यावं. तुम्ही या कॅबिनमध्ये बसायला अधिक लायक आहात. म्हणून... तुमच्यासाठी देखील मी किंबहुनेंना मरण दिलं."

माझ्या पाठीच्या कण्यातून एक शिरशिरी गेली... आपल्यासाठी दुसऱ्या कुणाला मरण यावं... किती भयंकर!

शिवारेला त्यात काही भयंकर वाटत नसावे. किंबहुना न्याय झाल्याचे समाधान मिळत असावे. ती म्हणाली- "मी हे तुमच्यासाठी केलं. तुमच्यासाठी. कारण... माझं प्रेम आहे तुमच्यावर!"

मी इतका दचकलो की, माझ्या हातातला पेपर कटर खाली पडला.

ती वळली आणि मी काही बोलण्याची वाट न पाहताच सरळ कॅबिनबाहेर पडली. जसे काही, तेवढेच सांगण्यासाठी ती आली होती.

ते मला सांगणे, एवढेच महत्त्वाचे होते. माझी प्रतिक्रिया दुय्यम होती.

ती गेल्यानंतर, मी कितीतरी वेळ कॅबिनच्या झुलणाऱ्या दाराकडे पाहत राहिलो. अगदी त्याचे झुलणे थांबून ते पूर्ण स्थिरावेपर्यंत.

मला धक्काच बसला होता. शिवारेला माझ्याविषयी आदर आहे...इतरांपेक्षा माझ्याविषयी अधिक विश्वास आहे... इतर कुणाशीच नाही, इतकी माझ्याशी तिची मैत्री आहे... हे सगळे मला ठाऊक होते. पण प्रेम-?

एका नव्याच नजरेने मी तिचा विचार करू लागलो. मी तरी स्टाफमधल्या इतर कुठल्याच स्त्रीमध्ये नाही, इतका तिच्यात रस का घेत होतो? किंबहुनेकडे तिची बाजू का घेत होतो? तिच्या रोजच्या हालचालींवर लक्ष का ठेवून होतो?... तिने आज कुठल्या रंगाचे कपडे घातलेयत याची डोक्यात नोंद का करीत होतो?... तिचे डोळे तेजस्वी आहेत, याचे अप्रूप मला का वाटत होते?... मलाही, तिच्याविषयी, अशाच काहीतरी भावना होत्या का?... तिच्या एकूण विक्षिप्त समजल्या जाणाऱ्या व्यक्तिमत्त्वाचे, काही गूढ आकर्षण मला वाटत होते का?

खरा प्रॉब्लेम तिथेच होता. मला तिचे आकर्षण वाटत होते... की भीती वाटत

होती?... ती चारचौघींसारखी असती, तर मी सहज तिच्या प्रेमाचा स्वीकार केला असता... पण तिच्यात काही एक शक्ती होती... त्या शक्तीचा तिला अभिमान वाटत होता... पण अशी काही शक्ती असणारी स्त्री-तिच्यावर कायम प्रेम करता येईल का?

बुलशिट! मी कधीपासून मानायला लागलो तिच्यात अशी शक्ती आहे, हे?... तिच्या प्रार्थनेने काय घडले होते? काहीसुद्धा नाही!

किंबहुनेचा मृत्यू हा एक योगायोग होता.. सरळसरळ अपघात होता... खरंच होता का?

एक रात्र आणि एक दिवस, मी सतत शिवारेचा विचार करीत राहिलो.

... पण माझ्या तिच्याविषयीच्या प्रश्नांना उत्तर मिळाले नाही.

रात्री, खिडकीबाहेर पूर्ण चंद्र उगवला होता...

माझी बेडरुम चांदण्याने भरून गेली होती.

मला एक सुंदर स्वप्न पडत होते...

ती माझ्या मिठीत होती. माझ्या छातीवर डोके ठेवून ती डोळे मिटून पडली होती. आणि मी तिच्या रेशमी केसांमधून हलके हलके बोटे फिरवीत होतो... मला तिचा चेहरा दिसत नव्हता, पण या चांदण्यांच्या स्पर्शाने तोही अलौकिक सुंदर दिसत असणार, हे नक्की!

कितीतरी वेळ त्या स्वर्गसुखाचे ते मधुर स्वप्न... ती विलक्षण धुंदी मी अनुभवत होतो. खिडकीतून पूर्ण चंद्र आम्हा दोघांकडे पाहत होता... आणि अचानक-अचानक मला त्या स्वप्नातून जाग आली.. मी पलंगावर होतो.. खोलीही चांदण्याने भरून गेली होती...

पण हे काय? बापरे- माझ्या मिठीत ती होती! खरोखरीची! आणि मी तिच्या केसांमधून हात-

मी ताडकन उठून बसलो. तिला बाजूला केले...

"तू- इथं कशी आलीस...?"

"कशी म्हणजे?" ती छद्मी हसून म्हणाली- "भिंतीतून अर्थातच नाही. बाहेरचं दार उघडंच होतं. तुम्ही झोपला होता. मी तुम्हाला उठवलं नाही..."

"मला वाटतं- तू निघून जावंस" मला बसलेल्या धक्क्यातून मी अजून सावरलो नव्हतो. "माझ्या हातून... वेडंवाकडं... काहीतरी घडण्याच्या आंत..."

"वेडंवाकडं कसं?" तिने सरळ माझ्या गळ्यात हात टाकले, आणि मला जवळजवळ मिठीच मारून ती म्हणाली, "या चांदण्यात, जे काही होईल, ते सुंदरच असेल!"

मी तिची मिठी सोडवून तिला बाजूला केले. "चल. मी तुला घरी सोडतो." मी म्हटले.

"कां?"- तिने माझ्यावर नजर लावून विचारले, " मी तुम्हाला नकोय?"

"नको, आणि तूही माझ्याविषयीचे वेडेवाकडे विचार काढून टाक डोक्यातून. मला तुझ्यात गुंतायचं नाही. मुळीच नाही."– मी जरा जास्तच ठामपणे, थोड्या कर्कश्शपणानेच म्हटले.

कदाचित हे मी स्वत:लाच सांगितले असेन... आणि मनाचा विरोधी आवाज दडपण्यासाठी मला अधिक जोराने बोलावे लागले असेल.

तिला कदाचित माझा हा ताठरपणा अनपेक्षित असावा. विश्वास बसत नसल्याप्रमाणे ती माझ्याप्रमाणे पाहत राहिली. मग म्हणाली - "कृतघ्न! कृतघ्न आहात तुम्ही. मी तुमच्यासाठी जे केलं, त्याची तुम्हाला कदर नाही. माझ्या प्रेमाची किंमत नाही! असल्या कृतघ्न माणसानं या जगात का राहावं?... ऐकून ठेवा- मी सांगतेय्! तुम्ही मरून जाल! मी प्रार्थना करीन-तुम्ही मरून जावं, यासाठी!"

दार जोरात ओढून घेऊन ती निघून गेली.

मी सुन्न होऊन खाली बसलो. अचानक-काय होऊन गेलं होतं हे?

"डोन्ट बॉदर." देवरस माझी समजूत घालण्याच्या प्रयत्नात. "नाहीतरी तुझा विश्वास नाहीच आहे ना या प्रकारावर?... मग तू कशाला काळजी करतोस?"

"विश्वास तर नाहीच आहे रे. पण विचित्र नाही का वाटत?- कोणी आपल्या मरणाची इच्छा करायची– त्यासाठी प्रार्थना करायची..."

"तू डायलेमामध्ये आहेस उपाध्ये, हे मी समजू शकतो." देवरस, डॉक्टर म्हणून, सांगू लागला... "तुला तिच्यात इंटरेस्ट नाही, असं नाही. पण तिच्यात ही शक्ती आहे, असं वाटतं, म्हणून तू तिच्याशी लग्न करणार नाहीस. ॲम आय राइट?"

"ॲबसोल्यूटली."

"पण शक्ती आहे, हेही तुला मान्य नाही- कारण तिच्या प्रार्थनेवर तुझा विश्वास नाही! बरोबर?"

"बरोबर!"

"बरोबर काय? तू एक कुठली तरी गोष्ट प्रमाण मान. तुला जर तिचं हे प्रार्थना करणं- दुसऱ्याला मरण देणं, यात काही तथ्य नाही, असं वाटत असेल, तर ती एक सर्वसामान्य मुलगी ठरते. मग तिच्या प्रेमाचा स्वीकार करण्यात अडचण कसली?... आणि स्वीकार कर, नाहीतर नको करू. पण एका परीनं या शक्तीवर विश्वास नसणं, ही चांगली गोष्ट आहे. विश्वास ठेवलास, की मेलास! या तथाकथित

शक्ती, कमकुवत मनालाच मरण वगैरे देऊ शकतात... तेव्हा लक्षात ठेव, की हे सगळं खोटं आहे, यात काही दम नाही, या योगायोगाच्या गोष्टी आहेत, इत्यादी तुझी जी पहिल्यापासूनची मतं आहेत ना- तीच कायम ठेव. ती तुझं संरक्षण करतील!''

दोन दिवसांनी, मी रात्रीच्या वेळी खिडकीत उभा होतो. चंद्रबिंब थोडेसे ढासळले होते. तरीही चांदणे टिपूर होते.

खाली एक वडाचे अजस्त्र झाड होते. त्याच्या फांद्यामधून गाळून आलेल्या चांदण्याचे लहानमोठे तुकडे जमिनीवर विखुरले होते.

त्या चांदण्याचेच आसन करून ती तिथे बसलेली होती. ध्यानस्थ. नजर मात्र माझ्या खिडकीकडे लागलेली. एकटक.

मी धावत खाली गेलो. तिला म्हटले-''चल. उठ इथून. चालती हो. पुन्हा इथं माझ्या घराच्या आसपास दिसलीस, तर बघ!''

ती उठून उभी राहिली. पाहणाऱ्याच्या रक्ताचे पाणी पाणी होईल, असे अत्यंत दुष्ट हास्य तिच्या चेहऱ्यावर पसरले.

''तू मला घाबरवू शकणार नाहीस.'' मी निश्चयाने म्हणालो,''तू माझं काहीही करू शकत नाहीस. कारण तुझी ही जी काय बनवाबनवी आहे ना, तिच्यावर माझा अजिबात विश्वास नाही! मुळीच विश्वास नाही!''

एकदम इतके बोलल्याने मला दम लागल्यासारखे झाले.

ती माझ्याकडे रोखून पाहत उभीच होती.

मी वळलो. आणि घरी परतू लागलो....

वडाच्या झाडाखाली सगळीकडे, चांदण्याचे राखाडी डागच डाग पडले होते...

मी घराच्या पायऱ्या चढू लागलो.

अचानक माझ्या छातीत दुखू लागले.

अर्थात हा एक योगायोगच....माझा अजिबात विश्वास नाही..

असे काही कुणी केलेल्या नुसत्या प्रार्थनेने कुणाचे मरण...

छातीत दुखतच राहिले.

मी ठरवले. अजिबात हयगय करायची नाही. वर गेल्यागेल्या ताबडतोब फोन करून डॉक्टरला बोलावून घ्यायचे...

तिचे उन्माद झाल्यासारखे हसणे कानावर आले... पण मला ठाऊक होते, की हा भासच आहे... खरे तर तो आवाज वडाची पाने वाऱ्याने सळसळताहेत, त्यांचा आहे...

मी असा उगाचच घाबरणार नाही...

उजवा हात छातीवर दाबून धरून मी पायऱ्या चढू लागलो. कधी एकदा डॉक्टरला फोन करतो, असे मला होऊन गेले...

तसा माझा, तिच्या प्रार्थनेवर अजिबात विश्वास नव्हता...

पण वाटले, डॉक्टरना कन्सल्ट केलेले बरे!... कधी काय होईल, काही सांगता येते का?

◆

- १ -

मुख्यमंत्र्यांची बैठक चाललेली. कॉन्फरन्स हॉलमध्ये. मावळतीचा अंधार पडण्याआधीचा जादूचा सोनेरी प्रकाश खिडक्यांच्या बाहेर पसरलाय. आत हंड्यांमधून विजेचे दिवे वाढत्या काळोखामुळे अधिकाधिक प्रभावी होत चाललेयत. शक्य असेल तिथे जाड मखमली झालरदार तपकिरी पडदे. त्यांना परीटघडीच्या घट्ट चुण्या. जाड दोऱ्यांना लोंबकळणारे धट्टे कट्टे गोंडे. मुख्यमंत्र्यांच्या उच्चासनामागे 'सत्यमेव जयते' असे लखलखीत पितळी ब्रीदवाक्य. सभागृहाचा एकूण थाट एखाद्या, कलाविष्कारासाठी सज्ज अशा रंगिल्या वास्तूचा. सभा चाललेली, ती मात्र अत्यंत रूक्ष. वैभवशाली श्रीमंती कॉन्फरन्स हॉलमध्ये विषय चाललाय, देशोधडी लागलेल्या दरिद्री गिरणीकामगारांचा. मुख्यमंत्री शांतपणे दोन्ही बाजू ऐकून घेताहेत. कामगारांचे दोन पुढारी त्यांची बाजू मांडतायेत. त्यांपैकी एक धष्टपुष्ट, पिळदार मिश्या ठेवलेला, कांजी केलेला पांढराफेक झब्बा सुरवार अशा वेशातला, अस्सल कामगार पुढारी म्हणावा, असा - संधी मिळताच मंत्री होऊ शकेल, असा दिसणारा. दुसरा मात्र कामगारांमधलाच एक शोभेल असा, किडकिडीत, रापलेला, वयाच्या

व्हायरस

मानाने वयस्कर दिसणारा. अंगात मळकट रंगाच्या खादीचे, कधी काळी इस्त्री केलेले ढगळ बुशशर्ट पँट. हा कायम एक स्वयंसेवकच राहणार, असे वाटण्यासारखा याचा अवतार.

दोन वेगवेगळ्या शैलींनी जगणारे हे दोन कामगार नेते आज तशीच आणीबाणीची वेळ आल्यामुळे एकत्र आलेयत. शासनाला बजावून सांगताहेत- गिरणी रीतसर बंद पडली, त्याला पाच वर्षं होऊन गेली. त्याआधीपासूनचे कामगारांचे पगार, बोनस सगळंच अजून तुंबून राहिलंय. त्यावरचं व्याजही वाढत गेलंय. मालकमंडळी काहीच देण्याचं नाव काढत नाहीत. कोर्टकचेऱ्या झाल्या, निदर्शनं झाली, आश्वासनं दिली गेली, सरकारी हस्तक्षेप झाले, पण कामगारांच्या हातात काहीच पडलं नाही. आता सगळं अटीतटीवर आलंय. कामगारांची अन्नान्नदशा झालीये. मिळवत्या माणसांना घरी बसावं लागलंय. या परिस्थितीत मालकांकडे राहिलेली देणी जरी परत मिळाली, तरी काही दिवस लोटता येतील. नाहीतर आत्महत्या होतील, खून,

मारामाऱ्या आणि त्याबरोबरच भूकबळीही पडतील. या भयंकर परिस्थितीत शासनाने मालकांना समज द्यावी, अन्यथा कामगार आंदोलन छेडतील... विराट आंदोलन...

यावर तुमचे म्हणणे काय, असे मुख्यमंत्री मालकांच्या बाजूला विचारतात. मालक हयात नाहीत. पण त्यांची विधवा पत्नीच आता सारा कारभार पाहत आहे. सजवलेल्या गौरीसारखी नटूनथटून ती आलीये. फक्त, साडी भरजरी असली तरी शुभ्र आहे आणि कपाळाला कुंकू नाही. तिच्या मते, तिच्याविषयी कुणालाही सहानुभूती वाटायला तेवढे पुरेसे आहे. पण या मेल्या कामगारांना स्वत:चीच चिंता पडलीये!... उषाबेन कामगार नेत्यांच्या बोलण्याकडे किंचितही लक्ष देत नाही. तिने आपल्याबरोबर वकील आणलाय तो सारे पाहून घेणार आहे...

उषाबेनचा वकील ॲड. नंदन मेहता मालकांची बाजू मांडतो. गिरणी तोट्यात चालली होती. कधीपासूनच. त्यामुळे कामगारांची देणी द्यायला मालकांपाशी पैसेच नव्हते. त्यातून गिरणीची जमीन विकून, देण्यांचा काही अंश फेडायला त्यांची तयारीच आहे. पण सरकार जमीन विकू कुठे देतं? कोर्टानं जमीनविक्रीवर नाना कारणांनी स्थगिती आणल्या आहेत. त्या सगळ्या मोकळ्या करा- जमीन विकायची परवानगी द्या-तिला योग्य तो भाव देणारं गिऱ्हाईक मिळू द्या- मग पुढे पाहू कामगारांच्या देण्याचं काय ते....

मुख्यमंत्री दोन्ही बाजू ऐकताना कंटाळून गेले. हे सगळे मुद्दे त्यांनी अनेकवार ऐकलेले आहेत. आणि त्यातून नवीन काहीही निष्पन्न होण्यासारखे नाही! कामगार दिवसेंदिवस गाळात जाणार, भीक मागणार, नाहीतर अनैतिक मार्गाला लागणार... जरूर, त्यांच्यातले काही आत्महत्याही करणार! उषाबेन कधीतरी अचानक जमीन विकून टाकून, ते कुणाला कळायच्या आत अमेरिकेला आपल्या थोरल्या मुलीकडे पळणार आणि कामगार नेते तिच्यावर, नुसत्या तारखा पडणारे खटले चालवणार- जे पुढेमागे अलगद काढून घेतले जाणार! याशिवाय होऊन होऊन वेगळे काय होणार? पण पद्धत म्हणून या अशा चर्चा कराव्या लागतात... दोन्ही बाजूंना बोलण्याची संधी द्यावी लागते. ठराविक आश्वासने द्यावी लागतात...

मुख्यमंत्र्याच्या डाव्या कानशिलाच्या वरच्या भागात काहीसे दुखू लागले. पण नेहमीच्या डोकेदुखीपेक्षा हे थोडे वेगळे वाटत होते, किंचित चुरचुरल्यासारखे, जळल्यासारखे....

ॲड. नंदन मेहता जिथे बसला होता, त्याच्या मागेच तपकिरी पडद्यासमोर बराच काळोख होता. तपकिरी रंगाचा काळोख! आणि त्या तपकिरी काळोखात करड्या रंगाचा कोट घातलेले कोणीतरी फिरत होते. मुख्यमंत्री चमकले. सगळे आपापल्या जागी शांतपणे बसले असताना, कोणीही जागचे उठलेले नसताना या गृहस्थांना अशा येरझारा घालणे शक्य कसे होते?... कोणी त्यांना हटकत कसे

नाही? जागोजागी उभ्या असलेल्या पट्टेवाल्यांपैकी कोणी... ॲड. नंदन मेहता किंवा उषाबेन यांच्यापैकी कोणी... आपला तरूण आणि हुशार सेक्रेटरी जोगदंड तरी...

तपकिरी काळोखात येरझारा घालणाऱ्या त्या आकृतीकडे दुर्लक्ष करत मुख्यमंत्री, ॲड. नंदन मेहताचे आर्ग्युमेंट ऐकू लागले. नको त्या गोष्टींकडे सहजपणे दुर्लक्ष करू शकण्याच्या या गुणामुळेच ते आज मुख्यमंत्रीपदापर्यंत पोहोचले होते. सुदैवाने त्यांच्यासमोरच पण हॉलच्या टोकाला बसलेल्या, कामगार पक्षाच्या एका महिलेने बोलायला सुरुवात केली... मुख्यमंत्र्यांची नजर, त्यामुळे सहजच समोर रोखली गेली.

कामगारपक्षाची महिला अतिशय आवेशाने काहीतरी सांगत होती. मात्र त्यातला एकही शब्द मुख्यमंत्र्यांना ऐकू येत नव्हता. कारण तिच्या पाठीमागेच, तिथल्या भव्य लाकडी तपकिरी दरवाजावरचा दिवा मालवला गेल्याप्रमाणे तपकिरी काळोख पसरला होता, तिथे दरवाजासमोरच, काळसर कोटातला एक गृहस्थ- हो, आता ती आकृती एका वयस्कर गृहस्थाची असल्याचे मुख्यमंत्र्यांच्या लक्षात आले होते- चार पावले इकडे, तर चार पावले तिकडे चालत होता...

मुख्यमंत्री आपल्या तरूण आणि हुशार सेक्रेटरीच्या बाजूला झुकले आणि-

"सर!"- ते काही विचारणार त्याआधीच हुशार सेक्रेटरी जोगदंड याने दखल घेतली.

पण मुख्यमंत्री, अर्थातच, त्याच्याहून अधिक हुशार होते. त्यांच्या मनाला एक शंका चाटून गेली. समजा, आपल्याला दिसणारा तो वयस्कर गृहस्थ जोगदंडला दिसलाच नसेल तर-

आणि एवढ्यात मुळी सगळे बोलायचेच थांबले आणि मुख्यमंत्र्यांकडे अपेक्षेने पाहू लागले. एक उषाबेन सोडून. तिची पर्स धपकन खाली पडली, त्या धप् आवाजाने कॉन्फरन्स हॉलमधली शांतता विस्कटली, तरीही 'सॉरी'देखील न म्हणता उषाबेन ती पर्स उचलू लागली. पण त्याच वेळी पर्स उचलण्यासाठी ॲड. नंदन मेहतादेखील वाकले. दोघांची लहानशी टक्कर झाली. दोघे एकमेकांना 'सॉरी' म्हणाले, दोघांनीही लहानशी स्मिते केली, आणि हसत हसतच ती दोघे मुख्यमंत्र्यांकडे पाहू लागली. कामगार नेते काहीसे चिडूनच पण स्तब्धपणे मुख्यमंत्र्यांकडे पाहत होते. मुख्यमंत्र्यांना मग जाणीव झाली, की आता आश्वासने देण्याची वेळ झाली!

कंटाळतच त्यांनी आश्वासन दिले, की दोन महिन्यांच्या आत या प्रश्नाचा सोक्षमोक्ष लावण्यात येईल. कामगारांची रास्त देणी काय आहेत आणि गिरणीमालकांनी देण्याची न्याय्य रक्कम काय आहे, हे ठरवण्यासाठी एक नि:पक्षपाती चौकशी समिती नेमण्यात येईल! (थोडक्यात, लौकरच होणाऱ्या निवडणुकीच्या काळात कामगार किंवा मालक या दोघांचीही दखल-नुसती दखल घेऊन ठेवलेली असल्यामुळे

त्यांच्यापैकी कुणीही रुष्ट असणार नाही! न्याय... सर्वांना न्याय- तोही, आहे ती परिस्थिती जशीच्या तशी कायम ठेवून!)

मंडळींना आपापसात चर्चा करीत ठेवून मुख्यमंत्री लगोलग कॉन्फरन्स हॉलच्या बाहेर आले. उषाबेन कुणाहीकडे ढुंकून न पाहता, पर्स खांद्याला अडकवून बाहेर पडली. लगबगीने सर्व फाइल्स गोळा करून, त्या आपल्या कातडी पोतडीत टाकण्यातदेखील वेळ न गमावता तशाच काखोटीला मारून, ॲड. नंदन मेहता उषाबेनबरोबर 'एस्कॉर्ट' म्हणून निघाले. ते आपल्याबरोबर आहेत की नाहीत हे न पाहताच उषाबेन मर्सिडिजमध्ये जाऊन बसली. ॲड. नंदन मेहता तिच्या पाठोपाठ आत शिरला, आणि गाडी निघाली

दरम्यान, मुख्यमंत्री आपल्या कॅबीनपाशी पोहोचले. सेक्रेटरी जोगदंड त्यांच्या-पाठोपाठ होताच. पट्टेवाल्याने कॅबीनचा दरवाजा उघडताच ते आत शिरले, आणि त्यांच्या पाठोपाठ आत घुसू पाहणाऱ्या लोकांना बाहेरच थोपवण्याचे काम जोगदंड करू लागला.

नेहमीप्रमाणे मुख्यमंत्री आपल्या प्रशस्त फिरत्या खुर्चीकडे जाणार तोच त्यांच्या लक्षात आले, की खुर्चीवर कोणीतरी बसले आहे.

- २ -

"मे आय कम इन' न विचारता आत आलास?"

मुख्यमंत्र्यांना एकदम जाणवले की आपण सहावीच्या वर्गात शिरलो आहोत, आणि मास्तर आपल्याला जाब विचारताहेत.

मुख्यमंत्री एकदमच टरकून गेले. बापरे!- मास्तर! सतत जळणाऱ्या निखाऱ्यासारख्या डोळ्यांनी आपल्याकडे पाहणारे- उन्हात काचेखाली धरलेल्या कागदावर अचानक जाळ तयार होऊन तिथे भोक पडावे, तसे जाळत जाणारे ते डोळे... आणि त्यांच्याजवळचा तो लाकडी डस्टर! हात लालेलाल करणारा तो लाकडाच्या बाजूने तळहातावर मारलेला फटका-

"मारू नका सर! मारू नका सर!"

"खरं बोल! उशीर का झाला? खरं बोल... खरं बोल..."

दार उघडून जोगदंड आत आला. "बसा ना, सर!-" त्याने खुर्चीकडे हात केला.

मुख्यमंत्री लटपटत जाऊन खुर्चीवर बसले. एकूण सभा चालू असताना काळोखात फिरत होते, ते मास्तर! बाप रे, ते इथं कसे पोहोचले?

"आपल्याला बरं नाहीये का वाटत सर? ... डोन्ट वरी- मी कोणालाच भेटायला देत नाहीये. फक्त ॲड. नंदन मेहतांचा मुलगा आलाय- तो पाच मिनिटांत जाईल."

एक स्मार्ट तरूण आत शिरला. जीन्स, पोलो नेकचा टीशर्ट, डोळ्यांना फोटोक्रोमॅटिक रेबॅन गॉगल, हातात एक ब्रिफकेस.

"मी शिशिर मेहता, सर" कुठलेही अभिवादन न करता तो सरळ बोलला- "उषाबेननं हे दिलंय." बॅग पुढे करून तो म्हणाला, "पाच लाख आहेत..."

मुख्यमंत्र्यांनी सेक्रेटरीच्या दिशेने शिथिलपणे हात केला.-शिशिर मेहताने बॅग जोगदंडच्या हातात दिली.

"गुडनाइट सर." शिशिर मेहता वळला आणि कॅबीनच्या बाहेर पडला.

पट्टेवाला कॉफी घेऊन आला. न थांबता निघून गेला. जोगदंडने सेफ उघडली. तिच्यातून ब्रँडीची बाटली काढली. एक पेग कॉफीच्या कपात ओतला, आणि कप मुख्यमंत्र्यांसमोर ठेवला.

मुख्यमंत्र्यांनी कॉफीचा एक घोट घेतला. मग विचारले- "आज आता इलेक्शन मीटिंगशिवाय आणखी काही नाही ना?"

"चारपाच अपॉइन्टमेंटस् होत्या, सर." जोगदंड तरतरीतपणे म्हणाला- "पण त्या कॅन्सल केल्या."

"काय सांगितलंत?"

"हेच- इलेक्शन मीटिंग आहे... पहिलीच... प्रचाराच्या शुभारंभाची मीटिंग... अत्यंत महत्त्वाची... अशा वेळी साहेब चिंतन आणि अभ्यास केल्याशिवाय कुठेही जात नाहीत. त्यासाठी वेळ हवा- अभ्यासासाठी वेळ हवा-"

"पुन्हा, दिलेला अभ्यास न करता आलास तू!... हात पुढे कर!"

मुख्यमंत्र्यांच्या तोंडून विव्हळल्यासारखा आवाज आला. नशीब, तो ऐकायला जोगदंड तिथे नव्हता! एकदम वातावरणात विरघळल्यासारखा तो नाहीसाच झाला होता. की आपणच त्याला जायला सांगितले?

कानशिलाच्या वरची जागा आता अधिकच जोराने जळजळू लागली. त्या जळजळीच्या वेदना डोक्यात इतस्तत: पसरू लागल्या.

आणि ती एक चमत्कारिक भावना... अर्धवट भीतीची- त्याबरोबरच अपराधाची... अभ्यास केलेला नाही.. केव्हाही पकडले जाऊ... मग खैर नाही- ती निखाऱ्यासारखी धगधगलेली नजर... त्या नजरेतून सुटण्यासाठी सांगितलेली खोटीनाटी कारणं...पण ती खोटी आहेत, हे तत्काळ लक्षात येऊन पकडलं जाणं... खोटं बोललास?... पुन्हा खोटं बोललास? हात पुढे कर- जोर एकवटून तळहातावर मारलेला तो लाकडी फटका- हात तुटून पडतोय असं वाटण्याइतका जबरदस्त...

एव्हाना कॉफी संपलेली. पण बेचैनी तशीच. ब्रँडी घ्यायला नको होती का? मळमळल्यासारखं होतंय. पोटात नाही- छातीतही नाही- मग? डोक्यात....? डोक्यात कसं मळमळेल? पण काहीतरी होतंय खरं! सगळं ढवळलं जातंय. आणि

भीती वाढत चाललीये. पकडलं जाण्याची भीती... खोटं बोलताना पकडलं जाण्याची भीती....

मुख्यमंत्री उठले. स्वत:च सेफपाशी गेले. त्यांनी ब्रँडीची बाटली बाहेर काढली, आणि एक मोठा पेग कॉफीच्या रिकाम्या कपात ओतला. थरथरणाऱ्या हातांनी पाण्याच्या ग्लासवरची झाकणी बाजूला केली, आणि पाणी कपात ओतले. ग्लास हिंदकळला, आणि थोडे पाणी टेबलावर सांडले. मुख्यमंत्र्यांनी कप तोंडाला लावला आणि ब्रँडीचा एक मोठा घोट घेतला...

आणि अचानक समोरच्या, दरवाजाजवळच्या काळोखात मास्तर उभे राहिले. आता ते एकदम ताडमाड उंच झाले होते. जवळजवळ सात फूट... नक्कीच! कारण दाराच्याही वर त्यांचे डोके पोहोचले होते. चार फूट उंचीच्या मुख्यमंत्र्यांकडे ते चष्म्याच्या वरून पाहावे, तसे पाहत होते. डोळ्यांवर चष्मा नसतानाही! आणि बापरे! त्यांच्या हातातला डस्टर तर आता चांगलाच जाडजूड झाला होता- एखाद्या मोठ्या विटेएवढा!

"गधड्या- खोटं बोलतोस?" ते ओरडले. असं खोटं बोलत राहिलास, तर पुढे आयुष्यातून उठशील!

ठीक आहे. बोलू देत आहेत तिथूनच!... जवळ बोलावलं, तर आपण जायचंच नाही! मग हात पुढे करण्याचा आणि तळहातावर डस्टर मारून घेण्याचा प्रश्नच येत नाही!... आणि ते कसे जवळ येतील? त्यांच्या आणि आपल्यामध्ये टेबल आहे!... अरेच्च्या, असं कसं झालं? टेबलाच्या या बाजूला आपण- आणि त्या बाजूला ते. एरवी तर उलट असायचं. टेबलाच्या मागं ते असायचे... आणि त्यांनी बोलावलं की आपण भीतभीत टेबलाशी जायचो. एकदा का दोनदा तर चड्डी ओली-

मुख्यमंत्री दचकले. पँट अचानक ओली झाली होती. पाण्याच्या ग्लासला हाताचा धक्का लागून टेबलावर पाणी सांडले होते, ते त्यांच्या मांडीत पडत होते.... त्यांनी रुमाल काढला. पँटवरचे पाणी टिपल्यासारखे केले. पण पट्टेवाल्याला आत बोलावले नाही!

आता काळोखात फक्त लालभडक धगधगते डोळे आणि डस्टर उचललेला हात, एवढेच दिसत होते... "हरामखोरा- नालायका, खोटं बोलत राहिलास, तर पुढं कोणी मान देईल का तुला? हा खोटारडा, हा खोटारडा, म्हणून छी: थू: करतील तुझी!- भीक मागावी लागेल या खोटेपणापायी! बोल- बोलशील आयुष्यात कधी खोटं? बोलशील?"

जागेवरूनच मास्तरांनी डस्टर फेकून मारला. मुख्यमंत्र्यांच्या डोक्यावर.

त्यांनी एक लहानशी किंकाळी फोडली. रक्ताची धार लागली. ते रुमालाने घट्ट

दाबून रक्त थांबवू लागले.

बहुधा त्यांची किंकाळी ऐकून पट्टेवाला आत आला.

"मला- काही झालेलं नाहीये!" मुख्यमंत्री म्हणाले. "जा तू." तो वळला आणि जाऊ लागला, तशी ते म्हणाले- "हे बघ, रक्त थांबवणारं काही औषध असलं तर– "

"रक्त?- कुठं आलंय?" पट्टेवाल्याने काळजीने विचारले.

इथे... विरळ होत चाललेल्या केसांच्या जागची कपाळपट्टी दाखवून मुख्यमंत्री म्हणाले... "नाहीये रक्त? थांबलं असेल!"

"नाही साहेब. रक्त आलेलंच नाही. ... काय लागलं?" -त्याने गोंधळून विचारले.

"काही नाही. ठीक आहे." रुमाल खिशात टाकत मुख्यमंत्री म्हणाले.

एवढ्यात तरतरीत जोगदंड आत आला- नम्रपणे पण तातडीने म्हणाला- "निघायचं ना सर इलेक्शन मीटिंगला?... थोडा आराम मिळाला? बरं वाटलं?"

मुख्यमंत्री काही बोलले नाहीत. जोगदंडची सोबत मिळाल्यामुळे त्यांची भीती थोडी कमी झाली होती. पण कानशिलावरची आग आता सबंध कपाळभर पसरली होती...

- ३ -

मीटिंग आठची होती. अर्थात मुख्यमंत्री साडेनऊनंतर तिथे पोहोचले. जनसंमर्दाने टाळ्या वाजवून त्यांचे स्वागत केले. रंगमंचावरच्या सर्व हस्ती उभ्या राहिल्या आणि मुख्यमंत्री रंगमंचावर येऊन आपल्या आसनावर स्थानापन्न होईपर्यंत उभ्याच राहिल्या.

सभेला, दृष्ट लागेल अशी गर्दी होती. सबंध मैदान व्यापून शिल्लक उरलेला तो विशाल जनसागर उंचावरच्या रंगमंचावरच्या उच्चासनावरून पाहताना मुख्यमंत्री क्षणभर भारावून गेले. येत्या निवडणुकीत आपल्या पक्षाला बहुमत मिळणार, याविषयी त्यांना शंका राहिली नाही. शेजारीच बसलेल्या पक्षाध्यक्षांकडे त्यांनी एक सस्मित कटाक्ष टाकला. त्यांनीही त्याची परतफेड केली.

आणि अचानक मुख्यमंत्र्यांच्या मनातून एक भीतीची कळ उठली. या सगळ्या हजारोंच्या प्रेक्षकसंख्येमध्ये तेही असतील. मास्तर! आता पाठीमागे असतील.... हळूहळू पुढे येतील... आपल्या भाषणापर्यंत तर नक्कीच पहिल्या रांगेपर्यंत येऊन पोहोचतील!

ते प्रेक्षकांकडे बारकाईने पाहू लागले. कोण आपली जागा सोडत आहे, कोण पाठीमागून पुढे येण्यासाठी निघाला आहे... अर्थातच प्रेक्षकांमध्ये अशी बरीच

हालचाल होती..कोण कुठल्या उद्देशाने कुठे चालले आहे, कसे कळणार? ते भीतीने कासाविस झाले....

त्यांचा अंगरक्षक पांडे याचे त्यांच्याकडे लक्ष होते. जरी तो त्यांच्या पाठीशी उभा होता, तरीही, समोरच्या जनतेकडे लक्ष ठेवत असतानाच, मुख्यमंत्री प्रेक्षकांत काही तरी न्याहाळताहेत, एवढे त्याच्या लक्षात आले; पण त्यावर आपण काय करावे ते त्याला कळेना.

अखेरीस मुख्यमंत्र्यांना ते दिसले– इतका वेळ ते आपल्याला कसे दिसले नाहीत? की ते पाठीमागून पुढे आलेच नाहीत?- पहिल्यापासून ते पहिल्याच रांगेत होते?... की नव्हते, आणि आता एकदमच प्रकट झाले? काही का असेना, ते आलेयत, समोर बसलेयत, आणि ज्या अर्थी ते आलेयत त्या अर्थी त्यांचा हेतू साधासीधा नसणार, हे उघड होते. इतक्या अंतरावरूनही त्यांचे ते पेटलेले डोळे मैदानातल्या अर्धवट उजेडात चमकत होते. करडा कोट इतरांच्या सदरा-झब्ब्यांमध्ये उठून दिसत होता. या हातातला डस्टर त्या हातात करीत राहण्याचा त्यांचा चाळा दहशत तयार करणारा होता.

आता जवळजवळ सबंध डोके कचरा जाळण्यासाठी पेटवावे तसे पेटले होते.

सेक्रेटरी जोगदंड रंगमंचावर एका बाजूला उभा होता. त्याचे सारे लक्ष मुख्यमंत्र्यांकडे लागलेले होते.

अंगरक्षक पांडे प्रत्यक्षात त्या बाजूला पाहत नव्हता. तरीही त्याला जे काही एक सहावे इंद्रिय होते, त्याने जोगदंडच्या चेहऱ्यावरची चिंता टिपून घेतली होती...

मुख्यमंत्र्यांच्या भाषणाची वेळ जवळ आली होती.

त्यांचा घसा कोरडा पडला होता. समोरच्या भांड्यातल्या पाण्याचा एक घोट त्यांनी घेतला. नाही सर- मी कधीच खोटं बोलणार नाही... पण एक वेळ सोडा... मला मारू नका...

मुख्यमंत्री बोलायला उभे राहिले.

समोरचा माणूसही उभा राहिला. त्याची उंची भराभर वाढत गेली. तिथे टांगलेल्या ध्वनिक्षेपकाला त्याचे डोके जाऊन भिडले. हातातला डस्टर सुताराच्या हत्यारांच्या पेटीइतका मोठा झाला...

मुख्यमंत्री बोलू लागले. सर्वत्र सगळा जनसंमर्द मृत होऊन पडला असावा, तशी शांतता पसरली...

“माझी खात्री आहे, की इथं आलेला प्रत्येक जण हा आमच्याच पक्षाला मत देण्यासाठी उत्सुक आहे.... कारण गेल्या पाच वर्षांतली आमची कामगिरी तुम्ही साऱ्यांनीच पाहिलेली आहे...”

हात वर उचलला गेलाय- डस्टर धरलेला हात- आता कधीही- कपाळमोक्ष...

थांबा सर- मला बोलू द्या... मी खोटं बोलणार नाही- मला बोलू द्या- खरं बोलू द्या

"मी ऐकतोय"- समोरच्या आकृतीकडून शब्द आले-

"लोकहो- तुमच्यापासून काय लपवायचं? तुम्ही आमच्या सगळ्या कर्तृत्वाचे साक्षीदार आहात- म्हणून मी खरं ते बोलून टाकणार आहे! आम्हांला निवडून द्या- कारण इतर सगळे पक्ष आमच्याइतकेच घाणेरडे आहेत! कुणीही निवडून आलं, तरी तुमचं शोषण संपणार नाही... कारण प्रत्येक राज्यकर्ता हा जनतेला शोषण्यासाठी, तिचं रक्त पिऊन स्वत: वपुश्रीमान होण्यासाठीच सत्तेवर येत असतो... दुसऱ्या पक्षानं आजवर खूप कमावलं, सत्तेवरच्या प्रत्येक मंत्र्यानं कोटीकोटींची लूट करून, उपाशी पोरांच्या अन्नाच्या पैशातलासुद्धा पैसा चोरूनमारून आपली घरं भरली- आता ते करायला आम्हाला संधी द्या, असंच विरोधी पक्षाचं सांगणं असतं. खरं सांगायचं तर आम्ही सगळेच चोर आहोत- आम्हांला मतं द्या की ज्यायोगे आम्ही तुम्हांला लुटत राहू शकू- पुन्हा पुन्हा लुटत राहू शकू- तुम्हांला आश्वासनं देऊन तुमची फसवणूक करू शकू- आज दुपारीच मी कामगारांना त्यांची न्याय्य देणी मिळवून देण्याचं आश्वासन दिलं- पण ते मी कसं पाळणार? कारण मालकांना ती देणी द्यायला लागू नयेत, यासाठी मी आज मालकांकडून लाचेचा, पाच लाख रुपयांचा पहिला हप्ता घेतला.... त्यामुळे मला माहीत आहे की गरीब कामगार उपाशी मरतील- पण त्यात काय झालं? आम्ही फक्त श्रीमंतांचाच विचार करतो..."

समोरचे मास्तर लहान लहान होते गेले... त्यांच्या हातातला डस्टर कुठे गेला कुणास ठाऊक, पण त्यांचे हात टाळ्या वाजवण्यात गुंतले.... त्या टाळ्या त्यांच्या एकट्याच्या नव्हत्या- सगळे प्रेक्षकच त्यांच्याबरोबर टाळ्या वाजवत होते...

रंगमंचावर एकच हैदोसधुल्ला चालला होता. आधी हे काय चालले आहे, मुख्यमंत्र्यांचा रोख कशावर आहे हेच कुणाला कळत नव्हते. लक्षात आले तेव्हा फार उशीर झाला होता. तरीही आपापल्या परीने प्रत्येकजण त्यांना थांबवण्याचा प्रयत्न करू लागला होता. पक्षाध्यक्षांनी प्रथम चुचकारून, खुणा करून, हात ओढून मुख्यमंत्र्यांचे भाषण थांबवू पाहिले; तरीही काही उपयोग होईना, तेव्हा ते उठून उभे राहिले आणि त्यांना आतमध्ये घेऊन जाण्यासाठी खेचू लागले. कोणीतरी ध्वनिवर्धकांचे स्विच ऑफ केले. परंतु तरीही एकदोन ध्वनिवर्धक चालूच राहिले. मुख्यमंत्र्यांना घाईघाईने आत ढकलले गेल्यामुळे रंगमंचावर धक्काबुक्की चालू असल्याचे चित्र दिसले. पक्षाध्यक्षांनी ध्वनिवर्धकाचा ताबा घेतला, आणि ते काहीतरी सारवासारव करू लागले. पण प्रेक्षक त्यांचे भाषण ऐकून घेण्याच्या मन:स्थितीत नव्हते. "मुख्यमंत्र्यांना बोलवा- ते खरं बोलताहेत! आम्हांला त्यांचं भाषण ऐकायचंय!" असा एकच कालवा सुरू होता! रंगमंचावरची भाषणे तर कोणीच ऐकत नव्हते,

म्हणून एकेका नेत्याने रंगमंचावरून काढता पाय घेतला. लोकांनीही एकाच वेळी 'सत्यवचनी मुख्यमंत्री' आणि 'लाचखाऊ मुख्यमंत्री' अशा परस्परविरुद्ध घोषणा दिल्या, त्यांतून मारामाऱ्या सुरू झाल्या, खुर्च्यांची फेकाफेक झाली आणि सभा सर्वच प्रकारांनी उधळली गेली... त्या मारामाऱ्यांमधून बचावण्यासाठी लोक सैरावैरा धावत सुटले, त्यातले काही ठेचाळले, पडले, पडलेल्यांवरून इतर माणसे धावत गेल्यामुळे ते चिरडले, मुले चेंगरली, बायकांना गुंडांपासून पळता भुई थोडी झाली. थोडक्यात, एका सत्यकथनाने बराच मोठा विध्वंस ओढवला...

सेक्रेटरी जोगदंडने सगळ्या धक्काबुक्कीतून पुढे होऊन मुख्यमंत्र्यांचा ताबा घेतला. पटापट सुरक्षा दलाला सूचना दिल्या. आजचा प्रसंग सुरक्षा दलालादेखील नवीनच होता. कारण आज मुख्यमंत्र्यांना जनतेपासून सांभाळायचे नव्हते, तर पक्षाध्यक्ष आणि त्यांच्या गोटातील इतर मंत्री यांच्यापासून संरक्षण द्यायचे होते. तीन रायफलधारी अंगरक्षक आणि सात सुरक्षासैनिक यांनी कडे करून मुख्यमंत्र्यांना त्यांच्या गाडीपर्यंत आणले, सेक्रेटरी जोगदंड, आणि अंगरक्षक पांडे व माने मुख्यमंत्र्यांसोबत गाडीत चढले आणि गाडी सुसाट वेगाने मंत्र्यांच्या 'वसंत' बंगल्याच्या दिशेने निघाली... जोगदंडने मोबाईलवरून डॉक्टर मंडलिक आणि सॉलिसिटर सोळंकी यांना 'वसंत' वर ताबडतोब येण्यास सांगितले.

मुख्यमंत्री कुणाशीही काही न बोलता सीटवर डोके टेकवून पडून होते... त्यांच्या डोक्यात जे पेटल्यासारखे झाले होते ते क्षणाक्षणाला अधिकच भडकत चालले होते...

- ४ -

'वसंत' मध्ये गाडी शिरताच तिथला स्टाफ एकदम 'सावधान'मध्ये आला. अर्थात गाडी बंगल्यावर यायला निघालीये, हे त्यांना जोगदंडने कळवलेच होते.

मुख्यमंत्र्यांच्या पत्नी वनिताबाई धावतच दारात आल्या. सभेचा 'लाइव्ह वृत्तांत' दूरदर्शनवर पाहिल्यामुळे त्या धास्तावल्या होत्या. "कुठं लागलंबिगलं नाही ना तुम्हांला?"- त्यांनी मुख्यमंत्र्यांना विचारले. मुख्यमंत्र्यांनी मानेनेच नकार दिला.

इतक्यात घरातला हरकाम्या आश्रित बाळू पुढे झाला, आणि मुख्यमंत्र्यांना त्यांच्या माडीवरच्या खोलीत घेऊन गेला. बंगल्यावरच्या अंगरक्षकांशी बोलून पांडे आणि माने निघून गेले.

वनिताबाईंची अपेक्षा ओळखून जोगदंड थोडा वेळ तिथेच रेंगाळला.

"काय झालं?" वनिताबाईंनी विचारले. "सभा अशी उधळली का?"

"म्हणजे सगळं तुम्हांला कळलंच म्हणायचं!" जोगदंड उद्गारला.

"हो- दूरदर्शनवर सगळं अगदी सविस्तर दाखवलं."

"हरे राम!- यांचं तरी अगदी अडलंच होतं! पण..."

आजची सभा खरोखरच महत्त्वाची होती, म्हणून पक्षाकडूनच सगळ्या वाहिन्यांना अगदी आवर्जून आमंत्रणे गेली होती ना?... तरीही सरकारी माध्यम म्हणून दूरदर्शनने थोडा पोच दाखवायला हवा होता... म्हणा त्याने काय होणार? इतर वाहिन्या तर अहोरात्र हा तमाशा दाखवणारच ना? आणि त्यांचे तरी काय चुकले? इतक्या नाट्यपूर्ण बातम्या नेहमी कितीशा मिळतात?

"पण नेमकं काय झालं?" वनिताबाईंनी विचारले. "हे काही वेडंवाकडं बोलले का?"

"वेडंवाकडं बोलले असते, तर चाललं असतं. पण ते खरं बोलले. म्हणजे भयंकरच!"

"खरं बोलण्यात वाईट काय, ते मला तरी नाही कळत!"- असे म्हणून वनिताबाई लगबगीने यजमानांच्या समाचाराला गेल्या. काय वाईट, ते त्यांना लौकरच कळायचे होते.

इकडे दहाबारा पत्रकारांचा एक गट ताबडतोब मुख्यमंत्र्यांची भेट हवी म्हणून हट्ट धरून बसला होता. सभेच्या ठिकाणाहून मुख्यमंत्र्यांना घाईघाईने पळवून आणल्यामुळे त्यांना फसवल्यासारखे वाटत होते. 'वसंत' वरचा सेक्रेटरी नेरकर याला ते मुळीच दाद देत नव्हते. शेवटी जोगंदडने त्यांना "साहेबांची तब्येत बरी नाही, त्यांना विश्रांतीची गरज आहे" असे पुन्हा पुन्हा सांगून उद्या भेट घालून देण्याचे आश्वासन दिले, तेव्हा ते गेले. तरी एकाने जाता जाता "साहेब सभेला येण्यापूर्वी दारू प्यायले होते का?" असे विचारलेच. जोगदंडने त्याला उत्तर दिले नाही.

वनिताबाई बेडरूममध्ये गेल्या. तेव्हा त्यांना मुख्यमंत्री डोके धरून पडलेले दिसले. "डोकं दुखतंय का?" त्यांनी प्रेमळपणे विचारले. "मी बाम लावून देते..."

"नको." मुख्यमंत्री म्हणाले. "बाम लावून बरं वाटणारी, नेहमीची डोकेदुखी नाही ही. डोक्यात नुसता भडका उडालाय."

वनिताबाई धास्तावून गेल्या. "तुला एक सांगायचंय." मुख्यमंत्री म्हणाले.

मुख्यमंत्र्यांच्या निरवानिरवीच्या स्वराने अधिकच धास्तावून वनिताबाईंनी विचारले- "काय?"

"आपण इतकी वर्षं संसार केला. जवळपास वीस वर्षं. या वीस वर्षांत निरनिराळ्या कारणांनी माझी इतर बायकांशी मैत्री झाली..."

"त्याची मला नंतर सवय झाली. त्यातलं काहीच टिकणारं नसतं- तो नुसता तात्पुरता नाद असतो- शेवटी तुम्ही माझ्याकडेच येता, हे मला माहीत झालं होतं. पुढं पुढं तर मी तिकडे लक्षच देणं सोडून दिलं."

"हं ऽ ऽ!" मुख्यमंत्र्यांनी एक दीर्घ सुस्कारा सोडला. "गेली पाच वर्षं मात्र मी अगदी सिरियसली एका बाईच्या प्रेमात आहे!"

"प्रेमात-?" वनिताबाईंनी धक्का बसून विचारले. कारण आजवर मुख्यमंत्री त्यांना नेहमी सांगत की इतर मैत्रिणी म्हणजे केवळ शारीरिक आकर्षण! प्रेम मात्र मी तुझ्याशिवाय दुसऱ्या कुणावर करूच शकत नाही!- प्रेमात पडलो म्हणजे संपलंच ना सगळं?- ते विचारायचे.

ते आठवून वनिताबाईंनी विचारले. "तुम्ही प्रेमात पडलात, म्हणजे माझ्यापुरतं संपलंच ना सगळं?"

"हो." मुख्यमंत्री शांतपणे म्हणाले. "आपल्यापुरतं- सगळं संपल्यासारखंच आहे. मी इथं राहतो, ते मुख्यमंत्र्याची घरेलू सद्गृहस्थाची प्रतिमा सांभाळावी, म्हणून. नाहीतर माझं तुझ्यावरचं प्रेम कधीच उडालंय!"

रडू आवरून धरीत वनिताबाईंनी विचारले- "कोण आहे ती? सोशल वर्कर जान्हवी तुळपुळेच ना?"

"नाही. चंदना सोशल वर्कर नाही. फारशी शिकलेलीही नाही. तीनचार मराठी चित्रपटांत कामं केलीयेत तिनं. पण मोठा ब्रेक कधी मिळालेला नाही. मुलगी मात्र सोन्यासारखी आहे. इतकी देखणी, इतकी प्रेमळ... गेल्या पाच वर्षांत तिचं प्रेम हीच माझ्या कामामागची स्फूर्ती आहे..."

वाक्यावाक्यागणिक वनिताबाई ढासळत होत्या. हे इतकं भयंकर सत्य- त्यांनी सांगेपर्यंत आपल्याला जाणवलंसुद्धा नव्हतं? आपण एका खुळ्या गैरसमजाखाली.

"चाललाय तो संसार तसाच चालू द्यायचा"- त्या म्हणाल्या. "नाहीतरी प्रतिमा टिकवण्यासाठी तुम्हांला घटस्फोट घ्यायचाच नाहीये. त्या नटीची भानगड गुप्त ठेवणं इतके दिवस तुम्हांला साधलंच होतं. मग आता तरी हे सांगून मला"- त्या रडू लागल्या.

"कारण होतं. आज तुला सांगणं भाग होतं. आता मी हे जगापासूनही लपवणार नाही. कारण यापुढं मी खरं बोलायचं ठरवलंय. काहीही लपवायचं नाही असं ठरवलंय. मला खरं बोलणं भागच आहे!"

"मग त्यामुळे लोकांमध्ये माझी अवहेलना झाली- लोकांनी माझी कीव केली- माझा संसार उधळला गेला, तरी-"

"फसवणुकीवर आधारलेला संसार उधळलेलाच असतो, वनिता."

"आत्ता मला सांगितलंत तसलंच काहीतरी भयंकर सत्य तुम्ही आज सभेत बोलून गेलात?

"सत्याचा परिणाम भयंकर असू शकतो, वनिता." मुख्यमंत्री म्हणाले. "प्रत्यक्ष सत्य भयंकर असत नाही. सुंदरही असत नाही. चांगलं वाईट काहीच असू शकत

नाही. सत्य हे फक्त सत्यच असतं. त्याला रंग देतो, तो पाहणाऱ्याचा दृष्टिकोन!''

-दारावर टकटक करून बाळू आत आला. ''डॉक्टर मंडलिक आलेयत.'' त्याने वर्दी दिली.

- ५ -

डॉक्टरांची 'व्हिजिट' थोडक्यावर आटपली नाही.

सभेत झालेला प्रकार त्यांना कळलेलाच होता. जोगदंडाचा फोन न येता, तरीही ते 'वसंत' वर एक चक्कर मारून जाणारच होते. मुख्यमंत्र्यांचे मानसिक संतुलन ढळले असावे, असा त्यांचा पहिला तर्क होता. परंतु इथे पाहावे, तर तसे काही लक्षण दिसत नाहीये.

''कसं वाटतंय साहेब?''- त्यांनी विचारले.

''आय ॲम फाइन. डोक्यात थोडं जळजळल्यासारखं होतंय, एवढंच.''

डॉक्टर चमकले. छातीत, पोटात, जळजळल्यासारखं होतं, असं त्यांनी ऐकलेलं होतं. पण डोक्यात जळजळ?- इंट्रिगिंग!

''जळजळ म्हणजे?... दुखतं का? घणाचे घाव बसल्यासारखं होतं का?''

''नाही. तसं नेहमीच्या डोकेदुखीसारखं काही नाही. पेटल्यासारखंच होतंय. -कदाचित त्यात विचारांचा काही भाग खरोखर जळूनही जात असेल.'' -मुख्यमंत्र्यांनी हसून सांगितले.

हे स्मित... उत्तरातली ही संगती... हा शांतपणा... ही नक्कीच वेडाची लक्षणे नाहीत! डॉक्टर बुचकळ्यात पडले.

''तुमची काळजी मला समजते डॉक्टर''- मुख्यमंत्री शांतपणे म्हणाले. ''सर्वांना तीच चिंता वाटतेय. माझ्या डोक्यात बिघाड झाल्याची. कारण सत्य सांगणं हे या व्यवस्थेत वेडेपणाचं ठरतं. आपण सततच इतकं खोटं बोलत असतो, की तीच आपली जगण्याची पद्धत ठरली आहे. म्हणून कोणी खरं बोलायला लागलं, की आपला जगण्याचा तोलच ढळल्यासारखं वाटतं. ॲम आय राइट?''

''पर्फेक्टली सर.''

''तुम्हीच सांगा.'' समोरच्या मंद निळसर दिव्याकडे नजर लावून मुख्यमंत्री म्हणाले- ''कायम खोटं बोलण्याच्या या सवयीनं आपण दुसऱ्याचा, सत्य जाणून घेण्याचा अधिकारच नाकारायला लागलो आहोत, ते का?- नवऱ्याचे बाहेर कुणाशी संबंध आहेत, हे जाणून घेण्याचा अधिकार त्याच्या पत्नीला नाही का?...राज्यकर्ते आपल्याला कसे लुटताहेत, हे समजून घेण्याचा अधिकार जनतेला नाही का?... मग सत्य सांगणं हा वेडेपणा कसा ठरतो?''

मुख्यमंत्र्यांच्या प्रश्नाला डॉक्टरांकडे उत्तर नव्हते. त्यांच्या वागण्यात नेहमीच्या

वेडेपणाचे कसलेही चिन्ह नसले, तरी हा प्रकार चमत्कारिक आहे, आणि त्याचे स्पष्टीकरण शक्य तेवढ्या लौकर मिळायला हवे, हे तर उघडच होते. ते लगेच कामाला लागले. मेंदूशी संबंधित अशा सर्व चाचण्या करून घेण्याचे त्यांनी ठरवले. त्याप्रमाणे संबंधितांना फोन केले. ज्या चाचण्या बंगल्यावर करणे अशक्य होते, त्या हॉस्पिटल्समधून करण्याचे ठरले; मात्र जोगदंडने मुख्यमंत्र्यांना कुठल्याही हॉस्पिटलमध्ये ठेवण्याचे नाकारले. झाल्या प्रकाराची, झाली त्यापेक्षा अधिक प्रसिद्धी त्याला होऊ द्यायची नव्हती. त्याच हेतूने त्याने राजकारणातल्या वा पत्रकारितेतल्या कुठल्याही व्यक्तीला 'वसंत'वर रेंगाळू दिले नव्हते.

सर्व चाचण्यांच्या वेळी वनिताबाई हजर होत्या. डॉक्टरांना त्या आज नको इतक्या शांत आणि अलिप्त वाटल्या. पण त्याचे आश्चर्य करण्याइतकी सवड त्यांना होतीच कुठे?

जोगदंड नेरकरबरोबर ऑफिसमध्ये बसून राहिला होता. तिथून त्याचे फोन करणे सतत चालू होते. येणाऱ्या फोन्सना 'साहेब विश्रांती घेताहेत' एवढेच उत्तर द्यायचे असे त्याने आणि नेरकरने ठरवले होते.

थोड्याच वेळात सॉलिसिटर सोळंकी तिथे हजर झाले. त्यांच्याबरोबर दोन राजकीय सल्लागार होते. सभेतल्या भाषणाचे रेकॉर्डिंग ऐकून त्याचा शब्दन शब्द नेरकरने लिहून काढला होता. सॉलिसिटर सोळंकींनी तो वाचून माना डोलावल्या, अनेकदा तोंडाने चक् चक् केले, आणि राजकीय सल्लागारांशी कुजबूज सुरू केली. त्या भाषणाचा वेगळा अर्थ लावणारे, आणि त्यातील विधानांचे, अंग झटकून टाकणारे समर्थन देणारे पत्रक सकाळ होण्याच्या आत तयार करणे, ही त्यांची जबाबदारी होती. सकाळी पत्रकार जेव्हा एकच गिल्ला करत 'वसंत'वर किंवा मंत्रालयात येतील तेव्हा त्यांचा हल्ला परतवण्यासाठी हे पत्रक हातात असणे भाग होते.

- ६ -

सकाळ उजाडली, ती वृत्तपत्रांचे कंठाळी मथळे घेऊनच! 'मी पाच लाखांची लाच घेतली!- मुख्यमंत्र्यांची कबुली!' 'आम्हांला मतं द्या!- आम्ही तुम्हांला लुटू!' 'आम्ही सगळेच चोर आहोत!' 'आश्वासने देऊन फसवू!– मुख्यमंत्री.' असले, नको इतक्या जाड बटबटीत टाइपातले मथळे देऊन प्रत्येक वृत्तपत्राने कालच्या उधळलेल्या सभेची बातमी पहिल्या पानावर छापली होती. शिवाय रंगमंचावरच्या धक्काबुक्कीची आणि सभामैदानातल्या मारामारीची रंगीत छायाचित्रेही त्यांनी छापली होती. पक्षाध्यक्षांनी मुख्यमंत्र्यांना कसे बोलू दिले नाही, जनतेला त्यांचे भाषण ऐकायचे असताना त्यांची कशी मुस्कटदाबी केली, याच्या वेगळ्या ठसठशीत चौकटीदेखील होत्याच!...

आश्चर्य म्हणजे, बातम्यांचा सूर, मुख्यमंत्र्यांनी केलेल्या बेशिस्त मनमानीचा असला तरी अग्रलेखात मात्र, आजवरच्या राजकीय इतिहासात जाहीरपणे सत्य सांगण्याचे धाडस करणारा पहिलाच मुख्यमंत्री, असा त्यांचा गौरव केलेला होता...

पक्षाध्यक्ष सकाळी सकाळीच बैठक बोलावतील, आणि या बैठकीत मुख्यमंत्र्यांचा राजीनामा मागितला जाईल, असा सगळ्यांचा होरा होता. पण पक्षाध्यक्ष अजूनपर्यंत अंथरुणातूनच बाहेर पडले नव्हते. काल रात्रीपासूनच त्यांना संतापाने म्हणा, भीतीने म्हणा, कापरे भरल्यासारखे झाले होते. अर्थात पडल्या पडल्या ते काहीतरी व्यूह आखतच होते. पण सत्यासमोर उभी राहू शकणारी व्यूहरचना करणे तसे कठीणच असते.

गृहमंत्री आजच जर्मनीच्या दौऱ्यावरून परतत होते. एअरपोर्टवर त्यांच्या स्वागतास गेलेल्या अधिकाऱ्याने त्यांना कालच्या प्रकाराविषयी शक्य तितक्या सौम्यपणे सांगितले. आधीच उशीर झाला होता, म्हणून आपल्या बंगल्यावर न जाता ते परस्पर मंत्रालयातच आले. ते दौऱ्यावर गेल्याचे ठाऊक असल्यामुळे त्यांच्या स्वागतकक्षात नेहमीसारखी गर्दी नव्हती. मात्र त्यांनी विमानातून उतरल्या उतरल्या फोन करून पोलिसप्रमुख भेटायला येतील, याची व्यवस्था केली होती.

आज गर्दी नाही. पोलिसप्रमुखांशी निवांत बोलता येईल. स्वतःच्या सच्छिल वागणुकीचा, पैची लाच न घेण्याचा आणि कधीही कायदा न मोडण्याचा गर्व असलेल्या अतिप्रामाणिक माजोरड्या पोलिस अधिकाऱ्यांची एक यादीच बनवलेली होती गृहमंत्र्यांनी. प्रत्येक लाभाच्या वेळी हे अधिकारी मधे अडमडायचे आणि कायदा शिकवायचे. कोटींचे व्यवहार करणाऱ्या एखाद्या गुन्हेगारी पार्श्वभूमी असलेल्या माणसाला अटक करू नका, त्याच्या उद्योगधंद्यावर छापे घालू नका, त्याच्या साथीदारांच्या मागे लागून त्यांना सळो की पळो करू नका, यातले काहीही सांगायला फोन करावा, किंवा समक्ष बोलावे, तर हे अत्यंत नम्र स्वरात सांगतात, नो सर, दॅट कॅनॉट बी डन् सर!... हे असले लोक काय उपयोगाचे? त्यांच्या बदल्या करायला हव्यात राज्याच्या लांबलांबच्या भागांत! तरच सुरळीत काम करणे शक्य होईल!

असा विचार करीत गृहमंत्री आपल्या कक्षातल्या प्रसाधनगृहात गेले. ...परत येतांना त्यांनी, धुतलेले तोंड खसाखसा पुसून एकदा आरशात पाहिले. नॅपकीन आडव्या दांडीवर ठेवला, आणि हात खाली घेतला. तोच त्यावर इतका जोराचा फटका बसला, की ते कळवळले. आपला हात प्रसाधनगृहाच्या दरवाजात सापडला, असेच त्यांना क्षणभर वाटले. पण पाहतात तर एका संतप्त गृहस्थाने आपल्या हातातल्या लाकडी डस्टरचा फटका त्यांच्या हातावर मारला होता. करड्या कोटातला, धगधगत्या डोळ्यांचा तो माणूस म्हणत होता – "खरं बोल...शुंभा... खोटं

बोललास तर यापुढे तुझी गय केली जाणार नाही!''

गृहमंत्र्यांना आरशात आपली आकृती दिसेनाशी झाली. पाय उंच करून पाहिले तर कदाचित डोके दिसेल, इतक्या उंचीवर आरसा लावलेला होता. पण आरशात न पाहताही त्यांना जाणवले की, आपल्या डोळ्यांतून घळघळा पाणी वाहत आहे. तोंड पुसावे तर, नॅपकीन खूपच वर, आडव्या दांडीला लावलेला होता. तळहाताची पाठची बाजू सणसणून दुखत होती, आणि कानशिलावर एका जागी कोणीतरी स्क्रूड्रायव्हरने भोक पाडत असावे, तशी वेदना होत होती.

प्रसाधनगृहाच्या दारात उभा असलेला तो गृहस्थ भराभर उंच होत गेला असावा. कारण डोके दाराच्या चौकटीला आपटू नये, म्हणून तो बाहेरच उभा राहिला. एका हाताने त्याने गृहमंत्र्यांचे बखोट धरून त्यांनाही बाहेर खेचले आणि चिमटीत धरून त्यांच्या खुर्चीत फेकून दिले. तो स्वत: कोपऱ्यात जाऊन अदृश्य खुर्चीवर बसावे तसा बसून राहिला. एखादा अजस्त्र कुत्रा कधीही झेप घालण्याच्या तयारीत दबा धरून बसावा, तसा, गृहमंत्र्यांकडे पाहत, एका हातातला डस्टर दुसऱ्या हातावर आपटत.

गृहमंत्री, जळत चाललेले डोके धरून बसले होते. दारावर टकटक झाली, म्हणून त्यांनी मान वर उचलून पाहिले, तर पोलिसप्रमुख दारात उभे होते. कम इन, प्लीज, असे म्हणून गृहमंत्री जागचे उठले. त्यांनी खुर्चीकडे हात करताच पोलिसप्रमुख खुर्चीत बसले.

गृहमंत्र्यांनी सेफ उघडली, आणि आतून एक कॉन्फिडेन्शिअल फाइल काढली. त्यातून एक नावांच्या यादीचा कागद काढून तो पोलिसप्रमुखांच्या पुढे टाकत ते म्हणाले, यांच्या बदल्या रद्द केल्या आहेत. अतिशय प्रामाणिक ऑफिसर्स आहेत हे. ते म्हणतील, ती सगळी मदत त्यांना मिळाली पाहिजे. त्यांनी ज्या ॲरेस्ट्स् सजेस्ट केल्या आहेत, त्या व्हायलाच हव्यात. मग ते गुंड कितीही इन्फ्लुएन्शिअल असोत. त्या गुंडांच्या तब्येती बिघडल्या, तर तुरुंगाचे डॉक्टर्सच त्यांना ट्रीट करतील. फाइव्ह स्टार हॉस्पिटलमधले भाडखाव सर्जन्स ॲंड डॉक्टर्स नव्हेत!- यू गेट इट राइट?... आणि आजपासून पोलिस डिपार्टमेंटमध्ये टोटल ट्रान्सपरन्सी यायला हवी – आय ॲम देअर टू हेल्प यू. कुणालाही कर्तव्य पार पाडताना दुसऱ्या कशाचा मोह पडता कामा नये...ॲंड दॅट अप्लाइज टू यू ॲंड मी टू!- निघा आता.

चीफ कमिशनरसाहेबांना 'येस सर' म्हणण्याचेसुद्धा भान उरले नाही. भूत पाहिल्यासारखे डोळे विस्फारून ते मागे मागे जात दारातून बाहेर पडले.

पण आपल्या ऑफिसात जाऊन ते जे बोलले, त्यामुळे बाहेर बॉम्बस्फोट व्हावा, तशी एकच खळबळ उडाली...

- ७ -

गृहमंत्र्यांना लगोलग, त्यांच्या 'बादल' बंगल्यावर पोहोचवण्यात आले. मुख्यमंत्र्यांचे उदाहरण ताजेच असल्यामुळे कोणीही त्यांना जनतेसमोरच काय, पण इतर मंत्र्यांसमोरदेखील येऊ देण्याचा धोका पत्करला नाही.

डॉक्टर मंडलिकांना फोन गेला. त्यावेळी ते मुख्यमंत्र्यांचे रिपोर्टस् घेऊन बसले होते. मुख्यमंत्र्यांच्या मेंदूत नेहमीची कुठलीही डिस्ऑर्डर आढळली नव्हती. (शरीराची इतरही कसली तक्रार नव्हती.) मात्र या क्षणीची मेंदूची अवस्था लाय डिटेक्टर टेस्ट देताना त्या व्यक्तीची असते तशी होती आणि गेले काही तास ती...जशीच्या तशी कायम राहिलेली होती.

गृहमंत्र्यांच्या सेक्रेटरीचा फोन आला, तेव्हा ते अधिकच बुचकळ्यात पडले. जवळजवळ मुख्यमंत्र्यांच्या सारखीच लक्षणे... काय समजायचा हा प्रकार? ते तातडीने 'बादल'वर गेले. वेळ दिवसाची असल्यामुळे चाचण्या घेण्यासाठी हॉस्पिटल स्टाफ मिळवायला काल रात्रीइतके कठीण गेले नाही; पण त्यामुळेच बोभाटा होण्याची शक्यता अधिक होती. एखादा माणूस खरे बोलू लागला आहे, हे जगापासून दडवून ठेवण्याची पाळी यावी ना?

कितीही दडवली तरी गृहमंत्र्यांची बातमी दुपारपर्यंत विरोधी पक्षाच्या गोटात पोहोचलीच होती. काल रात्रीपासूनच तिथे आनंदीआनंद चालला होता. निवडणुकीच्या प्रचाराची पहिली सभा ही सत्ताधारी पक्षाची मृत्यूघंटाच ठरणार होती. सभेला हजर असलेले उमेदवार बिचारे डोके आपटतच घरी गेले होते. आता कुठल्याही मतदारसंघात जायचे ते कुठल्या तोंडाने, हेच त्यांना समजेनासे झाले होते. विरोधी पक्षाने मात्र रात्र जंगी मेजवानी करून साजरी केली होती. आणि ठरल्याप्रमाणे आज त्यांच्यातले अतिरथी महारथी बैठकीसाठी हॉटेल 'सिल्व्हर हॉक'मध्ये एकत्र जमले होते.

बैठकीचा हेतू एकच होता. मुख्यमंत्र्यांनी आणि त्यापाठोपाठ लगेच गृहमंत्र्यांनी एकदम सत्याची कास धरावी, यात काही चालबाजी नाही ना? एका अत्यंत अद्‌भुत उपायाने मतदारांना आपलेसे करावे, अशी तर त्यांची आयडिया नाही ना? ...कारण तसे असेल तर विरोधी पक्षाला अधिक वरचढ आयडिया काढणे भाग पडणार होते... मुख्यमंत्र्यांनी, गृहमंत्र्यांनी भले स्वत:चे हसे करून घेतले असेल, पण त्यांच्या या कृतीने जनता– मूर्खपणाच तो!– पण दिपून गेलीये यात शंका नाही! सबंध निवडणूकच आता या त्यांच्या कृतीच्या सावलीखाली राहील – कुणी सांगावे, लोक उद्या त्यांना संतमहात्मे देखील समजायला लागतील – त्याआधी आपण काहीतरी केले पाहिजे – केलेच पाहिजे!

अध्यक्ष आल्यावर– ते थोडे उशिराच आले!- सर्वांनी हीच मते मांडली. (म्हणा

सभेला रीतसर सुरुवात होण्याआधीच त्यांनी मते मांडायला सुरुवात केली होती. काहींनी सत्ताधारी मंत्र्यांची टिंगलटवाळी आरंभली होती, तर काहींच्या स्वरात काळजी होती.) अध्यक्ष नक्कीच काहीतरी उपाययोजना सुचवतील, याची सर्वांना खात्री होती. अध्यक्ष ऐंशीच्या जवळ आले असले, तरीही अजून त्यांची बुद्धी सुपीक होती, आणि तिच्यातला शकुनी कावा कमी झालेला नव्हता...

काही वेळ 'सिल्व्हर हॉक'च्या 'आयव्हरी रूम'मध्ये शांतता पसरली. अपेक्षापूर्ण शांतता. आणि मग अध्यक्ष कापऱ्या आवाजात बोलू लागले–

"मुख्यमंत्री काल काय म्हणाले? म्हणाले, आपण सगळेच चोर आहोत. आम्ही लुटालूट करतोय, पण विरोधी पक्ष लुटालुटीचीच संधी घ्यायला टपलाय, म्हणाले. त्यांनी स्वत:च्याच पक्षाची लाज काढली नाही– त्यांनी आपल्या साऱ्यांचीच अब्रू चव्हाट्यावर मांडली!"

सभेत मुख्यमंत्र्यांच्या धिक्काराचे, संतापाचे उद्गार निघाले.

"का? का करताय त्यांचा धिक्कार?- अध्यक्षांचा कापरा स्वर वर चढला. - "आपण नाही तसे?– निर्लज्ज? मुळातच अब्रूची चाड नसलेले?... आपण काय करायचं बाकी ठेवलंय? आपण स्फोट घडवले– माणसं मारली... आपण शेकडोंनी माणसं जाळली... आपण बायकांवर बलात्कार केले– पोरांचे कोथळे काढले... आपण माणसांची एकमेकांविरुद्ध डोकी भडकवली – त्यांच्यात खून-मारामाऱ्या होऊ दिल्या... आणि हे सगळं कशासाठी? कोटीकोटींची मालमत्ता मिळवण्यासाठी! बेकायदा बांधलेल्या घरांवर, स्मगल केलेल्या सोन्याची कौलं घालण्यासाठी!... काय लायकीचे आहोत आपण? विचार करा– आपल्याला फाशी दिलं तर फासाचा दोर विटाळेल!"

मंडळींत कुजबूज सुरू झालेली होती. ती वाढत गेली. शेवटी न राहवून दोघेतिघे अध्यक्षांच्या अंगावर ओरडले– 'गप्प राहा... तुम्हांला म्हातारचळ लागलाय! गप्प राहा!'

"मला गप्प राहायला सांगताय? –" काहीशा रडवेल्या होऊ लागलेल्या स्वरात अध्यक्ष म्हणाले, "इतकी वर्षं गप्प राहिलो हेच चुकलं. पण राहिलो गप्प? – मी विसरलो होतो... पूर्वी शिकलेलं ते सगळं... मी विसरलो होतो... आज मला त्यांनी आठवण दिली– त्यानी..."

पुन्हा कुजबूज. पण विरोधातली नाही. नुसती उत्सुकता. –ते कोण?

"मला उशीर झाला यायला..." अध्यक्ष म्हणाले. "का ठाऊकेय? मी वेळेवरच येत होतो. यू नो हाऊ पंक्चुअल आय ॲम!... मी लिफ्टमधून उतरलो आणि एकदम ते समोर आले. करडा कोट घातलेले- काळेकभिन्न - दोन पुरुष उंचीचे!- त्यांनी मला कळायच्या आत शेजारच्या वॉशिंग कपड्यांच्या खोलीत

खेचलं. मला खाली ढकलून म्हणाले - "बोलशील खोटं? दरिद्र्या, भीकमाग्या, चार पैशांसाठी खोटं बोलशील?- दुसऱ्याची वस्तू खेचून घेशील? खोटारड्या- थांब, तुला आता सोडत नाही..." बघता बघता त्यांच्या हातातल्या डस्टरची लांबीरुंदी वाढली... कपडे धुण्याच्या धोक्याएवढी झाली- त्या धोक्यानं त्यांनी मला बडवून काढलं- डोक्यावर-पाठीवर-पायावर– पाहा-पाहा माझ्या केसांत केवढी टेंगळं आलीयेत...

अध्यक्ष कुठल्या केसांचे बोलत होते? गेली काही वर्षे तर त्यांना चांगले प्रशस्त टक्कल होते. – पण ते केसांतली टेंगळे दाखवू लागले तरी कुणीही हसले नाही...

"तुम्हांला नाही असं कुणी भेटलं?" ...अध्यक्षांच्या डोळ्यांतून पाण्याच्या धारा लागल्या होत्या... "कुणीच नाही कधी तुम्हांला डस्टरनं फोडून काढलं?- खोटं बोलण्यासाठी?... मग आपण खाल्लेला तो मार आपण विसरून कसे गेलो? कधी गेलो? ...खोटं बोलणं, खोटं वागणं हीच आयुष्याची रीत कशी बनवून टाकली?"- त्यांचा आवाज चढला. "कधीच ते नाही भेटले, म्हणता, तुम्हांला? मग भेटतील - अजून भेटतील. नक्की भेटतील!" ...ते ओरडू लागले.

मंडळींपैकी त्यांच्या जवळच्या दोघातिघांनी त्यांना धरले. अध्यक्ष जोरजोरात डोक्यावर मुठी मारत होते. तसेच त्यांना लिफ्टमध्ये घातले गेले. खाली गाडी तयार होती, तिच्यात चढवले गेले. त्यांची गाडी निघून गेली तरी कोणीही अवाक्षर काढले नाही. अंत्ययात्रेच्या शांततेत सगळे आपापल्या गाड्यांमध्ये चढले... निघून गेले...

मात्र त्यांच्यापैकी एकाने, आठवणीने डॉक्टर मंडलिकांना फोन केला...

- ८ -

डॉक्टर मंडलिकांनी अमेरिकेत वैद्यकशास्त्रात संशोधन करणाऱ्या आपल्या मित्राला – डॉ. अगस्तींना फोन लावला होता...

"फार वाईट – फार वाईट परिस्थिती आहे डॉक्टर. हा व्हायरस पसरत चाललाय. ट्रुथ व्हायरस. एकाला, दुसऱ्याला, तिसऱ्याला – भराभर लागण होतेय. सगळ्यांची लक्षणं तीच. ब्रेन ऑन फायर, हॅल्युसिनेशन्स – आणि खरं बोलणं– एकजात खरं बोलणं... समोरच्या माणसांची पर्वा न करता बेधडक खरं बोलत सुटणं...कबुलीजबाब देणं–सत्यासाठी पक्षाची अब्रू वेशीवर टांगणं...चोवीस तास खरं आणि फक्त खरंच बोलणं..."

"अँड यू से इट इज स्प्रेडिंग? एका मागोमाग एक लोक खरं बोलत सुटलेत? ओ माय गॉड! व्हॉट हॅज सोसायटी कम टू? काय होणार या समाजाचं?"

"हो ना- आज राजकारणात या व्हायरसची लागण झालीये. उद्या इतर क्षेत्रांतही

झाली मग– ? उद्योग क्षेत्र आहे, वैद्यकीय क्षेत्र आहे, कला-संस्कृती– आणि बाप रे, वकील खरं बोलायला लागले तर?''

''इट्स अ प्रॉब्लेम नो डाऊट. पण मी काय करू?''

''अमेरिकेत या विषयात काही संशोधन झालेलं असेल ना?''

''आर यू किडिंग? आमच्याकडे–आणि खरं बोलण्याचा प्रॉब्लेम? नो वे! एक आहे- मध्यंतरी आमच्या प्रेसिडेंटनं इराकमध्ये सैन्य पाठवण्यासाठी जो प्रचंड खोटेपणा केला, त्याच्या विरोधात मात्र काहींनी सत्य सांगण्याचा आग्रह सुरू केला होता. त्यांचं सत्य बोलणं थांबवण्यासाठी इथं काही संशोधन सुरू झालं होतं. एक औषध तयारही झालं होतं... टू बी इनजेक्टेड इन्ट्राव्हेनस्–''

''प्लीज- त्याच्या मिळतील तेवढ्या बाटल्या उद्याच्या फ्लाइटनं पाठव – इथं आमच्या जीवनमरणाचा प्रश्न आहे...''

- ९ -

अमेरिकेहून दुसऱ्या दिवशी संध्याकाळी येऊन पोहोचणाऱ्या फ्लाइटने औषधाच्या बाटल्या आल्या...

मुख्यमंत्र्यांपासून सुरू झालेला व्हायरस नष्ट करण्याची सुरुवात त्यांच्यापासूनच करावी, म्हणून डॉ. मंडलिक 'वसंत'वर गेले. मुख्यमंत्री आपल्या स्टडीत होते. त्यांच्या टेबलावरचा दिवा जळत होता.

डॉक्टरांना पाहताच मुख्यमंत्र्यांनी उठून आणखी एक शिंपल्याच्या आकाराचा स्निग्ध प्रकाशाचा दिवा लावला. ''या डॉक्टर''– ते उत्साहाने म्हणाले.

''कसं वाटतंय?''- डॉक्टरांनी विचारले.

''छान वाटतंय. अतिशय प्रसन्न वाटतंय. डोक्यातली जळजळ कमी झालीये. खरं सांगू डॉक्टर– गेल्या कित्येक वर्षांत मला इतकं बरं वाटलेलं नाही. अगदी हलकं हलकं वाटतंय. किती वर्षं, खोट्या गोष्टी करण्याचं आणि त्या दडपून ठेवण्याचं ओझं मी वाहत होतो!... ते ओझं आता उतरून ठेवलंय. परिणाम?- हा माझा एकांतवास! एखाद्या खुनी माथेफिरूपेक्षाही लोक सत्य सांगणाऱ्याला घाबरतात, त्याला लोकांमध्ये मिसळून देत नाहीत, हा अनुभव प्रथमच घेतोय मी. ...ठीक आहे- माझी तयारी आहे. मी कबूल केलेल्या गुन्ह्यांसाठी मी तुरुंगात जायला तयार आहे... हवं तर फासावर जाण्याचीदेखील माझी तयारी आहे. पण आता कोणापासून काही लपवायला नको-याचा आनंद आहे!''

''हो- पण या आनंदाची किंमत– दुसऱ्या कुणाला...'' डॉक्टरांनी भीतभीत विरोध केला.

''डॉक्टर – आमच्या खोटेपणाची किंमत सगळा देश कायम भरत आला...

किंमत चुकती केली नाही, ती आम्हीच. किंबहुना कसलीच किंमत चुकती न करता कोट्याधीश व्हायचं. म्हणूनच आम्हांला खोटेपणा करावा लागला. आणि खोटेपणा खोटेपणालाच जन्म देतो. सत्य दु:ख देतं, पण काही काळापुरतं. तेवढं सहन केलं की पुढे स्वच्छ प्रकाश दिसतो. तुम्हांला माहित्येय, मी वनितेला सांगितलं, की माझं चंदनावर प्रेम आहे. वनिता रडरड रडली... पण आता तीही रिलॅक्स झालीये. सतत संशय घेणं थांबलं, म्हणून. काल तीच म्हणत होती, की, हवं तर चंदनाला घरी घेऊन या!''

मुख्यमंत्र्यांच्या बोलण्याच्या जाळ्यात आपण फसायचे नाही, असे डॉक्टरांनी ठरवले होते. मुख्यमंत्र्यांचे ठीक होते. ते कदाचित सत्याचा आग्रह धरून आता साऱ्या सुखदु:खांच्या पलीकडे गेले असतील. पण आपल्याला जगाचा विचार करायला हवा. देशाचा हवा. राजकारणाचा हवा. पक्षाचा हवा. माणसे जर खरे बोलत सुटली, तर श्रीमंत फार काळ श्रीमंत राहू शकणार नाहीत. प्रत्येकाला श्रमाचा योग्य मोबदला मिळाला, तर सगळेच फक्त खाऊनपिऊन सुखी होतील. मग मोठ्या गोष्टी कोण करणार? मोठे उद्योगधंदे, कलेला आश्रय, मोठी बांधकामे... शिवाय माणूस हा चुकणारा प्राणी आहे. त्याच्या हातून पापे घडतात, गुन्हे होतात. प्रत्येक गुन्ह्याची कबुली तो देऊ लागला, तर तुरूंग भरभरून वाहतील. किंवा अजिबात ओस पडतील. कारण शिक्षा देण्याचा अधिकार तरी कोणाला राहील? छे- खरे बोलण्याचा व्हायरस पसरता कामा नये...नाहीतर एकच अंदाधुंदी माजेल...

डॉक्टरांनी छोटी बाटली काढली. नवी कोरी सीरिंज घेतली. ती बाटलीत टोचणार, एवढ्यात मुख्यमंत्र्यांनी विचारले- ''कसलं इंजेक्शन आहे?''

''मेंदूला शक्ती देण्याचं.'' डॉक्टर खोटं बोलले. ''तुमच्या डोक्यातली जळजळ घालवण्यासाठी. अमेरिकेहून मागवलंय. लवकरच इथे मॅन्युफॅक्चर करावं लागेल.''

''किती इंजेक्शन्स घ्यावी लागतील?''

''फार नाही. तीनचार इंजेक्शनात तुम्ही बरे व्हाल.''

''बरा म्हणजे?'' - मुख्यमंत्र्यांचा मुत्सद्दीपणा जागा झाला. ''मी पुन्हा पूर्वीसारखं खोटं बोलायला लागेन की काय?''

''नाही.''

''खोटारड्या!''- एकदम अंधारातून शब्द आले. ''पुन्हा बोललास खोटं!'' स्टडीमधल्या एका अंधारल्या कोपऱ्यात दोन निखारे धगधगत होते. त्या निखाऱ्यांच्या खाली एक जाडजूड डस्टर दिसू लागला होता.

''नाही - पुन्हा नाही मी खोटं बोलणार''... डॉक्टर कळवळून बोलले. भीतीने ते अर्धमेले झाले होते. तरीही डोक्यात विचारांचे भिरभिरे चालूच होते.

खोटे बोलून मुख्यमंत्र्यांना ही इंजेक्शने द्यायची- ते पुन्हा खोटे बोलायला

लागेपर्यंत ... गृहमंत्र्यांना... विरोधी पक्षाच्या अध्यक्षांना! सर्वांना... ज्यांना ज्यांना खरे बोलण्याचा आजार झाला आहे... त्या सर्वजणांना शिरेत औषध टोचून बरे करायचे! म्हणजे पुन्हा खोटे बोलायला लावायचे!

का?- तर आहे यातच सुरक्षितता वाटते म्हणून! ते बदलायची हिंमत नाही म्हणून! सत्याची किंमत स्वत:ला द्यावी लागेल म्हणून! म्हणून हा व्हायरस नष्ट व्हायला हवा! मग काय होईल? सगळे पुन्हा आहे तसेच सडलेले राहील... स्वार्थासाठी कोणीही, कितीही खोटे बोलतोय, कोणी कोणालाही लुबाडतोय, कितीही मोठा भ्रष्टाचार करतोय- कोणाच्याही प्राणांशी खेळतोय– या रोगट वातावरणातच मुले लहानाची मोठी होताहेत... अधिकच भ्रष्टाचारी होताहेत– रक्तपिपासू होताहेत! हे तुम्हांला हवंय का? डॉक्टर मंडलिक, खरोखरच का त्या अमेरिकन औषधाने तुम्हांला आपल्याकडचा सत्याचा व्हायरस नष्ट करायचाय? सत्याची साथ पसरू द्यायची नाहीये?

"खोटारड्या-हैवाना- आता का गप्प बसलास?" अंधारातून डस्टर एखाद्या जाडजूड बांबूसारखा लांब होत होत डॉक्टरांपर्यंत आला. "हात पुढे कर- आधी हात पुढे कर - दोन्ही हात -"

डॉ. मंडलिकांनी दोन्ही तळहात डस्टरसमोर पसरले.

या गडबडीत हातातली औषधाची छोटी बाटली आणि सिरिंज दोन्ही कधी खाली पडल्या, ते त्यांना समजलेच नाही.

◆

- १ -

चैतन्य आणि विशाखा ही दोघेही ड्रामा स्कूलमध्ये एकत्र शिकली. अत्यंत गांभीर्याने, नेटाने. 'ग्लॅमर'ची रंगीत स्वप्ने त्यांच्या डोक्यात नव्हती; तरीही स्कूलमधून बाहेर पडल्यानंतर आपल्याला नाटक-सिनेमाशी संबंधित असे, आपल्या आवडीचे काम मिळायला अडचण येणार नाही, याची त्यांना खात्री होती. सगळेच काही आपल्या मनासारखे होणार नाही, हे माहीत असले, तरी विनाकारण घाईघाईने तडजोडी करायचीदेखील त्यांची तयारी नव्हती. खरे म्हणजे, दोघांचीही तत्त्वे अशी मिळतीजुळती असल्यामुळेच त्यांचे एकमेकांवरचे प्रेम वाढत गेले होते. कामे मिळू लागली की लग्न करून मनासारखा संसार करायचे त्यांनी ठरवून टाकले होते.

मात्र, दोघांनाही नाटकसिनेमांत लगेच काम मिळणे तेवढेसे सोपे नाही, हे लवकरच त्यांच्या लक्षात आले. स्कूलमध्ये त्यांनी आपापल्या विषयात मिळवलेल्या सुवर्णपदकांचे कुणालाही फारसे कौतुक नव्हते. देखणेपणामुळे चैतन्यला नाटकात कामे मिळाली, पण ती नाटके पैसा न देणारी, प्रायोगिक किंवा न चालणारी व्यावसायिक. त्यातून अभिनयातच करिअर करायचे, अशी त्याची जिद्द. विशाखा

भूमिका

मात्र अभिनयाबरोबरच, 'ग्लॅमर' क्षेत्रातल्या नोकऱ्यांसाठीही मुलाखती देत होती.

तिची धडपड काहीशी यशस्वी झाली, आणि एका नव्या वाहिनीवर तिला एक्झिक्युटिव्ह प्रोड्युसरची नोकरी मिळाली. चैतन्यने तिचे अभिनंदन करतानाच स्वत: बेकार असल्याची खंतही व्यक्त केली.

“अरे मिळेल तुलाही काम! माझी खात्री आहे. एक ना एक दिवस तू खूप मोठा नट असल्याचं जगाला समजेल!”

“समजेल तेव्हा समजेल! तोवर आपलं लग्न लांबणीवर पडतंय ना?”

“ते तुझ्या पुरुषी इगोमुळे!” त्याचे नाक ओढीत विशाखा म्हणाली. “खरंतर, आता माझ्या पगारात घर सहज चालू शकेल! शिवाय तुझी छोटीमोठी कामं आहेतच!... पण ते तुझ्या पुरुषी वर्चस्वाच्या कल्पनेत बसत नाही ना?”

विशाखाचे म्हणणे अगदीच खोटे नव्हते. तरीही तिला नोकरी मिळाली याचा चैतन्यला मनापासून आनंद झाला. दोघांनी मग 'बरिस्ता'मध्ये पोटभर खाऊन तो

सेलिब्रेटही केला. (या मेजवानीचे बिल अर्थातच चैतन्यने दिले. एका मालिकेच्या नुकत्याच वटलेल्या चेकमधून.)

- २ -

कलावंताच्या आयुष्यात बऱ्याचशा गोष्टी अचानक घडत असतात. तसेच, अचानक एका थिएटरच्या बाहेर ज्येष्ठ समीक्षक साने चैतन्यला भेटले, आणि जवळजवळ ओढतच त्याला प्रोड्युसर मानकामेंच्या, त्याच इमारतीमधल्या ऑफिसमध्ये घेऊन गेले.

मानकामेंनी जे आदरातिथ्य केले, त्यामुळे चैतन्यची खात्री पटली, की त्यांचे आपल्याकडे नक्कीच काहीतरी महत्त्वाचे काम आहे! मनातून तो थोडा सुखावलादेखील; कारण मानकामे हे नाटक व्यवसायातले बरेच जुने आणि मोठे प्रस्थ होते. सध्या त्यांची चार नाटके बऱ्यापैकी धंदा करीत होती.

"तुमची ती प्रायोगिक दीड तासाची नाटकं मी कधीच पाहत नाही!" मानकामे म्हणाले, 'पण साने नेहमी तुमच्या कामाची तारीफ करीत असतात!'

"मी लिहून द्यायला तयार आहे मानकामे," साने जोरात म्हणाले, "की पुढल्या पाच वर्षांत हा सर्वश्रेष्ठ व्यावसायिक नट होईल!"

यावर नक्की काय प्रतिक्रिया द्यायची, या संभ्रमात चैतन्य असतानाच, ते दोघे मुद्द्यावर आले. एके काळी मानकामेंनी प्रोड्युस केलेले 'रणमर्द' नावाचे नाटक तुफान चालले होते. प्रमुख नटाच्या अपघाती मृत्यूने ते बंद पडले होते...पण आता ते परत सुरू करण्याचा मानकामेंचा मानस होता; आणि रणमर्दाची, त्या वेळी गुरुनाथ या नटाने गाजवलेली, प्रमुख भूमिका करण्यासाठी ते चैतन्यला विचारीत होते. त्यासाठी चांगली नाईटही द्यायला ते तयार होते.

"ठीक आहे," चैतन्य शांतपणे म्हणाला, "मी उद्या सांगतो माझा निर्णय!"

सानेंना आश्चर्य वाटले. चांगल्या भूमिकांच्या शोधात असलेला कुठलाही गुणी नट, अशी महत्त्वाची भूमिका चालत आल्यावर तिच्यावर झडप घातल्याशिवाय राहणार नाही, अशी त्यांची अपेक्षा होती. त्यांनी आणि मानकामेंनी एकमेकांकडे पाहिले. काहीच प्रतिक्रिया न देता मानकामेंनी आपले कार्ड चैतन्यच्या हातावर ठेवले.

चैतन्य निघून गेल्यावर मात्र ते म्हणाले, "या आजकालच्या नटांना कशाचीच किंमत नसते."

'रणमर्द'मधला टायटल रोल आपल्याला विचारला आहे, हे कळल्यावर विशाखाला खूप आनंद होईल, अशी चैतन्यची कल्पना होती. पण त्याउलट, ती थोडी विचारातच पडल्यासारखी दिसली.

"का ग? - काय झालं? विचारातशी पडलीस?" त्याने विचारले, "नको घेऊ का मी ती भूमिका?"

"नको, असं कसं म्हणू? आफ्टर ऑल, इट्स अ बिग ब्रेक!"

"- मग?"

"मला काळजी वाटते. गुरुनाथांनी एवढ्या उंचीवर नेऊन ठेवलेली ती भूमिका - साहजिकच तुझी त्यांच्याशी तुलना होणार!... त्यात तू बिलकूल कमी पडणार नाहीस, मला माहितेय! पण तुला त्या भूमिकेत रुळायला थोडा वेळ लागेल! हे लक्षात न घेता, प्रेक्षक तुझ्या पहिल्या प्रयोगातल्या अभिनयाची तुलना थेट गुरुनाथांच्या शेवटच्या प्रयोगाशी करतील!"

"ती भीती आहेच!"

"शिवाय नाटक ऐतिहासिक! त्याला सुटेबल अशी गुरुनाथांची शैली! थोडी लाउड, म्हणून लोकप्रिय!... आणि ड्रामा स्कूलमध्ये आपल्याला शिकवलंय, लो-कीमधे काम करायला! त्या शैलीत ऐतिहासिक भूमिका केलेली - चालणारेय का 'रणमर्द'च्या प्रेक्षकांना?"

दोघांनी खूप वेळ विचार केला. इतक्या उशिरापर्यंत त्यांचा उहापोह चालला होता, की त्यांचे नेहमीचे जेवणाचे हॉटेल बंद होऊन गेले. शेवटी त्यांना एक सरदारजीचा ढाबा उघडा मिळाला. तिथे जाऊन चिकन चुलबुली आणि नानचा फडशा उडवेपर्यंत त्यांचा निर्णय ठरला होता. 'रणमर्द' करायचा! चालून आलेल्या संधीला नाकारण्याचा करंटेपणा करायचा नाही! त्यात रिस्क होतीच!- पण 'देअर इज नो थिएटर विदाउट रिस्क!' हे त्यांना ड्रामा स्कूलमध्येच शिकवले नव्हते का?

चैतन्य 'रणमर्द' करायला तयार झाला, हे कळल्यावर सान्यांचा जीव भांड्यात पडला. मानकामेंनी दिग्दर्शकांबरोबर तालमींच्या तारखा ठरवल्या. (मनातल्या मनात त्यांनी पहिल्या प्रयोगांच्याही तारखा ठरवल्या...)

चैतन्यने त्याच्या अभ्यासू वृत्तीप्रमाणे लगोलग 'रणमर्द'चे पुस्तक मिळवले, आणि भूमिकेच्या अभ्यासाला सुरुवात केली. भूमिका थोडी शब्दबंबाळ, पण जबरदस्त होती. तिच्यावर 'मॅकबेथ' ची थोडीशी छाया होती; त्यामुळे ती अधिकच नाट्यपूर्ण झाली होती. चैतन्यमधल्या नटाला उघडच तिच्यात आव्हान होते. लोकप्रियता, यश आणि पैसा हेदेखील त्या आव्हानामागून खुणावत होते.

पण... चैतन्यने गुरुनाथांचा 'रणमर्द' पाहिला नव्हता. त्यांची दुसरीही कुठली भूमिका पाहिली नव्हती. नव्यानेच, स्वत:च्या कल्पनेप्रमाणे तो ही भूमिका करणार होता. प्रेक्षक हा नवा रणमर्द स्वीकारतील?... गुरुनाथ ही रंगभूमीवरची 'दंतकथा' होते. प्रेक्षक दंतकथा कधी विसरत नाहीत. उलट, त्यांच्या थोरवीत भर घालत राहतात.

"एक कुतूहल म्हणून विचारतो," चैतन्यने सानेंना विचारले, "गुरुनाथांविषयी खूप ऐकलंय. पण ते खरे होते कसे? रणमर्दाची भूमिका ते कशी करत?"

"अद्‌भुत! – शुद्ध अद्‌भुत!" साने उत्साहाने म्हणाले, "त्याशिवाय दुसरा शब्दच नाही त्यांच्या त्या भूमिकेला! अगदी झपाटल्यासारखं काम करायचे ते! त्यांचा रंगमंचावरचा वावर असा इलेक्ट्रिफायिंग असायचा, की पाहणारा भान हरपून पाहतच राहायचा!... एखाद्या नशेत असल्यासारखे भासायचे गुरुनाथ! ... आणि हे - हे अगदी पहिल्या प्रयोगापासून!"

"कमाल आहे! साधारणपणे नटाला काही प्रयोगांनंतरच भूमिका सापडते!"

"म्हणून म्हणतो - ते सगळं अद्‌भुत होतं! पहिल्याच प्रयोगात रणमर्द जसा काही त्यांच्या अंगात संचारला!... मी हजर होतो ना त्या प्रयोगाला!"

- ३ -

प्रयोग विलक्षण रंगला होता; म्हणजे, हे फार सामान्य वर्णन झाले. प्रयोगाने एक जादुई वातावरण तयार केले होते; आणि प्रत्येक प्रेक्षकाचे मन नाट्यगृह सोडून त्या वातावरणात मिसळून गेले होते. रंगमंचावरच्या गूढ काळोखात नगराच्या वेशीचा आकार पुसटसा दिसत होता. दूरवर नक्षत्रांकित आकाशाला काळेशार डोंगर टेकलेले होते. एका कोपऱ्यात एकाच तीव्र प्रकाशझोतात रणमर्द उभा होता. एक पाय दगडावर ठेवून, विचार करीत. त्याच्या अंगावर योद्ध्याचा - अगदी शिरस्त्राणासकट पोशाख होता. मध्यम उंची असूनही रुंद बांध्यामुळे आणि ठळक रूप, तेजस्वी डोळे यांच्यामुळे, त्या शरीरावर तो शोभून दिसत होता. एका कोपऱ्यात उभे राहून स्वगत म्हणणाऱ्या त्या नटाने जणू अवघा रंगमंच व्यापून टाकला होता...प्रेक्षक त्याचे ते राजबिंडे दर्शन डोळ्यांत भरून घेत होते... आणि कानांचे प्राण करून त्यात शब्दन्‌शब्द साठवून घेत होते...

"राज्यप्राप्तीसाठी मी ज्या पिशाचांची मदत घेतली, ती मला भारून टाकत आहेत, की माझ्याच मनात निर्माण झालेला हा लोभाचा समंध माझ्या मानगुटीवर बसू पाहत आहे?...माझ्या आयुष्याचा पट विणणाऱ्या ग्रह-नक्षत्रांनो, सांगा- मी कुठल्या मार्गाने जावं? वाटेत येणाऱ्या प्रत्येकाला महत्त्वाकांक्षेचा अडसर समजून कापून काढावं, की सहिष्णुतेच्या विचारानं जगण्याच्या व्यवहारात महत्त्वाकांक्षेला दुय्यम स्थान द्यावं? समजा तसं केलं, तर माझ्या नेतृत्वाला मुकणाऱ्या या सामंतनगरीचं काय होईल? सांगा, नक्षत्रांनो, या रणमर्दाला सांगा, की या अंधाऱ्या प्रदेशात त्यानं कुठल्या दिशेला पाऊल ठेवावं? सांगा - माझ्या आदिपूर्वजांनो, सांगा-"

अत्यंत उत्कटतेने ही विनवणी करीत रणमर्दने हात पसरले, त्याने मान

उंचावताच प्रकाशझोतातला एक किरण थेट त्याच्या डोळ्यांवर पडला. त्याची नजर साक्षात्कार झाल्यासारखी चमकली. प्रकाशझोत विझत गेला. सावकाश अंधारत गेले. पडदा पडतापडताच संपूर्ण काळोख झाला.

पहिला अंक संपला. प्रेक्षक भानावर आले. त्यांनी टाळ्यांचा कडकडाट करून नाट्यगृह डोक्यावर घेतले.

पडदा पडलेला असतानाच आत स्टेज लाइट्स लागले. पुढच्या अंकाच्या तयारीसाठी बॅकस्टेज वर्कर्स स्टेजवर घुसणार इतक्यात, त्यांना कोणीतरी अडवले. थांबवून ठेवले. कारण अजून गुरुनाथ तिथेच बसून होते. एका कोपऱ्यात, लाकडी दगडावर. आपल्याच तंद्रीत. सुन्न होऊन.

तोवर त्यांचा चाहता वर्ग आत शिरला. त्यांच्यावर 'ग्रेट' 'अप्रतिम', 'सर्वश्रेष्ठ' अशी स्तुतिसुमने उधळू लागला. पण गुरुनाथांना जणू काही ऐकूच येत नव्हते. कोणीतरी पाण्याचे भांडे समोर केले. तेही त्यांनी घेतले नाही.

एवढ्यात साने आणि त्यांच्यामागे मानकामे घाईघाईने आत आले. मानकामे गुरुनाथांच्या अभिनंदनासाठी पुढे होणार एवढ्यात, मघा आत आलेल्या चाहत्यांनी मानकाम्यांना घेरले व ते भाकीत करू लागले. हे नाटक नक्की हजार प्रयोग करणार मानकामेसाहेब!... परीस लागलाय तुमच्या हाताला, परीस!

एव्हांना साने एकटेच गुरुनाथांजवळ पोहोचले होते. गुरुनाथांचे सुन्न बसून राहणे त्यांना चमत्कारिक वाटत होते. त्यांनी हाक मारली - "गुरुनाथ!"

गुरुनाथांनी एकदम जाग आल्याप्रमाणे विचारले, "साने, तुम्ही इथं कुठं?"

"इथं कुठं म्हणजे?... आम्ही सगळे पत्रकार आलो आहोत आज नाटकाला. सगळे खूष आहोत तुमच्या रणमर्दावर!"

"साने -" एकदम सानेंचा हात पकडीत गुरुनाथ म्हणाले, "मी कोण आहे साने? गुरुनाथ की रणमर्द?"

साने दचकले. मग म्हणाले, - "डिट्टो रणमर्दच वाटताय् तुम्ही."

"हो ना?" शून्यात पाहत गुरुनाथ म्हणाले, "आज स्टेजवर पाऊल ठेवलं - आणि रणमर्दानं ताबाच घेतला माझा! आता मी आणि तो दोन नाही! एकच आहोत!"

"असं होतं कधीकधी!" साने स्वत:शीच बोलल्याप्रमाणे म्हणाले, "कलेतली ही एकरूपता - ही समरसता - ही दैवी देणगी असते!... गुरुनाथ, हे नाटक मोठं होणार आहे! आणि तुम्हांलाही मोठं करणार आहे!"

एवढं बोलून ते निघाले. त्यांच्यामागेच दुसरी घंटा झाली.

- ४ -

त्या दिवशी प्रयोगानंतर, गुरुनाथांच्या अभिनंदनासाठी एकच गर्दी उसळली. मानकामे तर कृतार्थ होऊन गेले होते. गुरुनाथांना कुठे ठेवू आणि कुठे नको, असे त्यांना झाले होते. दुसऱ्या दिवशी वर्तमानपत्रांतून रकानेच्या रकाने छापून आले, रणमर्द नाटकावर, आणि गुरुनाथांच्या समर्थ अभिनयावर! समीक्षकांनी त्यांची तुलना गणपतराव, नानासाहेब यांच्याबरोबर केली होती. रंगभूमीला एक नवीन श्रेष्ठ नाटक मिळाले होते... आणि गुरुनाथांच्या कारकिर्दीवर ढळढळीत मुकुटमणी चढला होता!

जसजसे प्रयोग होत गेले, तसतसे गुरुनाथ थोडेफार सावरत गेले. म्हणजे पहिल्या प्रयोगाच्या वेळी जसा त्यांना आपण रणमर्दच असल्याचा साक्षात्कार झाला होता, त्यातून ते थोडे बाहेर आले. पण थोडेच! त्यांची रणमर्दाची नशा कमी होईचना. लहानसहान हालचाल करतानादेखील, रणमर्द ती कशी करील हाच विचार त्यांच्या मनात यायचा. त्यामुळे त्यांचा एरवीचा मोकळेपणा कमी होत गेला. तसे फार मोकळे कधी नव्हतेच ते. नेहमी गंभीर - आपल्याच विचारात असायचे. पण, आता त्या गंभीरपणात रणमर्दाच्या बेअरिंगची भर पडली.

दीडशे प्रयोग झाले... इतक्या प्रयोगांत गुरुनाथांनी कधी एका शब्दाचीही चूक केली नाही. तरीही प्रयोगाआधी ते संवाद पुटपुटून पाहात. जणू ते रणमर्दाला आवाहन करीत. अभिनय म्हणजे नटाने आपल्या शरीरात परक्या व्यक्तीला करू दिलेले वास्तव्यच असते. दुसऱ्या, काल्पनिक व्यक्तीला थोड्या वेळासाठी आपल्या शरीरात राहू द्यायचे - त्याचे विचार, त्याचे शब्द, त्याचे मन - सगळे थोडा वेळ आपलेसे करायचे! पण गुरुनाथ त्याहीपलीकडे गेले होते. ते एकरूपच झाले होते रणमर्दाबरोबर! रंगभूषा केली अन् पोशाख चढवला, की त्यांचा स्वत:चा अवतार संपत असे... गुरुनाथ जणू मागच्यामागे, आपण सोडून ठेवलेल्या कपड्यात जाऊन बसत... आणि संवादांचे मंत्र पुटपुटता - पुटपुटताच रणमर्द त्यांच्या जागी अवतरत असे...

हळूहळू हे वाढतच चालले. रणमर्दाचा संचार आता रंगमंचाबाहेरही होऊ लागला होता. एके दिवशी असेच झाले. प्रयोग संपला. गुरुनाथांनी कपडे बदलले, आणि ते घरी जायला निघाले. बाहेर पडणार एवढ्यात म्हणाले, ''सामंतनगरीतला नेहमीचा जल्लोष गेला कुठे? की आमच्या भवितव्यासारखी तीही शून्य झाली? कुणीतरी निदान मृत्यूघंटेचे टोले द्या. एक-दोन...''

मॅनेजर जाधव जवळच उभे होते, ते चमकले. तेवढ्यात मेकअपमन नानाजी तिथे आले. नानाजींचे गुरुनाथांवर आदरमिश्रित प्रेम! गुरुनाथ जणू त्यांचे दैवतच.

त्यांनी आणि जाधवांनी मिळून काहीबाही बोलून गुरुनाथांची तंद्री उतरवली. ते नॉर्मल बोलू लागले. पण वाटेत पुन्हा काहीतरी होईल, म्हणून जाधवांनी सरदारांच्या भूमिका करणारी दोन मुले तिथे घुटमळत होती, त्यांना एकूण प्रकाराची कल्पना देऊन गुरुनाथांबरोबर घरी पाठवले.

गुरुनाथांची पत्नी गौरी त्यांची वाट पाहत जागीच होती. गुरुनाथांच्या सोबतीला दोघे जण आल्याचे पाहून ती घाबरली. काय झाले असेल? गुरुनाथ दारूच्या थेंबा-लाही स्पर्श करीत नसत. मग तब्येत बिघडली की काय?... की कुणी हल्लाबिल्ला केला?

घरी येऊन पोहोचताच गुरुनाथ प्रसन्नपणे हसून म्हणाले, - "वा, घरी येऊन पोहोचलो! राज्याच्या नाठाळाहून नाठाळ शत्रूंना नामोहरम करून सामंतनगरीत परत सन्मानानं प्रवेश करण्याच्या ज्या स्वर्गीय क्षणाची आम्ही वाट पाहत होतो, तो अखेरीस आला म्हणायचा!"

त्या दोघांनी सगळा प्रकार गौरीला सांगितला. पण, त्यामुळे तिची भीती कमी होण्याऐवजी अधिकच वाढली.

तिने विचारले, "हा प्रकार झाला, तेव्हा मानकामे तिथे होते?"

"नाही...म्हणजे प्रयोगाला आले होते, पण ते कधीच शेवटपर्यंत थांबत नाहीत."

तिने दोघांचे आभार मानले. उलट, "त्यात काय? गुरुनाथांची सेवा हे आमचं भाग्यच!" असे म्हणून ते दोघे तिथून निघून गेले.

गौरी गुरुनाथांजवळ गेली. म्हणाली, "लवकर जेवून घ्या न् झोपा."

"नको. जेवावंसं नाही वाटत," गुरुनाथ म्हणाले, "त्या अमानुष शक्तीच्या प्रभावाखाली आलेल्या कुणाला अन्नपाणी गोड लागेल?"

गौरीनं त्यांची कशीबशी समजूत घातली. त्यांना जेवायला भाग पाडले. एव्हांना ते पुन्हा नॉर्मल झाले होते. गौरीनं त्यांना आडवे व्हायला लावले. एक शांत संगीताची सुरावट लावून, दिवे मंद करून ती त्यांना झोप लागेपर्यंत त्यांच्याशेजारी बसून राहिली.

...सकाळी आठ वाजून गेले तरी गुरुनाथ झोपलेलेच होते. गौरीने मानकामेंना फोन लावला.

"...नमस्कार! कालचा प्रकार कळलाच असेल तुम्हांला!"

"हो, आत्ताच फोन आला होता मॅनेजरचा!"

"प्लीज - मानकामेसाहेब – मी तुमच्या पाया पडते. रणमर्द नाटक बंद करा!"

"का बरं? या भूमिकेत साहेबांनी काहीही शारीरिक श्रम -"

"- शारीरिक नसतील, पण त्यांच्या मानसिक अवस्थेचा विचार करायला हवा तुम्ही!... या भूमिकेतून बाहेरच पडणं कठीण जातंय त्यांना. अशानं उद्या वेडबीड

लागलं म्हणजे?''

''तुमची काळजी मला समजते वहिनी. पण विचार करा - त्यांच्यामुळं मराठी रंगभूमीला एक देदीप्यमान भूमिका मिळालीये - त्यांची ही भूमिका इतिहासात अजरामर होणारेय!''

''मानकामेसाहेब - रंगभूमीची आणि इतिहासाची काळजी नाहीये तुम्हांला. त्यापेक्षा नाटक हाऊसफुल्ल गर्दीत चाललंय हे महत्त्वाचं - हो ना? दिवसाला दोन - दोन प्रयोग लावून कंपनीचा खजिना भरताय तुम्ही!''

''- पण हल्लीच नाही का मी साहेबांची नाईट वाढवली?''

''पैसे मिळवण्याच्या नादात आपण एका लोकोत्तर कलावंताच्या आयुष्याशी खेळतोय, याचं तुम्हांला काहीच वाटत नाही, मानकामे? ठीक आहे - तुम्ही धंद्याची काळजी करा... पण मला माझ्या नवऱ्याची काळजी केलीच पाहिजे!... तुम्ही उद्याच्या उद्या रणमर्द नाटक थांबवा, नाहीतर मला वकिलाचा सल्ला -''

गुरुनाथ केव्हा पाठीमागे येऊन उभे राहिले, आणि त्यांनी तिच्या हातातला फोन केव्हा हिसकावून घेतला, हे गौरीला कळलेदेखील नाही.

ते फोनमध्ये गरजले, ''हॅलो, मानकामेसाहेब... गौरीच्या बडबडीकडे लक्ष नका देऊ. रणमर्दचे प्रयोग चालू राहिले पाहिजेत...दिवसाला दोन नाही, तीन लावलेत, तरी चालेल - मी तारखा देईन! हे नाटक कधीच थांबता कामा नये!''

एव्हांना गौरी फणकाऱ्याने बेडरूममध्ये निघून गेली होती.

गुरुनाथ बेडरूममध्ये गेले आणि अगदी तलग आवाजात म्हणाले - ''तुला समजत कसं नाही गौरी? रणमर्दाची भूमिका हा माझा प्राण आहे! ती बंद झाली, तर मी जगूच शकणार नाही!''

''मग मी करू तरी काय?'' गौरी काकुळतीने म्हणाली, ''मला तुम्ही हवेत! रणमर्द म्हणून नाही! माझे पती म्हणून!''

आणि ती त्यांना मिठी मारून रडत सुटली.

- ५ -

नाटक संपत आले होते. नानाजी मेकअपचे सामान भरून ठेवीत होते.

इतक्यात गुरुनाथ घाईघाईने आले, आणि म्हणाले, ''नानाजी... माझा टिळा सारखा करा जरा. मघा कपाळावर हात घेतला, तेव्हा फासटला गेला!''

नानांनी टिळा सारखा केला. त्यांच्या असिस्टंटने– रामने गुरुनाथांना प्यायला पाणी दिले.

भांडे धरलेला हात थरथरताना पाहून नानाजींनी विचारले, ''गुरुनाथजी, बरं वाटतंय ना तुम्हांला?''

"हो तर, कधी नव्हे इतकी मजा येतेय आज." एवढे म्हणून गुरुनाथ निघालेच.

नानाजी काळजी वाटून म्हणाले, "स्वत:ला सांभाळा. आज रणमर्दमध्ये जरा जास्तच झोकून दिलंय तुम्ही स्वत:ला."

"हे कुणाला सांगताय तुम्ही. नानाजी?" गुरुनाथ हसून म्हणाले, "गुरुनाथला - की रणमर्दाला?" आणि ते स्टेजच्या दिशेने झेपावले.

"आज काही वेगळंच लक्षण दिसतंय जाधव!" नानाजी मॅनेजरला म्हणाले. "गुरुनाथांची तब्येत मुळीच ठीक नाहीये!.... तुम्ही डॉक्टरना घेऊन आलात, तर बरं होईल!" मॅनेजरला पिटाळून नानाजी घाईघाईने स्टेजकडे गेले, आणि जाऊन विंगेत उभे राहिले. तिथून नाटकातला शेवटचा प्रवेश चाललेला व्यवस्थित दिसत होता. रणमर्द आणि मोहिनी यांचा.

नानाजींना भास झाला, की गुरुनाथांच्या किंचित झोकांड्या जाताहेत. आत्ताच घाम टिपला होता, तरीही आता चेहरा घामाने डबडबलाय. आता पाचदहा मिनिटांचाच प्रश्न होता म्हणा... या प्रवेशात रणमर्द खंजीर खुपसून घेतो, आणि त्याचा अंत होतो. मोहिनी त्याचे डोके मांडीवर घेते...

जवळच रेकॉर्डर ऑपरेटर बसला होता. नानाजींना त्याचे संगीत अगदी जवळून ऐकू येत होते. मात्र, रंगमंचावरील पात्रांचे संवाद नीट ऐकू येत नव्हते - नुसत्या ओठांच्या हालचाली दिसत होत्या. म्हणा, नानाजींना संवाद ऐकू येण्याची गरजच नव्हती. सगळे नाटक त्यांना शब्दश: पाठ होते.

आणि अखेरीस आला, नाटकाचा उत्कर्षबिंदू आला!

रणमर्दने कमरेच्या भात्यामधून खंजीर बाहेर काढला. हात पूर्ण वर उचलला. वर टांगलेल्या स्पॉटच्या प्रकाशात खंजिराचे पाते चमकले.

दुसऱ्या क्षणी तो हात खाली आला. खंजीर पोटात खुपसला गेला.

एकदा...दोनदा...अनेकदा...रेशमी अंगरख्यावर रक्ताचा लालभडक डाग विस्तारू लागला.

मोहिनीचे काम करणारी नटी किंचाळली. अंधार झाला. थोडा अचानकच पडदा खाली आला.

नाट्यगृहांत टाळ्यांचा कडकडाट झाला. लोक उठून उभे राहिले.

पडद्याच्या आत कोणीतरी 'लाइट्स-लाइट्स' ओरडले. दिवे लागले. विंगांमध्ये उभी असलेली, नानाजींसकट सारी मंडळी स्टेजवर शिरली.

एवढ्यात मॅनेजरही डॉक्टरना घेऊन आले. गुरुनाथना हाका मारू लागले. पण ते उठेचनात. त्यांच्या शेजारी बसलेली नटी विलक्षण घाबरून उभी राहिली. रक्ताचे ओघळ आता रंगमंचावर सांडू लागले. पोटाशी लावलेल्या कापडी पिशवीत लाल

शाई इतक्या प्रमाणात कधीच भरली जात नसे, हे नानाजींना आठवले.

डॉक्टरांनी जाहीर केले, गुरुनाथ या जगात नसल्याचे.

- ६ -

गुरुनाथांनी रंगभूमीवर देह ठेवला, ही बातमी वाऱ्यासारखी पसरली. त्यांचे गुणगान करणाऱ्या पुरवण्या वर्तमानपत्रांनी काढल्या. रेडिओवर श्रद्धांजलीची भाषणे झाली, ठिकठिकाणी शोकसभा झाल्या. नट म्हणून गुरुनाथांविषयी लोकांना विलक्षण आदर होता, प्रेम होते. रणमर्दाच्या भूमिकेत ते एका सर्वोच्च स्थानावर जाऊन बसले होते. पण, या भूमिकेशी एकरूप होऊन खरोखरच तिच्याबरोबर मृत्यू कवटाळण्याच्या त्यांच्या कृतीने, ते, अलौकिक चमत्कार या पदाला जाऊन पोहोचले.

आणि मग सुरू झाली, एक हलकी कुजबूज. गुरुनाथ नेमके वारले कसे?... काही दगाफटका तर झाला नाही ना? त्यांच्या शत्रूंपैकी कोणी... मानकाम्यांचे यश न पाहवणाऱ्या इतर निर्मात्यांपैकी कोणी.... खरोखरीचा धारदार खंजीर नेहमीच्या बोथट खंजिराच्या जागी ठेवला नाही ना?

पोलिस चौकशी सुरू झाली. मोहिनीचे काम करणाऱ्या नटीपासून ते नानाजींपर्यंत सर्वांच्या जबान्या झाल्या. गौरीने मानकाम्यांना प्रयोग चालू ठेवल्याबद्दल दोषी ठरवले. मानकामे स्वतःच हताश, आणि निरुत्तर झाले होते. खंजीर बोथटच असल्याची खात्री पोलिसांनी करून घेतली होती. पण लोक त्यावर विश्वास ठेवायला तयार नव्हते.

शेवटी डॉक्टर सरदेसाईंनी एक जाहीर स्टेटमेन्ट काढून आपल्यापरीने गुरुनाथांच्या मृत्यूचे स्पष्टीकरण दिले. सेल्फ-हिप्नॉसिस असा एक प्रकार असतो. म्हणजे स्वतःच स्वतःच्या मनाला सूचना देऊन भारून टाकायचे. हिप्नोटाइज करायचे. गुरुनाथ पहिल्यापासून स्वतःला सतत सांगत आले, की तू रणमर्द आहेस... तू रणमर्द आहेस. हे त्यांचे स्वतःला सांगणे आता पराकोटीला गेले होते. रणमर्द मरतो, त्याबरोबर आपणही मरणार, हे त्यांनी गृहीत धरले होते. केव्हा ना केव्हातरी ते रणमर्दाबरोबर मरणारच होते, केवळ स्वयंसूचनेने. त्यासाठी खंजीर धारदार असण्याची गरज नव्हती! त्याने भोसकल्याचे ऑटो-सजेशनच त्यांचे प्राण जायला पुरेसे होते.

डॉक्टरांच्या या स्टेटमेन्टमुळे पोलिस चौकशी थांबली, पण लोक थोडेच या गुंतागुंतीमध्ये शिरणार? त्यांची कुजबूज चालूच राहिली.

मग मानकामेंनीही नाटक बंद करण्याचा निर्णय घेतला. नाहीतरी, गुरुनाथांनी केलेली भूमिका तोलून धरील, अशा ताकदीचा आणखी कोणी नट त्यांच्या

डोळ्यांसमोर नव्हताच!

"- आणि आता, आमच्या सर्वांच्या मते, या भूमिकेला न्याय देऊ शकेल असा नट मिळालाय - तूच!" साने चैतन्यला म्हणाले. "तेव्हा रणमर्द नाटक पुन्हा काढायचं ठरवलंय मानकाम्यांनी!"

"आय ॲक्सेप्ट द चॅलेन्ज!" चैतन्य स्वत:शीच म्हणाला. "देअर इज नो थिएटर विदाउट रिस्क!"

- ७ -

वीस वर्षांनंतर 'रणमर्द' पुन्हा रंगभूमीवर आले.

लोकांनी ते पाहायला हाऊसफुल गर्दी केली. नवा रणमर्द कसा काय असेल, या कुतूहलाचा त्यात मोठा भाग होता.

स्वत: चैतन्यच्या, आणि त्याच्यासाठी विशाखाच्या, मनात धाकधूक होतीच. पण, विशाखा ती मुळीच दिसू देत नव्हती. चैतन्यचा आत्मविश्वास वाढविण्याचा ती क्षणोक्षणी प्रयत्न करीत होती.

तालमीत घोटवलेली, विचारपूर्वक घडवलेली भूमिका प्रत्यक्ष प्रयोगात चैतन्यने मन लावून केली. दोन ठिकाणी टाळ्यादेखील मिळाल्या. मात्र, प्रयोग संपल्यावर मानकामे न भेटताच गेले. सानेही कुठे दिसले नाहीत. म्हणून चैतन्य, हिरमुसला झाला. मेकअपसाठी अजूनही नानाजीच होते. आता त्यांचे वय बरेच झाले होते. पण हात अजूनही स्थिर होता. त्यांनी चैतन्यची पाठ थोपटून "छान झालं काम!" असे म्हटले. चैतन्यने चटकन वाकून त्यांना नमस्कार केला. पण त्याचे पुरते समाधान झाले नव्हते. कसलीतरी चुटपूट लागून राहिली होती. कुणाशीही फारसे न बोलता, तो विशाखाबरोबर टॅक्सीत बसला.

बसल्याबसल्याच त्याने तिला विचारले, "खरं सांग विशाखा, माझं काम कसं झालं?"...मला जमला का रणमर्द?"

"हण्ड्रेड परसेन्ट." त्याचे हात हातात घेत ती म्हणाली, "अतिशय संयमानं आणि डिग्निटी राखून केलीस तू ती भूमिका... आणि प्रेक्षकांनीही ती चांगली स्वीकारली!"

"मनापासून सांगतेस?...तुझं माझ्यावर प्रेम आहे म्हणून - माझा उत्साहभंग होऊ नये, म्हणून नाही ना तू सांगत?"

"नाही रे बाबा? आता कशी पटवू तुला, तुझं काम मला खरंच आवडलं, हे?"

घरी पोहोचेपर्यंत त्यांचा निश्चय झाला होता, की आता, काम कसं झालं, या विषयावर अजिबात बोलायचं नाही!

पहिल्या प्रयोगाच्या सेलिब्रेशनसाठी दोघांनी, कोणीतरी प्रेझेंट दिलेली स्कॉच काढली. ग्लासेसमध्ये बर्फ टाकताहेत, एवढ्यात दारावरची बेल वाजली. विशाखाने दार उघडले, तर दारात साने.

चैतन्यला थोडे हायसे वाटले. त्याने सानेंचाही ग्लास भरला.

"अभिनंदन! छान झालं तुझं काम!" साने म्हणाले.

"मानकामे नाटक संपायच्या आधी पसार झाले. काय समजायचा याचा अर्थ?"

"अर्थबिर्थ काही नाही. जाहिरात टाकायची होती, म्हणून गेले घाईघाईनं - यापुढं शीक. व्यावसायिक निर्मात्याचा, कलावंताच्या मूडशी काही संबंध नसतो."

"तुम्ही मुद्दाम भेटायला आलात - बरं वाटलं. इतर पत्रकारांची काय प्रतिक्रिया?"

"आवडलं सगळ्यांना तुझं काम! एवढ्या तरुण वयात एवढी मोठी भूमिका पेललीस याचं कौतुक वाटतंय सगळ्यांना. पण -"

"पण गुरुनाथांची सर नाही, असंच ना?" - विशाखा.

"अगदी तसंच नाही... पण हो, तसं म्हटलं तरी चालेल!"

विशाखा रागावली.

"गुरुनाथांचा अभिनय मी पाहिलेला नाही साने - पण मला त्या काळातल्या अभिनयशैलीची चांगली कल्पना आहे!... ती लाउड, ढोबळ शैली टाळा, असं आम्हांला स्कूलमध्ये सांगितलं जायचं. चैतन्य टाळ्यांसाठी काम करणार नाही! ही वोन्ट प्ले टू द गॅलरी! नो – नॉट ॲट ऑल!"

साने काही वेळ गप्पच बसले. ग्लास हातातल्या हातात फिरवत राहिले. काही वेळाने शांतपणे म्हणाले,

"तू म्हणतेस ना विशाखा - ते अभिनयकलेतले मुद्दे मला नवीन नाहीत. किंबहुना, या मुद्द्यावर मीही तुझ्याच बाजूचा आहे!... पण कुठलीही कला म्हणजे केवळ कोरडं शास्त्र नसतं. ती शास्त्रशुद्ध तर असावीच लागते; पण तिच्यात एक जादूही असावी लागते, जी कुठल्याही नियमांच्या आणि स्पष्टीकरणांच्या पलीकडे असते! प्रेक्षकांना शास्त्र समजत नाही; पण ती जादू त्यांच्या मनाला भिडते!... गुरुनाथांकडे ती जादू होती. त्यांचा शब्द न् शब्द थेट प्रेक्षकांच्या काळजात घुसायचा! तिथं अभिनय संपायचा, आणि कलावंत अन् भूमिका एकरूप व्हायची!... चैतन्यही हे करू शकेल! मनात आणलं तर तो गुरुनाथ होऊ शकेल!"

"काय गरज आहे त्यानं गुरुनाथ होण्याची?" विशाखा फणकारून म्हणाली, "तो चैतन्यच राहायला हवा!"

"पाहू या काय होतं ते!" - साने गंभीरपणे म्हणाले.

- ८ -

मेकअप करताना नानाजी चैतन्यला म्हणाले - "दिवसेंदिवस अधिकाधिक चांगलं होतंय तुमचं काम!"

"खऱ्या कलेमध्ये असं हळूहळू सुधारणं नसतं नानाजी! मला रणमर्द जमला असता, तर पहिल्याच दिवशी प्रेक्षकांनी तो डोक्यावर घेतला असता...गुरुनाथ परत आले, असा बोलबाला झाला असता सगळीकडे!"

"होईल - अजूनही होईल!... या हातांनी गुरुनाथांना मेकअप केलाय. भाग्यच होतं ते या हातांचं."

"मीही माझं भाग्य समजायला हवं, की त्याच हातांनी -"

"एक दिवस प्रयोग नसला की चुकल्याचुकल्यासारखं व्हायचं! आणि एकाएकी आपले प्रयोग थांबले! काय झालं असेल या हातांचं? एकदम केवढी मोठी पोकळी तयार झाली काळाची! पण हे हात वाट बघत राहिले - कधी ना कधी रणमर्द परत येईल, याची!... आणि माझं वाट पाहणं सार्थकी लागलं!... तुम्ही आलात! रणमर्द परत आला!"

नानाजींचे ते शब्द चैतन्यला विचित्र वाटले. पण त्यावर विचार करायला वेळ नव्हता. प्रयोग लगेच सुरू होत होता...

...चैतन्यच्या एन्ट्रीनंतर पंधरा - वीस मिनिटे होऊन गेली होती. नायिकेची एन्ट्री झाली. रणमर्दने तिला विचारले, "तू कोण?"

"मी मोहिनी," ती म्हणाली.

"मला मोहात पाडायला आलीयेस?"

"नाही महाराज. आपल्याला मोहात पाडण्याइतकं बळ मी कुठून आणू? मी एक साधी - रंगहीन, गंधहीन मुलगी आहे."

- मोहिनीची भूमिका करणारी राधा बोलतच होती. मात्र, एकाएकी चैतन्यला तिचे शब्द ऐकू येईनासे झाले...कारण त्याला दिसू लागली होती राधेच्या मागेच उभी असलेली एक आकृती...

उंचीला मध्यम, पण रुंद बांध्याची, ठसठशीत रूपाची, तेजस्वी डोळ्यांची. त्याच्याचसारखा, योद्ध्याचा पोशाख चढवलेली. शिरस्त्राणासकट.

ती आकृती म्हणत होती... "मी आलोय, अस्सल रणमर्द...गुरुनाथ!"

"गुरुनाथ?" चैतन्य पुटपुटला. राधा चमकली. "इथं येण्याचं कारण?" चैतन्यने विचारले. राधा गोंधळली. इथे रणमर्दाच्या तोंडी हा प्रश्न नव्हता. पण तिने प्रसंगावधान राखून मागची - पुढची वाक्ये जोडून घेतली.

"गेली वीस वर्षं मी एका पोकळीत वावरतोय. रणमर्दाच्या शरीराच्या शोधात–"

गुरुनाथ म्हणाले. ''वीस... वीस वर्षं मी वाट पाहिली... आणि आता तू आलास!''

अर्थात, हे शब्द फक्त चैतन्यलाच ऐकू आले.

''दूर राहा...माझ्यापासून दूर राहा...'' तो घाबरून म्हणाला.

आज चैतन्यचे काही खरे नव्हते. का कुणास ठाऊक, पण तो वेगळेच काहीतरी बोलत होता. राधाने मग पुढचे वाक्य आधी घेतले...

''माझ्या स्वप्नातल्या पराक्रमी पुरुषोत्तमा - मला असे दूर ढकलू नका -''

''ते शक्य नाही -'' गुरुनाथ म्हणाले. ''मला पुन्हा एकवार रणमर्द आकाराला आणायचाय! पण मी - माझ्याच हातांनी - माझं शरीर गमावलंय. आता मला फक्त तुझ्याच शरीरातून रणमर्द होता येईल!''

''नाही!'' जिवाच्या आकांताने चैतन्य ओरडला.

''हे शरीर माझं आहे - भूमिकाही माझी आहे!... तू दूर राहा... मला स्पर्श करू नकोस. माझं शरीर विटाळू नकोस!''

''असं का म्हणता परमवीरा?'' मनातून चडफडत राधा म्हणाली. ''आजवर मी हे शरीर अस्पर्श ठेवलं आहे - आपल्यासाठीच!''

चैतन्यने आणखी एक निकराचा प्रयत्न करून पाहिला. गुरुनाथला निक्षून सांगितले : ''मला स्वत:चं मन आहे... स्वत:चा विचार आहे... माझ्यावर कुणीच बळजबरी करू शकत नाही...''

''बळजबरी का म्हणता नाथ? जे तुमचं आहे तेच मी तुम्हांला -''

क्षणार्ध रंगमंचावरचे सगळे दिवे थरथरले, आणि चैतन्यला भास झाला की, गुरुनाथ आपल्यामध्येच मिसळून गेलेयत! या विचित्र अनुभूतीमुळे तो थरारून गेला - क्षणभर आपल्याला काय होतेय, तेच त्याला कळेना.

पण, दुसऱ्याच क्षणी, त्याच्या कंठातून गुरुनाथांचा धीरगंभीर स्वर उमटला, ''होय - हे माझंच आहे...आणि मी ते मिळवलंच आहे!''

सगळी वणवण... सगळी प्रतीक्षा... वर्षानुवर्षे लागलेली तहान... सारे संपले होते... इथून पुढे नुसता आनंदच होता... फक्त रणमर्द म्हणून जगण्याचा आनंद...

एका नवीन आत्मविश्वासाने, भूमिकेवरच्या पूर्ण हुकमतीने, चैतन्य आपले संवाद बोलत होता - ''आता तू आणि मी... यांच्यातला संपला आहे! पण या समर्पणाची किती मोठी किंमत द्यावी लागेल, याची काही कल्पना आहे?''

- प्रेक्षकांना काहीतरी जाणवत होते. पण काय ते कळत नव्हते. डोळ्यांसमोरच एक चमत्कार घडत होता. चैतन्यचा अभिनय बदलला होता. पण ते नेमके कसे आणि काय, हे समजत नव्हते. ते माना उंचावून, टक लावून पाहत होते. श्रवणशक्ती एकवटून ऐकत होते. पण कळत होते ते एवढेच की, आता नाटक एका वेगळ्या परिमाणात घुसले आहे. कधी नव्हे, अशा विलक्षण रंगतीने.

नाटक संपले, आणि पुष्कळसे लोक ग्रीनरूमच्या बाहेर जाऊन उभे राहिले. चैतन्यला - नव्हे, नव्या रणमर्दाला भेटायला. त्यांच्यापैकी कोणीच काही बोलत नव्हते. अगदी स्तब्धपणे ते उभे होते. जणू त्यांना नव्यानेच जो साक्षात्कार झाला होता, त्यातून ते अजून बाहेर पडले नव्हते. बाहेर पडण्याची त्यांची इच्छाही नव्हती.

मेकअप उतरवण्याआधी नानाजी वाकून चैतन्यच्या पाया पडले.

"हा काय वेडेपणा नानाजी?" चैतन्य अवघडून म्हणाला, "माझ्या काय पाया पडताय?"

"तुमच्या नाही - गुरुनाथांच्या पाया पडतोय." नानाजी म्हणाले. "आज गुरुनाथ परत आले...मला पूर्वीचा रणमर्द दिसला...."

तेवढ्यात मानकामे धावत आले.

"अमेझिंग - चैतन्य, मोस्ट अमेझिंग! - वीस वर्षांनी आज मी पूर्वीचा रणमर्द पाहतोय. आज स्टेजवर तू जसा काही नाहीसाच झालास... आणि तुझ्या जागी गुरुनाथ आले!"

"का नाही येणार?" भारावलेले नानाजी म्हणाले, "त्या स्टेजवर गुरुनाथांचं रक्त सांडलंय. ते रक्त इतकी वर्षं शोधतंय रणमर्दाला!"

"आज माझी काळजी संपली चैतन्य! -" मानकामे पुन्हा पुन्हा सांगत राहिले, "आता या नाटकाला मरण नाही! ते कुठच्या कुठं पोहोचेल आता! आणि त्याच्याबरोबर, नट म्हणून, तूसुद्धा!"

चैतन्य एखाद्या मोठ्या प्रवाहात सापडल्यासारखा त्या जल्लोशात वाहत होता. त्याला स्वत:ला काहीच सुचत नव्हते. सरदारांची कामे करणाऱ्या त्या दोन तरुणांनी 'एसी' टॅक्सी आणली, तिच्यात चैतन्यने अंग टाकले. त्याला अंगात ताप भरल्यासारखे वाटू लागले. डोक्याच्या पाठच्या बाजूला मुंग्या आल्यासारखे हुळहुळत होते.

त्याचा मोबाईल वाजला. तंद्रीतच त्याने तो घेतला. साने हर्षोत्फुल आवाजात बोलत होते... "यू डिड इट चैतन्य! यू डिड इट! आज म्हणे चमत्कार व्हावा, तसं तुझं काम रंगलं!... लोकांना गुरुनाथ परत आल्यासारखं वाटलं! आमच्या पेपरच्या ऑफिसमध्ये मघापासून पाच फोन आले!... उद्या येतोच मी प्रयोगाला! मला तर तोवर धीर निघत नाहीये!"

- ९ -

"तुला म्हणायचंय काय?... भुताटकी झाली आणि गुरुनाथांचा आत्मा तुझ्यात येऊन मिसळला?" चैतन्यने सगळा प्रकार सांगितल्यावर विशाखा म्हणाली.

"तू त्याला नाव काहीही दे!-" अजूनही तंद्रीत असलेला चैतन्य म्हणाला,

"पण मला सतत जाणवत होतं की, माझ्या शरीरातून दुसरं कुणी अभिनय करतंय! मी नुसतं माध्यम आहे!... पूर्वीचा प्रयोग पाहिलेले प्रेक्षकही तेच म्हणाले. गुरुनाथ...! डिट्टो गुरुनाथ!"

"लोक काहीही म्हणू देत. तू या मूर्ख कल्पना डोक्यातून काढून टाक." विशाखाने त्याला फटकारले. "कदाचित आज तुझं काम गुरुनाथांची आठवण करून देणारं झालं असेल - पण तेवढंच! लक्षात ठेव - तुला गुरुनाथ दिसले नाहीत. भासातही नाहीत. कारण तू त्यांना पाहिलेलं नाहीस. आणि ते आता जिवंत नाहीत. ओके?"

दुसऱ्या दिवशी, प्रयोगाला जातानाही तिने त्याला तेच, परत परत बजावले.

आज कालच्यासारखे काही होणार नाही, आपण आधीच्याप्रमाणेच काम करायचे, मग मानकामे काहीही म्हणोत, असे चैतन्यने ठरवले होते. मेकअप करताना नानाजी कालच्या त्याच्या कामाविषयी बोलत होते. गुरुनाथांच्या आठवणीदेखील काढत होते. पण चैतन्यने त्यांना उत्तेजन दिले नाही.

रंगमंचावर तो भीतभीतच गेला.

"आज कालच्यासारखं नको हं! सगळी वाक्यं बरोबर घ्या! नाहीतर माझी पंचाईत होते!" अशी प्रेमळ ताकीददेखील राधाने त्याला दिली होती.

"नाही - आज भलतंसलतं काही होणार नाही! आज गुरुनाथ येणार नाही."

रणमर्दाची प्रतीक्षा करणाऱ्या मोहिनीचे स्वगत संपले. आणि तुताऱ्यांचा इफेक्ट वाजला. त्याबरोबर रणमर्दाच्या वेशात चैतन्यने एन्ट्री घेतली. आणि त्याच क्षणी त्याला जाणवले की, आपले जणू प्रतिबिंबच मोहिनीच्या शेजारी उभे आहे, आणि आपल्याबरोबरच तेही तिला विचारते आहे - "प्रिये, आम्हांला यायला घटकाभर उशीर तर नाही झाला?"

यावर राधा जे बोलली, त्यातले शब्द चैतन्यला ऐकू आले नाहीत.

त्याने स्वत:मध्ये मिसळत जाणाऱ्या आकृतीला घाबरून विचारले - "तुम्ही आजही आलात?"

यानंतर तो सरावानेच राधाकडे पाहून म्हणाला - "पण प्रिये, प्रासादात राहणाऱ्या माणसाचं प्रेम मोठं, आणि मुलुखगिरीवर असताना लढाईच्या धुमश्चक्रीत-" हे वाक्य नक्की दुसऱ्याच कोणीतरी पुरे केले : - "आठवणी काढत राहणाऱ्याचं प्रेम कमी, असं कसं होईल?"

आता चैतन्यच्या काळजाने ठाव सोडला. त्याची खात्री झाली, की गुरुनाथने आपला ताबा घेतला आहे. आता उरलेल्या प्रयोगभर तोच रणमर्दाची भूमिका करणार...

'असे कसे चालेल? ही भूमिका माझी आहे! जा तुम्ही. माझ्यातून बाहेर पडा.

जा -' त्याने मनातल्या मनात बजावले.

पण मनातच शब्द उमटले - 'मला रणमर्दापासून दूर व्हायला सांगतोस? - ते आता कुणालाच साधणार नाही! तुलाही नाही! कधीच नाही!'

पण उघडपणे मात्र बोलत होता तो रणमर्द. गुरुनाथांच्या शैलीत. गुरुनाथांच्या रुबाबात. आणि प्रेक्षक वेडावून गेले होते.

पडदा पडताच साने आत आले आणि त्यांनी मिठीच मारली चैतन्यला.

दोन दिवसांनंतरच्या वृत्तपत्रात सान्यांची समीक्षा प्रसिद्ध झाली, आणि ती वाचून विशाखा खवळली. ते वृत्तपत्र घेऊनच ती चैतन्यकडे आली.

"शोभतं का असं लिहिणं त्या सान्यांना? म्हणे रंगमंचावर गुरुनाथांचा आत्मा तुझा ताबा घेतो!... स्वत:ला जबाबदार समीक्षक म्हणवणाऱ्यांना काही वाटलं पाहिजे, असला खुळचट कल्पनाविलास करायला!"

"त्यांना एकट्याला कशाला दोष द्यायचा? सगळे असंच म्हणतात!"

"- यात त्या भोळसट नानाजीचाच हात आहे! आपण गुरुनाथांना मेकअप करीत होतो, या गर्वापोटी तो नाना भाकडकथा पसरवतो! आणि तुमचे मानकामेसाहेब तर काय? नाटकाला गर्दी व्हावी, यासाठी कसल्याही कंड्या पिकवतील ते!... हे सगळं थांबायला हवं असेल, तर तू गुरुनाथांच्या वळणानं काम करणं सोडायला हवं! पूर्वीसारखाच संयत अभिनय करायला हवा!"

"तसा प्रयत्न करतोच मी. पण हळूहळू माझा ताबा सुटायला लागतो. मी एक हालचाल करतो, प्रत्यक्षात ती वेगळीच होते. मी माझ्या पद्धतीनं बोलतो, प्रत्यक्षातला स्वर वेगळाच येतो. कुणीतरी माझी भूमिका करायला लागतं... शेवटपर्यंत करीत जातं. कुणीतरी कशाला? तेच - तेच माझी भूमिका करतात... आणि मी नुसता पाहत राहतो!"

"वेड्यासारखं बोलू नकोस. दुसरं कुणी काहीही म्हणू दे. निदान तुला स्वत:ला तसं वाटता कामा नये. तू नट आहेस. एक बुद्धिमान नट आहेस. अंगात कुणा दुसऱ्या नटाचा संचार होणं, वगैरे भोळसट कल्पनांना तू थारा देता कामा नयेस. तसल्या बुवाबाजीच्या प्रचारानं तुझी लोकप्रियता वाढेल कदाचित - पण ते यश गुरुनाथांच्या भक्तगणांचं असेल, तुझं नाही."

"हे सगळं मला पटतं. पण तिथं रंगमंचावर काय होतं ते –"

"मी समजू शकते. ही एक लढाईच आहे असं समज. भूमिकेसाठी, तुझ्यात न् गुरुनाथांच्यातली. तत्त्वासाठी, नव्या आणि जुन्या अभिनयशैलीतली. बुद्धिनिष्ठा... आणि भोळ्याभाबड्या कल्पना यांच्यातली. पण माझी खात्री आहे. आपण ही लढाई जिंकू. थोडासा प्रयत्न कर. आपण जिंकू."

चैतन्य प्रयत्न करीत नव्हता, असे नाही. पण रंगमंचावर गेल्याबरोबर, जणू तो नकळतच गुरुनाथांच्या स्वाधीन होत असे. विशाखा सांगायची, म्हणून तोही म्हणायचा, की गुरुनाथ हा नुसता भास आहे... तोही आपल्याच मनानं तयार केलेला - त्यांच्या आख्यायिका ऐकून!... गुरुनाथ खरा नाही... मात्र तरी रणमर्द करताना त्याला स्पष्टपणे जाणवायचे की, आपले ओठ नुसतेच हलतात, पण बोलतो तो! हातपाय हलतात - पण नाचवतो तो!

रणमर्दाची भूमिका अशी अचानक आपल्याकडे चालत आली, हा दैवयोग होता का? पण दैवयोग कसा? त्याचा इतर फुटकळ नाटकांतला का होईना, पण अभिनय पाहूनच सानेंनी त्याची शिफारस केली ना? त्याचे दिसणे त्या भूमिकेला अनुरूप होते, म्हणूनच मानकामेंनी त्याची निवड केली ना? मग ही भूमिका मिळाली, हे सुदैव की दुर्दैव? दुर्दैव म्हणावे, तर आजवर कधी मिळाला नाही, इतका लौकिक त्याला या भूमिकेत मिळाला असता का? पण सुदैव म्हणावे तर ही झपाटून गेल्याची, विलक्षण त्रासदेणी भावना -

तो बोलला नाही तरी त्याचे हे विचार विशाखाला जाणवत. "तू झपाटलेला नाहीस," असे ती त्याला पुन्हा पुन्हा सांगत असे. रणमर्दचा जवळजवळ दररोज एक प्रयोग असे. लोक तिकिटांसाठी रांग लावून प्रयोग हाऊसफुल करीत. चैतन्यचे थोडेफार पैसे साठू लागले होते. आता त्यांना लग्न करणे शक्य होणार होते. पण जोवर त्याच्या मनातली बेचैनी जात नव्हती, तोवर लग्न करण्यात तरी काय अर्थ होता?... त्यासाठी चैतन्यचा भ्रम दूर होणे गरजेचे होते. काहीही करून ती ते करणार होती. आपल्या प्रेमात तेवढे बळ आहे, याची तिला खात्री होती.

तिने ठरवले - यापुढे कसाही वेळ काढून आपण रणमर्दच्या प्रत्येक प्रयोगाला हजर राहायचे. पहिल्या रांगेत - समोरच बसायचे. गुरुनाथांचा विचार जरी मनात आला, तरी ती समोर आहे, या कल्पनेनेच चैतन्यमध्ये गुरुनाथांच्या भ्रमाशी लढण्याची ताकद येईल!

त्या दिवशी विशाखा प्रयोगाला गेली.

ठरल्यासारखे, गुरुनाथही आलेच. पण, आज काहीही झाले तरी चैतन्य त्यांना रणमर्दाची भूमिका करू देणार नव्हता. मग प्रेक्षक काहीही म्हणोत. आज मुळी तो प्रेक्षकांसाठी अभिनय करीतच नव्हता. तो अभिनय करीत होता, एकट्या विशाखासाठी!... तिच्याच विचाराने तो गुरुनाथांचे अस्तित्व विसरण्याचा प्रयत्न करीत होता. स्वत:ला बजावीत होता... नाहीयेत– ते नाहीयेत तिथे. रणमर्दाची भूमिका मी करतोय - चैतन्य - माझ्या पद्धतीने!

- आणि तरीही...!

झगड्याच्या श्रमांनी चैतन्य हळूहळू थकत गेला. भूमिका करता करताच, स्वत:वरही ताबा ठेवणे त्याला कठीण जाऊ लागले. सबंध नाटकभर निभावून नेले तरी शेवटाशेवटाकडे...

"मी लांबून पाहतोय चैतन्य तुझी धडपड.." हे कोण बोलले? गुरुनाथ? "त्या धडपडीसाठी तुझी कीव करतोय -- कारण तू नुसतं कवच आहेस रणमर्दाचं... त्यातला ऐवज मी आहे. तू बाह्यरूप आहेस. मी आत्मा आहे. माझ्याशिवाय नाही रे तुला रणमर्दाचा भार उचलता येणार!"

चैतन्यला फार कठीण जात होते स्वत:ला सावरणे. सुदैवाने पडदाच पडला. नाटक संपले. थकून जाऊन चैतन्यने सेटच्या पायऱ्यांवरच अंग टाकले.

विशाखा मुद्दामच थोडी सावकाश चालत दरवाजाकडे निघाली. तिला प्रेक्षकांच्या प्रतिक्रिया ऐकायच्या होत्या... "मजा नाही आली आज.. मला कुणीतरी सांगितलं की हा नवा नट डिट्टो गुरुनाथ वाटतो! - गुरुनाथ कुठे? त्यांच्या पायाची सर तरी याला - आजकालच्या नटांचं हे असंच! एकदा नाटक चालायला लागलं, की लागलेच हे पाट्या टाकायला!"

अर्थातच यातले काहीच तिने चैतन्यला सांगितले नाही. ती आत गेली. ग्रीनरूममध्ये... मेकअप काढणाऱ्या चैतन्यला गदगदा हलवून म्हणाली - "कॉंग्रॅच्युलेशन्स चैतन्य. आय ॲम रिअली प्राऊड ऑफ यू. आज फारच छान झालं तुझं काम!"

शेजारी नानाजी होते. पण त्यांच्याकडे लक्ष द्यायचे नाही, असे विशाखाने ठरवले होते. तेही लगेच तिथून निघून गेले.

"आज तुझ्या कामावर कुणाचाही प्रभाव नव्हता." ती म्हणाली, "ते पूर्ण स्वत:चं - तुझं एकट्याचं काम होतं!"

"अंहं - आपल्या दोघांचं!... तू माझ्या पाठीशी नसतीस, - आपलं, समोर नसतीस - तर काय बिशाद होती माझी गुरुनाथांशी लढण्याची?"

"कुणाशी म्हणालास?"

"बरं - माझ्या कल्पनेशी!"... यावर, ती दोघेही हसली.

ती त्याच्याबरोबर त्याच्या घरी गेली. दोघांनी व्हिस्की घेऊन आजचा विजय सेलिब्रेट केला.

"आज मी जिंकलो खरा थोडाफार!... उद्या काय होईल कोण जाणे!"

"उद्या तू पूर्ण जिंकशील!... आज शेवटाकडे थोडासा बदललेला वाटलास! उद्या तेही होणार नाही! कारण, अरे, ही लढाई शेवटी तुझ्या कल्पनेशीच आहे ना? ती कल्पना तुला पटेनाशी झाली, म्हणजे, हळूहळू अंधूक होत पुरती नाहीशीच

नाही का होणार? ...चल, आता झक्कपैकी विश्रांती घे! मी येते–"

"एकटी कुठं निघालीस? थांब, मी सोडतो तुला टॅक्सीनं."

पण ती दोघे बाहेर पडत असतानाच एका जाडगेल्या गृहस्थाने त्यांना गाठले.

"मी चाफळकर. सह्याद्री फिल्म्सचा प्रोप्रायटर - प्रोड्युसर."

"नमस्कार."

"साइन करायचं होतं आपल्याला, आमच्या पुढच्या चित्रपटासाठी. " चाफळकर चैतन्यला म्हणाले.

"रणमर्द बघून ठरवलंत का साइन करायचं?" - चैतन्य.

"अर्थात. नाहीतर आधी कुठं माहीत होता तुम्ही कुणाला?"

"का, हे ड्रामा स्कूलचे विद्यार्थी होते. गोल्ड मेडॅलिस्ट." - विशाखा न राहवून म्हणाली, "शिवाय इथं आल्यानंतरही यांनी कितीतरी नाटकं-"

"तेवढं पुरत नाही हो चारचौघात पुढं यायला!"

"मग काय लागतं? - टाळीचा अभिनय?" विशाखा चिडून म्हणाली.

चाफळकर चपापले. "तुम्हांला आवडत नाही वाटतं यांची रणमर्दाची भूमिका?"

"आवडते ना!- त्याच्या स्वतःच्या शैलीतली!... आजच्यासारखी!"

"माफ करा!" चाफळकर म्हणाले, "मी आजचा प्रयोग पाहिला यांचा!...आजचं काम मला बरंच फिकं वाटलं! शेवटाशेवटाकडे थोडं उचललं म्हणा!"

...हा वाद अधिक वाढवण्यात अर्थ नाही, हे ओळखून चैतन्यने 'स्क्रिप्ट पाठवून द्या!' असे सांगून चाफळकरांची बोळवण केली.

विशाखाचे घर येईपर्यंत दोघांपैकी कोणीच काही बोलले नाही.

- ११ -

त्या दिवशी, कसे कोण जाणे, पण साने प्रयोगाला आले होते.

नाट्यगृहाच्या दारातच त्यांना विशाखा भेटली. काहीशा आश्चर्याने त्यांनी विचारले - "आज तू कशी काय प्रयोगाला?"

"यापुढं दर प्रयोगाला येणारेय. मी आले, की तो झपाटला जात नाही, तुम्ही समीक्षेत म्हटल्याप्रमाणे... त्यानं गुरुनाथांचं जोखड फेकून स्वतःच्या पद्धतीनं काम करावं, यातच त्याचं कल्याण आहे!"

"भलत्या भरीला पाडू नकोस त्याला," साने काळजीच्या सुरात म्हणाले, "गुरुनाथशी लढा द्यायला भाग पाडू नकोस."

"गुरुनाथशी कसला लढा?" - विशाखा उसळून म्हणाली, "गुरुनाथ वीस वर्षांपूर्वी गेले... आता त्यांचा संबंधच काय या नाटकाशी? आता त्याचा नायक चैतन्य आहे!... आणि तो पुरतेपणी स्वतंत्र आहे! पाहाल तुम्ही! आजच्या प्रयोगात

तो गुरुनाथना पूर्णपणे विसरून रणमर्दाची भूमिका करील!''

''- हेच! हेच सांगतोय मी त्यांना गेले अडीच अंक!...'' तिसऱ्या अंकातल्या शेवटच्या एन्ट्रीआधी, मेकअपरूममध्येच थांबलेल्या विशाखाला चैतन्य म्हणाला.

''कुणाला सांगतोयस गेले अडीच अंक?'' तिने शांतपणे विचारले.

''नाही... कुणाला नाही!'' चैतन्य स्वत:ची समजूत घालू लागला. ''कुणी नाहीच आहे ना तिथं स्टेजवर! नुसता मनाचा भास!... पुन्हा पुन्हा मी त्याला सांगतोय - तू नाहीस! तू अस्तित्वातच नाहीस!...'' चैतन्यचा स्वर थकलेला होता.

''एकदाच चैतन्य! - फक्त एकदाच तू संपूर्ण विजय मिळवलास, गुरुनाथना विसरून रणमर्द केलास, की पुढचं सारं सोपं होईल! तू त्या अभद्र कल्पनेपासून कायमचा मोकळा होशील!''

आणि याच वेळी भिंतीवर एका खिळ्याला लावून ठेवलेला राजमुकुट खाडकन खाली पडला. चैतन्य विलक्षण दचकला. मुकुट कोणीतरी परत जागेवर लावून ठेवला.

तो उठला आणि स्टेजच्या दिशेने निघाला.

''शेवटचा प्रवेश! - एवढा पार पडला की तू जिंकलास!'' विशाखाने त्याचा हलकेच मुका घेऊन त्याला धीर दिला... ''मी उभीच आहे इथं - विंगमध्ये! आज तू स्वतंत्रपणे काम करतोयस! त्याचा क्लायमॅक्स पाहायचाय मला!''

''पण... पण तो...''

''कुणी नाहीये तिथं. रणमर्द तूच आहेस! तू एकटाच! सगळी भीती पार विसरून जा. मी आहे इथं!''

पुन्हा एकदा राजमुकुट खाली पडला. चैतन्य दचकून थांबला.

''थांबू नकोस - जा. ऑल द बेस्ट!...''

विशाखाने त्याला पाठवून दिले. काहीशी चिडून ती म्हणाली - ''मघापासून सतरांदा खाली पडतोय हा मुकुट!... कोणी उचलून का नाही ठेवत तो?...'' ती स्वत: तो खिळ्याला लावू लागली.

''राहू दे. मला न्यायचाय आता तो -'' राधा पुढे होऊन म्हणाली.

''राधा - '' अचानक विशाखाच्या आवाजात कंप आला. - ''त्याला सांभाळशील ना आज?... शेवटच्या प्रवेशात तूच असशील त्याच्याबरोबर. माझा काही उपयोग नाही तिथं. म्हणून म्हणते.''

''तुला झालंय काय? थरथर कापतेयस तू.''

''माझं राहू दे. पण तो - बस झालं. यापुढं कधीच करू देता कामा नये त्याला हे काम. माझ्या मनावर इतका ताण - मग त्याला केवढी झुंज द्यावी लागत असेल!''

तिची कशीतरी समजूत घालून राधा आपल्या एन्ट्रीसाठी निघून गेली.

नानाजी, नाटक संपत आले म्हणून, नेहमीप्रमाणे मेकअपच्या सामानाची आवराआवर करू लागले होते. एवढ्यात चैतन्य घाईघाईने आत आला.

''नानाजी, माझा टिळा - टिळा सारखा करा माझा. आत्ता कपाळावर हात घेतला, तेव्हा फासटला!''

नानाजी स्तंभित होऊन त्याच्याकडे पाहत राहिले. मग भानावर येऊन त्याचा टिळा सारखा करू लागले.

''तो अगदी जवळ उभा आहे...पुन्हा पुन्हा विचारतोय - मी येऊ ना?'' - चैतन्यचा आवाज भीतीने दाटला होता. ''मला - थोडं पाणी द्या...'' तो म्हणाला.

कुणीतरी लगेच पाण्याचे भांडे पुढे केले. चैतन्य परत निघाला. नानाजींनी त्याला अडवले. - ''थांबा! तुम्हांला एकदा डोळे भरून पाहू द्या.'' ते म्हणाले.

''नानाजी -!''

''काही नाही, '' नानाजी म्हणाले, ''जा. यशस्वी व्हा.''

चैतन्य गेला. नानाजी त्याला स्टेजवर पाहण्यासाठी विंगेत जाऊन उभे राहिले.

स्टेजवर हिरवट प्रकाश पसरला होता. विंगमधून येणाऱ्या प्रकाशात चैतन्यच्या चेहऱ्याची कडा उजळून निघाली होती.

हातातला राजमुकुट पुढे करून राधा मोहिनीच्या बेअरिंगमध्ये म्हणाली, ''घ्या... घ्या हा राजमुकुट - चढवा तुमच्या मस्तकावर. आजवर ज्या साम्राज्यासाठी तुम्ही रक्ताचं पाणी केलंत, त्या साम्राज्याच्या सत्तेचं हे प्रसादचिन्ह धारण करा.''

''नको प्रिये - एकेकाळचा हा पुण्यश्लोक पराक्रमी रणमर्द - अतिमानुष विचारांचा ज्या क्षणी त्याच्यावर पगडा बसला, त्याच क्षणी त्याच्यातला दैवी अंश जळून खाक झाला... आणि पराक्रम-?''

त्याच क्षणी - समोरच्या हिरव्या प्रकाशात चैतन्यला गुरुनाथ दिसले. अगदी स्पष्ट.

''- आता त्याचा पराक्रम एवढाच उरलाय,'' अतिशय कष्टाने तो बोलत राहिला - ''आता त्याचा पराक्रम एवढाच उरलाय... आपल्यावर अंमल चालवणाऱ्या त्या अतिमानवी शक्तीपासून स्वतःचं संरक्षण करणं... संरक्षण करणं...''

आणि याच क्षणी गुरुनाथ चैतन्यमध्ये जाऊन पुरता मिसळला...

''नाही - मी हे होऊ देणार नाही!'' निकराचा प्रयत्न करून चैतन्य ओरडला, ''का? का असा माझ्या जिवाशी खेळतोयस?'' त्याचा तोल जाऊ लागला होता... ''मी तुला माझ्यात सामावून घेऊ शकत नाही! जा - मी तुला विनवणी करतो! तू जा! आमच्या प्रेमासाठी जा तू! हा रणमर्द तुला शेवटचा प्रणाम -''

''महाराज - भानावर या!...'' राधा त्याला सावरण्याचा प्रयत्न करू लागली.

काय होतेय हे विशाखाला कळत नव्हते. नानाजींनी मान खाली घातली.

'मी कुठं जाणार?' - गुरुनाथ म्हणत होते. 'मी तुझ्यातच आहे!'

'नाही - तिनं मला आमच्या प्रेमाची शपथ घातलीये! मी तुला जिंकू देणार नाही! - तुला कुठंच राहू देणार नाही! माझ्या देहात तुला राहायचं असेल तर मी हा देहच नष्ट करून टाकीन!...' चैतन्य जीव खाऊन म्हणाला. "नाही साम्राज्या, तुझ्यावर सत्ता गाजवण्याइतकी माझी महती आता उरलेली नाही. त्याऐवजी, हा घे माझ्या रक्ताचा नैवेद्य!"

एवढे म्हणून चैतन्यने कमरेचा खंजीर काढला, आणि तो पोटात जोराने खुपसला. एकदा... दोनदा... अनेकदा.

खंजीर खुपसताना तो पुन्हा पुन्हा ओरडून सांगत राहिला - "मर! कायमचा नाहीसा हो! पुन्हा कधी माझ्या जवळसुद्धा ... मी तुला जिंकलं अखेरीस! आमच्या प्रेमासाठी तुला नष्ट व्हावंच लागेल!... बोल - आता - कसा - झपाटशील मला? तू आता - कायमचा..."

चैतन्य खाली कोसळला. राधाने किंकाळी फोडली. टाळ्यांचा कडकडाट झाला, आणि पडदा खाली आला.

राधा किंचाळतच होती. नानाजी आणि विशाखा धावत स्टेजवर आले. विशाखाने चैतन्यचे डोके मांडीवर घेतले.

"आपण - जिंकलो - विशाखा..." असे पुटपुटतच चैतन्यने डोळे मिटले.

विशाखा अनिर्बंध रडू लागली.

लोकांचा लोंढा आत आला. एकच गडबड उडाली.

- १२ -

खंजीर याही खेपेला बोथटच होता. पण, खंजीर धरलेल्या मुठीने अचाट ताकद वापरून चैतन्यने पोटावर केलेल्या प्रहारांमुळे रक्ताचा अंतर्स्राव होऊन तो प्राणाला मुकला... असे निदान डॉक्टरांनी केले.

विशाखाच्या दुःखाला सीमा नव्हती. ते दुःख केवळ प्रियकराच्या अंताचे नव्हते. तिला पराभूत वाटत होते. असहाय वाटत होते.

चैतन्यच्या अंगात शेवटी जे कपडे होते ते, आणि जे त्याने काढून ठेवले होते ते, सगळे धुऊन आले होते. तिने रोजचे कपडे त्याच्या कपाटात ठेवले. रणमर्दाचा पोशाख कंपनीत परत देण्यासाठी बाजूला काढून ठेवला...

आणि अचानक, तिला काहीतरी हालचाल जाणवली.

रणमर्दाचा पोशाख - सावकाश... जागच्याजागी उठून बसत होता...

तारवटलेल्या नजरेने ती त्या पोशाखाकडे पाहत राहिली... मग म्हणाली, -

“अखेरीस तुम्ही तुमच्या मनासारखं केलंतच तर!”

“नाही. - त्यानं मनासारखं केलं. मला त्याच्या देहातून अनंतकाळ रणमर्दाची भूमिका करायची होती. त्यानं तो देहच नष्ट केला!”

“तुमच्यापासून सुटण्यासाठीच ना?”

“झालं त्याला तूही तितकीच जबाबदार आहेस!... मला जिंकून स्वतंत्रपणे भूमिका करायची जिद्द धरायला तू त्याला भाग पाडलंस. ती जिद्द झेपली नाही त्याला!...”

“कारण तुम्ही त्याच्यावर सक्ती केलीत - तुम्हाला स्वीकारण्याची!”

“त्या भूमिकेवर माझा अधिकार होता.”

“माझाही चैतन्यवर अधिकार होता! प्रेमाचा!”

“माझ्या अस्तित्वावर तुझा विश्वास नव्हता.”

“पहिल्यापासूनच होता!”

- गुरुनाथ चकित झाले. स्वत: विशाखाही; आपण हे बोलू शकलो म्हणून चकित झाली.

“- पण मला चैतन्यला दुबळं होऊ द्यायचं नव्हतं. नट म्हणून त्याला स्वत:मध्ये विश्वास तयार व्हायला हवा होता. दुसऱ्या कुठल्याही शक्तीचा प्रभाव त्याच्या भूमिकेवर नको होता. म्हणून मी तुमचं अस्तित्व नाकारलं!”

“पण, त्यामुळं आपण दोघंही दु:खी झालो!”

“- तुम्ही दु:खी झालात?”

“हो. कारण मला रणमर्दाशिवाय दुसरं अस्तित्वच नाही! - विशाखा, नट संपला, तरी त्याची भूमिका मागं उरते. नव्या नटाला शोधत राहते. आता माझी तगमग कायम राहील... नवा रणमर्द सापडेपर्यंत!”

“तुम्हांला... कदाचित... कधी काळी... नवा रणमर्द सापडेल!... पण मी - माझ्या चैतन्यला आता मी कुठं शोधू?”

ती स्फुंदून स्फुंदून रडू लागली.

आवेग ओसरल्यानंतर तिने वर पाहिले. रणमर्दाच्या पोशाखाची घडी जशीच्या तशी होती. ती, ती बॅगेमध्ये भरू लागली.

◆

रात्रीचे अकरा वाजून गेले होते.

बिछान्यात पडलो होतो खरा, पण झोपण्यासाठी मनाची तयारी झालेली नव्हती. मनातल्या मनात काम चालूच होते. जे ॲबस्ट्रॅक्ट पेंटिंग स्टुडिओत दिवसभर मला हुलकावण्या देत होते, ते या क्षणी, विचारांच्या पातळीवर का होईना, पण हाती आल्यासारखे वाटत होते. चार कोपऱ्यांतले टर्‌कॉइज ब्ल्यूचे स्प्लॅशेस - त्यातला एक कमी केला, तर खरेच का चित्राचा तोल बिघडेल? की उलट तो ठेवल्यानेच एक ढोबळपणा... किंवा एक स्प्लॅश वाढवून त्यांच्यातले अंतर नाहीसेच केले... तर अवकाश अधिक अर्थपूर्ण...

हवी असो वा नसो, झोप पापण्यांवर रेंगाळू लागली... इझलवरचे चित्र मिटलेल्या डोळ्यात तरंगू लागले...आणि विचारांमध्ये काहीतरी नवीन सुचत असल्याचा आभास...

अचानक फोनची बेल वाजली.

मी दचकलो. पूर्ण जागा झालो. शेजारी झोपलेली श्रेया जागी तर होणार नाही, या विचाराने धसकलो. ती बिचारी दिवसभर तिच्या सिरॅमिक्स प्रदर्शनाच्या तयारीने दमली होती. याला भेट, त्याला भेट, पत्रकारांशी बोल, सुपर मार्केट्‌सच्या मालकांना आमंत्रणे दे, अशा धावपळीने थकून जाऊन आज जरा तासभर लौकरच झोपली होती...

पर्यायी

मी नाइट लॅम्पच्या अपुऱ्या उजेडातच फोन उचलला.

''हॅलो-''

''मी डॉक्टर शिराळी बोलतोय. शिराळी क्लिनिकमधून. ॲम आय स्पीकिंग टू सुमीत सारंग?''

''येस.''

''द सुमीत सारंग? - द फेमस आर्टिस्ट?''

''हो.'' (बोला आधी काय बोलायचं ते... मी वैतागून, मनातल्या मनात.)

''तुमचा मुलगा मिसिंग आहे का?... घरी परतला नाहीये का?''

''व्हॉट?'' - मी चमकून विचारले.

''आमच्या क्लिनिकमध्ये एक मुलगा आलाय. दहाएक वर्षांचा. आलाय म्हणजे... ते डिटेल्स नंतर सांगेन. पण तो तुमचं नाव सांगतो.''

"तो एकटाच आहे? त्याच्याबरोबर दुसरं कोणी नाही का?"

"नाही. तो खूपच गोंधळलेला आहे– आणि आम्हालाही त्याचं काय करावं हे समजत नाहीये. त्यातून तुम्हाला कळवणंही भागच होतं."

"आय ॲम सॉरी डॉक्टर," मी तिरसट वाटणार नाही अशी काळजी घेतलेल्या स्वरात म्हणालो, "आय कॅनॉट हेल्प यू. तो माझा मुलगा नाही. मला मुलगा नाही. आम्हांला मूलच नाही."

डॉक्टरांचे 'सॉरी' ऐकतच मी फोन खाली ठेवला.

"काय झालं?" - एव्हाना जाग्या झालेल्या श्रेयाने जडावलेल्या आवाजात विचारले.

"काही नाही. तू झोप. एक डॉक्टर त्यांचा एक पेशंट आपला कुणी आहे का, ते विचारीत होते, मी म्हटलं, नाही."

श्रेया कुशीवर वळून परत झोपी गेली.

श्रेयाला मी मुलगा वगैरे काहीच सांगितले नाही. तिच्याशी बोलताना फार सांभाळून बोलावे लागते. तिच्या दु:खावरची खपली कधी निघेल, आणि जखम भळाभळा वाहू लागेल याचा नेम नसतो. खरे तर मूल नसणे यात इतके दु:ख करण्यासारखे काय आहे? कितीतरी जोडप्यांना मुले नसतात आणि तरीही त्यांपैकी कित्येकांच्या आयुष्यातला आनंद कायम टिकून राहतो. कधी कधी विनाव्यत्यय एकमेकांवर प्रेम करता आल्यामुळे वाढलेलाही असतो. तरीही आमच्यासारखी बरीच अपत्यहीन जोडपी, एक पद्धत ठरलेली असावी, तशी ही बाब कायम दु:खाची म्हणूनच जपत असतात.

त्यातून श्रेयाला दु:ख करायला आणखीही एक कारण आहे. बरेच दिवस मूल होण्याची वाट पाहिल्यानंतर आम्ही जेव्हा डॉक्टरकडे गेलो, तेव्हा त्यांनी मूल होण्याची शक्यता नसल्याचे सांगितले आणि दोष माझ्यात नसून श्रेयामध्येच आहे, असेही म्हटले. श्रेयाने पुष्कळ रडारड केली, मला घटस्फोट घेण्याचा आग्रहसुद्धा केला, पण मी त्यातले काहीच फारसे मनावर घेतले नाही. दोष दोघांपैकी कुणातही असला, तरी तो दोघांचा मिळूनच आहे आणि नसले मूल तर काही बिघडत नाही. अशीच मी श्रेयाची आणि पर्यायाने स्वत:चीही समजूत घातली.

समजूत घातली, असे मी म्हटले खरे, पण ना श्रेयाला अधूनमधून दु:खाचे उमाळे यायचे थांबले, ना मलाही - हो, हे स्वत:शीही कबूल करणे कठीण जाते. पण मला कधीतरी– अगदी चुकून कधीतरी वाटायचे, की माझे लग्न दुसऱ्या कुणाशी तरी झाले असते तर... तर कदाचित आज मला एखादे मूलबाळ असते. कदाचित का, नक्कीच असते.

गैरसमज नको. माझ्या वाटण्याचा अर्थ असा नक्कीच नाही, की माझे श्रेयावर

प्रेम नाही. आम्हा दोघांचेही एकमेकांवर गाढ प्रेम आहे. चित्रकला ही दोघांच्याही ध्यासाचा विषय असल्यामुळे तर या प्रेमातली समरसता अधिकाधिक सखोल होत गेली आहे. तेव्हा प्रश्न प्रेमाचा नाही. प्रश्न फक्त मला स्वत:चे मूल होण्याची शक्यता असण्याचा आहे. शक्यता - एक प्रॉबेबिलिटी.

या शक्यतेचा विचार करू लागलो की नेहमी मला आकांक्षाची आठवण येते. आकांक्षा. आकांक्षा देवधर. बारावीनंतर दोन वर्षे आम्ही झेव्हियर्स कॉलेजमध्ये एकत्र होतो. विज्ञान शाखेला. तिचे मॅथ्स माझ्यापेक्षा चांगले होते आणि वेळोवेळी ती मला त्या विषयात मदत करायची. वर्गाबाहेरदेखील आम्ही खूप भेटायचो. माझ्या आवडीसाठी चित्रांच्या प्रदर्शनांना जायचो, तिच्या आवडीसाठी कबाब खायला चिलियाच्या हॉटेलमध्ये जायचो, एखाद वेळी एखादे पिक्चरसुद्धा टाकायचो.

तिच्या मनात काय होते ते स्पष्टपणे कळले नाही, पण माझ्या मनात मात्र ती कधीतरी माझी बायको होईल, असेच असायचे. माझ्या संसाराच्या कल्पनाचित्रात ती माझी सखी, सोबतीण, पत्नी असल्याप्रमाणेच वावरायची. गणितात जशी ती कठीण प्रॉब्लेम्स सोपे करून सांगायची, तशी संसारातल्या प्रश्नांचीही हसत हसत सोपी उत्तरे ती शोधतेय, असे दिसायचे. मी हे तिच्याकडे कधी बोललो नाही, कारण ते फार लौकर होईल, कदाचित त्यामुळेच ते बिनसेल, असे काहीतरी मला वाटत असावे. म्हणजे इतके स्पष्ट कळत नसावे, पण आहे ते असेच चालू द्यावे, त्यातच गंमत येतेय असे वाटायचे.

पण होते ते तसेच चालू राहिले नाही. सेकंड इयरनंतर मला एकदम साक्षात्कार झाला की सायन्स ही माझी लाइन नाही. तिथे धडपडत राहून मी माझ्यातल्या चित्रकारालाही वाढू देत नाहीये. हे असेच चालू राहिले तर मी ना इथला, ना तिथला होईन आणि कुठेतरी कारकुनी करीन, कसेबसे आयुष्य ढकलीन. आकांक्षाने मला परावृत्त करण्याचा पुष्कळ प्रयत्न केला, पण मी झेव्हियर्स सोडून सरळ जे.जे. स्कूल ऑफ आर्टस्ला ॲडमिशन घेतली. वेल, पुढचा मार्ग काही फारसा सोपा नव्हता. पण अनेक टक्केटोणपे खाऊन का होईना, मी आज चार नामवंत चित्रकारांपैकी एक झालोय, यावरून, माझा निर्णय बरोबर होता हे सिद्ध झाले.

मुख्य म्हणजे जे. जे. मध्ये मला श्रेया भेटली. मी पेंटिंगमध्ये आणि तिने स्कल्प्चरमध्ये स्पेशलाइज केले. पण कलेविषयीच्या सारख्याच मतांमुळे आणि त्याहीपेक्षा तिच्या उत्तम अभिरुचीने न् गोड स्वभावाने आम्हाला जवळ आणले. एकत्रच स्ट्रगल करायचे ठरवून आम्ही कॉलेज सोडता सोडता लग्न केले.

जे. जे. जॉइन केल्यानंतर सुरुवातीला वर्ष-दोन वर्षे मी आकांक्षाला भेटत राहिलो. मैत्री पूर्वीसारखीच ठेवण्याचा प्रयत्न करीत राहिलो... पण नंतर लक्षात आले, की हे नाते टिकवायला दोघांनाही प्रयास पडताहेत. आकांक्षाच्या मनात आहे

तो सुमीत चित्रकार नाही. वेगळाच कुणीतरी आहे. हळूहळू आमच्या भेटी कमी होत गेल्या. कित्येक वर्षांत आम्ही एकमेकांना अजिबातच भेटलो नाही.

...तरीही डॉक्टरांनी जेव्हा सांगितले की, श्रेयामधल्या दोषामुळे आम्हाला मूल होण्याची शक्यता नाही, तेव्हा एक क्षणभरच मला वाटून गेले की, मी आकांक्षाशी लग्न केले असते तर - तर मला मूल झाले असते... अर्थातच हा विचार मनात येताक्षणी मला स्वत:ची लाज वाटली - श्रेयाशी बेईमानी केल्यासारखे वाटले. तरीही दडपून टाकलेला तो विचार अनेकदा मनात येतो. मी तो श्रेयाला कधीही कळू दिलेला नाही... पण तो पूर्णपणे डोक्यातून काढूही शकलेलो नाही.. आपण असा विचार करावा, याची शरम वाटली, तरीही...

अचानक फोन वाजला. पुन्हा एकदा. शांततेत तो आवाज केवढा तरी वाटला.

माझ्या तर्काप्रमाणे, फोन डॉक्टर शिराळींचाच होता.

"प्लीज फरगिव्ह मी फॉर डिस्टर्बिंग यू अगेन." डॉक्टर कळवळून बोलत होते. "...बट डू यू नो एनी आकांक्षा देवधर?"

मी तीनताड उडालो.

"प्लीज - प्लीज से समथिंग."

"येस - इन फॅक्ट, आय डू हॅपन टू नो वन आकांक्षा देवधर. पण त्याचं काय?"

"हा मुलगा सांगतोय की ती त्याची आई आहे."

"काय? - आकांक्षा देवधर त्याची आई आहे?"

"होय." - डॉक्टर अस्वस्थ आवाजात सांगतात - "आणि सुमीत सारंग त्याचे वडील आहेत."

"ओके. मी येतो क्लिनिकवर. - मला जरा पत्ता सांगता?"

...

डॉक्टर माझी वाट पाहत व्हरांड्यातच उभे होते.

"सॉरी - एक्स्ट्रीमली सॉरी टू हॅव ड्रॅग्ड यू हीअर ॲट मिडनाइट. मी स्वत:देखील इतक्या उशिरा कधीच क्लिनिकमध्ये थांबत नाही. पण ही केस तशीच विचित्र असल्यामुळे - बाय द वे, तुम्ही त्याला भेटण्याआधी थोडी बॅकग्राऊंड सांगतो. बसा इथं. बी कंफर्टेबल."

मी बसलो. सिगारेट पेटवली.

"तासाभरापूर्वी– माझा एक मित्र एका सेवाभावी संस्थेचा कार्यकर्ता आहे– तो त्याला इथं घेऊन आला. अतिशय गोंधळलेल्या स्थितीत हा मुलगा रस्त्यात रेंगाळताना ताला दिसला. रात्रीची वेळ, कुणीतरी त्याला भलतीकडे घेऊन जाईल, या भीतीनं माझ्या मित्रानं त्याला हटकलं. कुठे जायचंय, असं विचारले. त्यानं उलट

विचारलं, आर यू अ कॉप?... पोलिसाला त्यानं 'कॉप' म्हटलेलं मित्राला विचित्र वाटलं. पण तो म्हणाला, नो, आय ॲम जस्ट ए फ्रेंड. तुला कुठं जायचंय?...यावर त्यानं सांगितलेला पत्ता माझ्या मित्राच्या काही केल्या लक्षात येईना. शेवटी त्या मुलानं मित्राच्या खिशातल्या डायरीत तो लिहून दाखवला. इकडे मला घेऊन चला- माझी ममा वाट पाहत असेल, असं तो रडकुंडीला येऊन म्हणाला.''

''मग?- तिकडे का नाही नेलं मित्रानं?''

''ते शक्य नव्हतं. पत्ता शिकागोमधल्या एका सबर्बचा होता. नेपरव्हिलचा.''

''त्या मुलाच्या डोक्यावर परिणाम झाला असणार!''

''माझ्या मित्राला तसंच वाटलं. पण त्याला एकदम सकाइट्रिस्टकडे नेण्याआधी माझं मत घ्यावं, म्हणून तो इकडे घेऊन आला. मी त्याला खायला, प्यायला दिलं आणि चौकशी केली. सकाळी येतो, म्हणून मित्र निघून गेला. पण तो मुलगा मात्र मला डॅड-ममाकडे घेऊन चला, म्हणून अगदी कळीला आलाय. काहीच सुचेना, म्हणून मी तुम्हाला -''

माझी सिगरेट संपली होती. आम्ही आत गेलो.

तो मुलगा सिस्टरला काहीतरी सांगत बसला होता. ती त्याला झोपण्याचा आग्रह करीत होती, पण तो दाद देत नव्हता.

मला पाहताच तो बोलायचा थांबला. मग धावत माझ्याजवळ आला. मला न्याहाळत राहिला, मग म्हणाला - ''डॅडी, यू लूक सो डिफरण्ट!''

''आय ॲम नॉट युअर डॅडी!'' असे शब्द माझ्या तोंडावर आले होते, पण माझ्या नकळत ते गिळले गेले. हा इतका गोड मुलगा - गोरापान, लाल लाल गालांचा, गुटगुटीत... हा खरंच माझा मुलगा असता तर– ते राहू दे. निदान या क्षणी त्याचे 'डॅडी डॅडी' कानावर पडत होते - हेही काही कमी नव्हते... आजवर कोणी मला 'डॅडी' म्हटले होते?

''माय डॅडी इज फॅटर दॅन यू. पण तो सेम तुझ्यासारखा दिसतो.'' - तो एकदम मराठीत म्हणाला. - फक्त तो स्पेक्ट्स लावतो आणि त्याचे केस थोडे ग्रे झालेयत. तू मला घरी घेऊन चल. मग तुला डॅडी दिसेल!''

''तुझं घर कुठं आहे?''

''अमेरिकेत. पण डॉक्टर अंकल म्हणतात, ही इंडिया आहे. म्हणजे खूप दूर असतं, म्हणतात. मग मी घरी कसा जाणार?''

''डोण्ट वरी. वुइल सॉर्ट इट आउट.'' - त्याचा माझ्या शब्दांवर विश्वास बसला असावा. - ''तुझं नाव नाही सांगितलंस मला.''

''समीर. बट दे कॉल मी सॅम.''

आई-वडील दोघेही मराठीच असल्यामुळे समीर मराठी-इंग्रजी दोन्ही बोलत

होता... पण त्याचे उच्चार अमेरिकन वळणाचे होते. म्हणजे आपण अमेरिकेत राहतो, हे त्याचे म्हणणे वेडेपणाचे नसावे. पण तो इथे कसा?

"तेच मला कळत नाही." माझ्या अगदी जवळ बसून माझ्या खांद्याला डोके घाशीत तो म्हणाला, - "मी स्कूलमध्ये गेलो होतो. ऑफ पिरियडमध्ये मी चालत चालत ग्राऊंडच्या टोकाशी आलो. तिथून पुढे फॉरेस्ट आहे. थिक वूड! मला भीती वाटते फॉरेस्टची - इट्स सो स्केअरी!... म्हणून मी ग्राऊंड संपलं तिथे बसलो. आकाशाकडे पाहत! टू व्हाइट क्लाउड्स वेअर फ्लोटिंग इन द स्काय! त्या क्लाउड्सकडे पाहता पाहता, मला वाटतं, मला झोप लागली... आणि जागा झालो तर काय, मी इथे एका मैदानात पडलो होतो.. पण आकाश काळंकुट्टं झालं होतं. रात्र पडली होती..." सॅम हलकेच रडू लागला.

"डोण्ट क्राय" – मी त्याच्या डोक्यावरून हात फिरवला. तो मला अधिकच बिलगला. "डोण्ट क्राय - एव्हरीथिंग इज गोइंग टू बी ओके..."

"मुलगा खूपच ब्रिलियंट आहे..." डॉक्टर म्हणाले. "त्यानं आल्या आल्या आपल्या घरचा फोन नंबर दिला. तो एकाएकी असा नाहीसा झाला, म्हणजे त्याचे आई-वडील भलते काळजीत पडले असणार!...म्हणून मी फोन लावला."

"मग?"

"रिंग नाही. कसलाच आवाज नाही. ॲब्सोल्युटली नो कम्युनिकेशन!"

सॅम आता मुसमुसून रडायला लागला.

"मला देऊन ठेवा नंबर." मी सॅमच्या समाधानासाठी म्हटले. "मी घरी गेल्यानंतर पुन्हा करतो ट्राय."

डॉक्टरांनी नंबर दिला. सॅमने ई-मेल आयडी दिला होता, तोदेखील दिला.

"नाऊ लूक हिअर सॅम - द होल थिंग इज व्हेरी कन्फ्युजिंग ॲण्ड वुइ हॅवण्ट गॉट द स्लाइटेस्ट क्लू - म्हणून आता या क्षणी तुला अमेरिकेतल्या तुझ्या घरी पोहोचवणं अशक्य आहे... बट वुइल डू द नेक्स्ट बेस्ट थिंग! लेट्स प्ले अ गेम... लेट्स प्रिटेण्ड दॅट यू आर अ गेस्ट फ्रॉम अमेरिका. मी तुझा डॅड आहे ना - मग तू माझ्याबरोबर आमच्या घरी चलायचं!... तिथे तुझी आण्टी आहे - समव्हॉट लाइक युवर मॉम - आय ॲम शुअर यू विल लाइक हर!"

मुलांची समजूत घालणे किती सोपे असते! पाहता पाहता सॅमचा रडवेला चेहरा शांत होत गेला!... आणि शेवटाकडे तर त्यावर चक्क हसू फुटले.

...

माझ्याकडे लॅच-की होती. तरीदेखील मी बेल वाजवली. श्रेया अजूनही झोपलेली असली तर जागी व्हावी, हा हेतू!

दुसऱ्या बेलला तिने दार उघडले. बहुधा किती वाजलेत याचा अंदाज न घेता,

दूधवाला पोरगा आला असावा अशा समजुतीने!

दारात मला पाहताच ती हबकली!... "हे काय? तू कुठे गेला होतास? - आणि हा कोण?"

"ही इज सॅम" - मी सॅमला पुढे करीत म्हटलो. "अॅण्ड शी इज श्रेया आंण्टी!"

"हाय" -

"ही इज माय डॅड!..." सॅम म्हणाला. श्रेया चमकली.

"डॅड?"

"मग सांगतो सगळं. आधी त्याला काहीतरी खायला दे, आणि त्याच्या झोपण्याची व्यवस्था कर..."

सॅमला झोप आलेली नव्हती. (त्याच्या गावात बहुधा अजून दिवसच असणार!) मात्र एकंदर अनुभवाने त्याला गरगरल्यासारखे होत होते. त्याला काही खाण्याचीही इच्छा नव्हती. तो फक्त ग्लासभर दूध प्यायला. 'आय लाइक मिल्क.' तेवढ्यातल्या तेवढ्यात त्याने मला माहिती दिली. - "माय फ्रेंड्स डोण्ट. बट आय थिंक इट्स जस्ट ग्रेट!"

श्रेयाने दुसऱ्या बेडरुमध्ये त्याची झोपण्याची व्यवस्था केली. माझा एक टी शर्ट त्याला घालायला दिला. एक रग त्याला पांघरायला दिला आणि पंखा लावला. पॅसेजमधला लाइट लावताना तिने त्याला गुड नाइट केले.

"गुड नाइट. श् - श् - श्रेया आण्टी," असे म्हणून सॅम झोपण्याचा प्रयत्न करू लागला.

तोवर मी कपडे बदलून आडवा झालो होते. श्रेया बेडरूममध्ये आली, पण तिचा झोपण्याचा विचार नसावा. माझ्या शेजारी गुडघ्यांभोवती हात घेऊन बसत तिने विचारले, "आता सांग. हा काय प्रकार आहे?"

"गुड नाइट." मी पाठमोरा राहूनच म्हटले - "सकाळी सांगेन."

मला आपल्या बाजूला वळवीत ती म्हणाली, - "सकाळी नाही. आत्ता सांग."

"काय सांगू?"

"तो मुलगा कोण आहे? तो तुला डॅड का म्हणाला?"

"मी त्याच्या डॅडसारखा दिसतो म्हणून."

"नाव काय त्याच्या डॅडचं?"

"सुमीत सारंग."

"म्हणजे तू -"

"नाही. हा वेगळा आहे. येताना सगळी माहिती दिली मला सॅमने. हा सुमीत चित्रकार नाही. हा बँक ऑफ अमेरिकेत कन्सल्टंट आहे. पण तो जन्मला भारतात.

इथे एमेस्सी करून पुढे कॉम्प्युटर टेक्नॉलॉजीमध्ये स्पेशलायजेशन केलं त्यानं. बहुतेक आकांक्षा देवधरच्या वडिलांच्या पैशानं.''

''वेट वेट - आकांक्षा देवधर?''

''लग्नानंतरही तेच नाव लावते ती. सॅम म्हणाला तसं.''

''तुझी मैत्रीण होती ना पूर्वी आकांक्षा देवधर नावाची?...इफ आय मिस्टेक नॉट...झेवियर कॉलेजमध्ये...''

''हो '' - मी हा विषय वाढू नये म्हणून म्हटलं - ''पण नावासारखी नावं असतात.''

''दोन नावं दोघांच्यासारखी असणं - तुला नाही वाटत हे जरा जास्त आहे? इजण्ट इट टू मच ऑफ अ कोइन्सिडन्स?... मला सांग, त्या मुलाला घेऊन कोण आलं अमेरिकेहून?''

''कोणी नाही.'' आता माझी झोप पुरती उडाली होती. - ''तीच तर सगळी गोची आहे! तिकडे स्कूल ग्राऊंडवर झोपलेला सॅम इकडे जागा झाला. - इकडच्या ओव्हल मैदानात! आणि या प्रकाराचा शोध आपल्यालाच घ्यावा लागणारेय!...सॅमला रीतसर त्याच्या घरी पाठवावं लागणारेय.''

श्रेयाचं समाधान झालं नाही. पण निदान ही ''मॅन, वूमन अॅण्ड चाइल्ड'' कादंबरीमधली, नायकाचा अनौरस अमेरिकन मुलगा त्याच्याकडे येण्याची सिच्युएशन नाही, एवढं तिच्या लक्षात आलं आणि ती झोपी गेली...

मला मात्र आता झोप लागत नव्हती. कुठेतरी काहीतरी पॅटर्न दिसत होता. सुमीत सारंग चित्रकार झाला नाही... तो एमेस्सी झाला... कॉम्प्युटर टेक्नॉलॉजी - अमेरिकेला गेला... आकांक्षाशी लग्न...समीर...आमचा दोघांचा मुलगा...काय आहे हा पॅटर्न?...टर्कॉइज ब्ल्यूचे स्प्लॅशेस...तीन की पाच...सगळे एकमेकांत मिसळले तर...

...काहीतरी समजत होतं...काहीतरी जाणवत होतं...तरीही काहीच समजेनासं झालं होतं.

...

सॅम दुसऱ्या दिवशी खूपच उशिरापर्यंत झोपून राहिला. माझे स्टुडिओतले काम लांबणीवर पडू शकले असते, पण श्रेयाचे तसे नव्हते. तिचे सिरॅमिक्सचे प्रदर्शन चार दिवसांवर येऊन ठेपले होते. तरीही तिने आजच्या दिवसाच्या काही अपॉइंटमेंट्स थोड्या मागेपुढे केल्या, त्यातल्या काही सहकाऱ्यांवर टाकल्या आणि सॅमविषयी बोलण्यासाठी स्वत:ला थोडे मोकळे केले.

''काल रात्री डॉक्टर शिराळींनी अचानक त्यांची अडचण सांगितल्यामुळे तू त्याला घेऊन आलास हे ठीकच केलंस.'' - श्रेया म्हणाली - ''पण त्याला नुसतंच

आपल्या घरी ठेवून प्रश्न सुटणार नाही. तो कोण, कुठला हे कळायलाच हवं ना?''

आम्ही पुन्हा एकदा त्याने दिलेल्या नंबरवर फोन लावून पाहिला. एखाद्या प्रचंड पोकळीत संदिग्ध नाद घुमावेत तसे काहीतरी झाले. त्यामुळे नंबर कनेक्ट तर होत नाहीच आहे, पण तो कनेक्ट व्हावा अशी अपेक्षाही वेडेपणाची आहे, असे वाटून गेले. ई-मेलवरही आम्ही निरोप ठेवला, पण तो योग्य त्या ठिकाणी पोहोचणार नाही, असे आमचे आम्हालाच वाटले...पण असे का व्हावे? सॅमच्या म्हणण्याप्रमाणे त्याचे घर शिकागोमध्ये असेल तर कालपर्यंत वापरात असलेला फोन नंबर आज का लागू नये? तो चुकीचा असण्याची शक्यता नव्हती आणि असलाच तर निदान रॉंग नंबर तरी लागायला हवा होता...

''मी सांगते, तो एकटा नाहीये. तो कोणाबरोबर तरी आलाय आणि इथल्या गर्दीत हरवलाय...कुणी सांगावं, त्या ज्या कुणी अमेरिकेहून त्याला इथं आणलं, त्यानं याला जाणूनबुजून सोडून दिलं असेल...''

''कसल्याही सामानाशिवाय? - अगदी पैशाचं पाकीटसुद्धा न ठेवता?''

''ते सगळं काढून घेतलं असेल त्यानं. कदाचित एकापेक्षा अधिक लोकही असतील ते. एखादी गँग -''

''- तसं असतं, तर सांगितलं असतं त्यानं.''

''त्याला पढवून ठेवलं असेल काही न सांगायला.''

''तो पढवल्यासारखं बोलत नाहीये. दहशतीखाली खोटं सांगत असेल म्हणावं, तर तसा तो घाबरलेला वाटत नाहीये. तसं असतं तर डॉक्टरांनाच त्याने त्या लोकांविषयी सांगितलं असतं, पण त्यानं उलट माझंच नाव घेतलं–''

''आपण अमेरिकन एम्बसीला कळवूया का?... तेच बघतील त्याला परत पाठवायचं!''

''तू म्हणतेस त्यात तथ्य आहे. अडचण एकच - तो जे त्याच्या डॅडीचं नाव सांगतो, ते माझंच आहे!... हे कसं, हे एम्बसीला पटवणं कठीण - म्हणजे आपला यात काही संबंध नाही हे... ''

''पोलिसांत रिपोर्ट करायला हवं खरं म्हणजे. पण त्यांना आपलाच संशय येईल.''

''हो... एखाद वेळी त्याच्या बोलण्यावरून त्याला वेडं ठरवून ते त्याची रवानगी थेट वेड्यांच्या हॉस्पिटलमध्ये करतील...त्याहूनही वाईट म्हणजे त्याला अनाथाश्रमात पाठवतील...''

बराच वेळ विचार करूनही आम्हांला फारसे काही सुचेना. जे काय करायचे, ते लौकर करायला हवे होते, नाहीतर या आधी हालचाल न करण्यामागे तुमचा हेतू काय होता, अशा तऱ्हेच्या प्रश्नांना तोंड द्यावे लागले असते.

शेवटी प्रत्यक्ष पोलिस स्टेशनवर जायचे नाही, पण माझा एक सबनीस नावाचा मित्र असिस्टंट पोलिस कमिशनर होता, त्याचा सल्ला घ्यायचा, असे आम्ही तात्पुरते ठरवले.

ब्रेकफास्टसाठी सॅमला उठवणे भागच होते. जागा झाल्यानंतर बराच वेळ त्याला आपण कुठे आहोत, हेच समजत नव्हते. मात्र त्याला माझा फारच आधार वाटत होता. त्या आधारानेच तो एकेका गोष्टीला सामोरा जात होता. मला एक वेगळीच भावना होत होती. तो माझा खरोखरीचा मुलगा आहे, माझे बोट पकडून वावरतो आहे, या कल्पनेने मी सुखावून गेलो होतो. बापपणाचा मला अजूनपर्यंत कधी अनुभवच नव्हता. तो, कालपर्यंत मी ज्याला पाहिलेही नव्हते, अशा या मुलाकडून मला मिळत होता...तो कोणीही असो. मनातल्या मनात मी त्याला माझा मुलगा म्हणून स्वीकारून टाकले होते. माझा मुलगा... माझा - आणि आकांक्षाचा!

सॅमला खूप भूक लागली होती. श्रेयाने केलेल्या सॅण्डविचेस आणि अंड्यांचा त्याने फडशा पाडला. सोबतीला ॲपल ज्यूस होतेच!...मी त्याच्याशी इकड-तिकडच्या गप्पा मारीत होतो. सॅम त्याच्या वयाच्या मानाने खूपच भारदस्त बोलत होता.

"लेटेस्ट हॅरी पॉटर वाचलंस की नाही?...द गॉब्लेट ऑफ फायर?" मी विचारले.

"हॅरी पॉटर? - नेव्हर हर्ड ऑफ हिम. हूज ही?"

मला नवल वाटले. हा असे काय विचारतो? त्याच्या वयाच्या, अमेरिकन मुलाला हॅरी पॉटर माहीत नाही, असे कसे होईल? त्या मुलांना तर हॅरी पॉटरने वेड लावले आहे. त्याची एकापाठोपाठ एक प्रसिद्ध होणारी पुस्तके... त्यांवरचे चित्रपट... सीडीज्..कॉण्टेस्टस्...

"यू आर किडिंग!" - मी म्हटले, - "हाऊ कम यू डोण्ट नो हॅरी पॉटर?"

पण त्याला खरोखरच हॅरी पॉटर माहीत नव्हता. त्याला वाचनाची आवड होती. ट्रेझर आयलण्डपासून पार्किन्सन्स लॉजपर्यंत बरेच साहित्य त्याने वाचलेले होते. पण त्याच्या मते अमेरिकेत हॅरी पॉटर आलेलेच नव्हते. मे बी - यूकेमध्ये....

मी विचारात पडलो. सॅम शंभर टक्के अमेरिकन वाटत होता. पण त्याच्या अमेरिकेत हॅरी पॉटर आलेले नव्हते. निन्जा सीरिज नव्हती. लिट्ल गॉडेस नावाची एका छोट्या ब्लॅक मुलीची कॉमिक्स खूप लोकप्रिय होती. डिस्नेतर्फे आता या सीरिजवर एक मल्टी मिलियन डॉलर मूव्ही येऊ घातला होता...

श्रेया हे सगळे ऐकत होती. अधूनमधून आम्ही एकमेकांकडे पाहून प्रतिक्रिया देत होतो. अधिकाधिक कोड्यात पडत होतो.

"इथे ठिकठिकाणी तुला मॅक्डोनाल्ड्स दिसतील - यू'ल फील ॲट होम..." मी म्हटले.

"मॅक्डोनाल्ड इज ओके!" तो म्हणाला. मी निःश्वास टाकला. नशीब, अमेरिकेत मॅक्डोनाल्ड नाहीतच, असे म्हणाला नाही. - "पण आता मॅक्डी आऊटडेटेड झालंय! नाऊ रिअल कूल थिंग इज बग्जबनी!..." त्याने मला अमेरिकाभर चारी पाय पसरून राहिलेल्या, कॅरट खाणाऱ्या बग्जबनी चेन ऑफ रेस्टॉरॉजची माहिती दिली. वर म्हणाला - "मॉम सेज कॅरट्स आर गुड फॉर हेल्थ!"

श्रेयाने केलेल्या फोनमुळे दुपारी सबनीस माझ्याकडे आला. मी सॅमला घेऊन त्याच्या ऑफिसवर जाणार होतो, पण प्रसिद्धी टाळावी असे त्यानेच सुचवले होते आणि स्वतः साध्या वेषात येऊन सॅमला बघून जाण्याची तयारी दाखवली होती.

सॅमशी तो बराच वेळ बोलत बसला. अमेरिकेविषयी... अमेरिकन कॉप्सविषयी. सबनीसला स्वतःचा अंदाज घेता यावा, म्हणून मी अलिप्त राहून माझी कामे करीत होतो. (श्रेया बी. एम. सी. मध्ये गेली होती.) एवढ्यात सबनीसचा आश्चर्योद्गार कानावर आला - "सुमीत, इकडे पाहिलंस का? हा म्हणतो, गेल्या आठवड्यात तो वर्ल्ड ट्रेड सेंटरला जाऊन आला!"

"नवीन काम सुरू झालंय ना तिथे - त्या साइटवर गेला असेल."

"नाही, प्रत्यक्ष वर्ल्ड ट्रेड सेंटरमध्ये!...त्याच्या म्हणण्याप्रमाणे ते अजूनही उभं आहे!... नाइन इलेव्हन झालंच नाही! मी जेव्हा त्याला ट्विन टॉवर्स पडल्याची गोष्ट सांगितली तेव्हा तो 'इंटरेस्टींग!' एवढंच म्हणाला. त्याला ती कॉमिक्समधली फेरीटेलच वाटली!...आणखी ऐकलंस का? त्याच्या अमेरिकेत बुश प्रेसिडेंट म्हणून निवडून आलेलाच नाही!... अल गोअर खूप पॉप्युलर प्रेसिडेंट आहे म्हणे!"

"सबनीस - साला काय असेल हा प्रकार?" - सॅमला वाचायला पुस्तके देऊन गुंतवल्यानंतर मी सबनीसला म्हणालो.

"बरं झालं, मी हे प्रत्यक्षच पाहिलं. नाही तर तुझ्या सांगण्यावर माझा विश्वासच बसला नसता. हा प्रकार नेहमीचा नाही...आणि आपले नेहमीचे आडाखे इथे उपयोगाचे नाहीत. नेहमीच्या प्रकारात वाटलं असतं की, या मुलाला अमेरिकेची काहीच माहिती नाही आणि तो तोंडाला येईल त्या थापा मारतोय. तो अमेरिकेतून आलेलाच नाहीये - इथलाच आहे!... पण तसं नाहीये. हा शंभर टक्के अमेरिकावासी आहे."

"मग त्याला नाइन इलेव्हनसारखी जगप्रसिद्ध घटना कां माहीत नाही?"

"कारण ती त्याच्या अमेरिकेत घडलेलीच नाही. त्याच्या अमेरिकेत बुश नाही. पण अल गोअर आहे - त्याला माहिती नाही असं नाही... त्याला वेगळी माहिती आहे. पर्यायी... ऑल्टर्नेटिव्ह! येस - ऑल्टर्नेटिव्ह!"

"मला नाही समजलं."

"कल्पना कर - बुश निवडणुकीत पडला असता तर... लादेनच्या विरोधातली मोहीम इतकी तीव्र झाली नसती तर... ट्विन टॉवर्सवर हल्ला झाला नसता तर... हॅरी पॉटर इंग्लडतून अमेरिकेत आला नसता तर - असं झालं नाही... पण असं होऊ शकलं असतं... त्या शक्यता नाकारता येत नाहीत... म्हणजेच त्या शक्यतांचं जग अस्तित्वात येऊ शकतं. एक का, अनेक जग असू शकतात... ते एक वेगळंच विश्व असू शकतं! पर्यायी विश्व... ऑल्टर्नेटिव्ह युनिव्हर्स..."

"तू म्हणतोस ते मला थोडं थोडं कळतंय... खरं म्हणजे काल रात्रीपासून माझ्या डोक्यात असेच काहीसे विचार अंधुकपणे येताहेत... पण अजून काही स्पष्ट दिसत नाहीये!"

"सावकाशीनं विचार कर. आपलं ज्ञान मर्यादित आहे. आपली विचारांची पद्धतही त्या मर्यादित ज्ञानाच्या हिशेबानं ठरलेली आहे. पण जगात अनेक अनाकलनीय गोष्टी आहेत आणि त्यांचं आकलन होण्यासाठी आपण कुठल्या दिशेनं विचार करायला हवा, हे अनुभवानंच ठरणार आहे. मात्र सध्या आपल्या पुढचा प्रॉब्लेम अधिक प्रॅक्टिकल आहे. सॅमचं काय करायचं, हा."

"सॅमला माझ्याकडे ठेवून घ्यायची माझी तयारी आहे... तोही मला डॅड मानतो!"

"तरीही गोष्टी पद्धतीने व्हायला हव्यात. इथं नेहमीच्या पद्धतीचा फारसा उपयोग नसला, तरीही त्या टाळता येणार नाहीत. पोलिस चौकशीच्या नेहमीच्या चक्रात गुरफटलास तर तुला खूप त्रास होईल. तरीही मला सॅम तुझ्याकडे कसा आला, याची नोंद करून ठेवावीच लागेल. डॉक्टर शिराळींशीही बोलावं लागेल."

"पद्धत म्हणून - सॅमच्या पालकांसाठी जाहिरातही द्यावी लागेल ना?"

"नाही. तशी दिली तर अनेक तोतये पालक पुढे येतील. त्यापेक्षा जर तो खरोखरच कुणाबरोबर असला तर त्या व्यक्तीला पोलिसात तक्रार करू दे, मुलगा हरवल्याची. तसं झालं तर काय करायचं याच्या इन्स्ट्रक्शन्स देऊन ठेवतो मी, सगळ्या स्टेशन्सवर! - विशेषत: ओव्हल मैदानाच्या परिसरातल्या!"

...दुपारी मी सॅमला स्टुडिओत घेऊन गेलो. मला चित्र रंगवताना पाहून तो खूपच भारावून गेला. "यू आर ग्रेट!" तो म्हणाला. "सो फार आय हॅव नेव्हर सीन अरिअल पेण्टर!"

मी त्याला कागद आणि रंग दिले. तो भराभर चित्रे काढू लागला. बग्जबनी, व्हेल, उंच इमारती, विमाने...

मला एकदम काहीतरी आठवले. मी माझ्या जुन्या संदर्भाच्या फाइल्स काढल्या. त्यात असंख्य कात्रणे, चित्रे, छायाचित्रे होती. थोडेसे शोधल्यावर मला एक फोटो सापडला. वडाच्या पारंब्यांना धरून, मुक्तपणे हसणाऱ्या आकांक्षाचा रंगीत फोटो

होता तो. मीच कधीतरी, पिकनिकला गेलो असताना काढलेला. पुढे मागे त्याच्यावरून एखादे पोर्ट्रेट करावे म्हणून संदर्भाच्या फाइलमध्ये ठेवलेला.

मी तो सॅमला दाखवला. - "सॅम– हू इज धिस?"

"एनीबडी आय नो?" - त्यानेच मला उलट विचारले.

"शुअर. डझण्ट शी लुक लाइक युवर मॉम?"

"याऽ अ लिट्ल बिट...बट मॉम इज क्वाइट प्लम्प..." पुन्हा बारकाईने फोटो निरखीत तो म्हणाला, "बट या ऽ मॉम स्माइल्स जस्ट लाइक धिस!"

आकांक्षा... कुठं असेल ती आज? - अमेरिकेत? सॅमसाठी व्याकूळ झाली असेल? - त्याचा शोध घेण्यासाठी आटापिटा करीत असेल? - अर्थातच. पण कसे कळवायचे तिला सॅम इथे सुखरूप आहे, हे? - कसा संपर्क साधायचा तिच्याशी?

...

संध्याकाळी मी सॅमला घेऊन समुद्रावर गेलो. त्याच्या सहवासात जास्तीत जास्त वेळ घालवायचा, असे मी ठरवले होते.

आम्ही खूप भटकलो. गर्दी फारशी नव्हती. आम्ही पाण्यात पाय भिजवूनसुद्धा आलो. सॅमला खूप गंमत वाटत होती. क्षणाक्षणाला तो प्रश्न विचारीत होता. त्या प्रश्नाचे उत्तर मिळाले, की त्यातूनच त्याला नवा प्रश्न सुचत होता...

शेवटी आम्ही दमलो आणि वाळूत जाऊन बसलो. म्हणजे मी एका खडकावर आणि सॅम वाळूत. वाळूचे डोंगर करीत.

आकाश हळूहळू तांबूस होऊ लागले होते. त्यात दोन पांढरे ढग सावकाश - अगदी समजेल न समजेलशा गतीने डौलात चालले होते... सबनीसची थिअरी माझ्या डोक्यात भिनत होती. शक्यतांचे जग... नव्हे, जगे... अनेक! बुश निवडून आला नसता तर... हॅरी पॉटर अमेरिकन पब्लिशर्सनी घेतला नसता तर...?

मी झेव्हियर्स सोडून जे. जे. स्कूल ऑफ आर्ट्सला गेलो नसतो तर? - सुरुवातीला आर्टिस्ट म्हणून स्ट्रगल करताना अनेकदा मनात यायचे... कशाला आपण या कलेबिलेच्या भानगडीत पडलो? सरळ एमेस्सी होऊन...

काय झाले असते?

शक्यतेचे एक जग...

मी एमेस्सी झालो असतो. श्रेया मला भेटलीच नसती. मी केव्हातरी आकांक्षाला लग्नाचे विचारले असते. आम्ही लग्न केले असते. तिच्या वडिलांच्या मदतीने आम्ही अमेरिकेला गेलो असतो. मी कॉम्प्युटर टेक्नॉलॉजीमध्ये प्रावीण्य मिळवले असते. बँकिंग किंवा फायनान्समध्ये करीयर केले असते. आकांक्षानेही मॅनेजमेंटचा एखादा जॉब घेतला असता.

आणि मग... समीरचा जन्म झाला असता. आम्ही त्याला सॅम म्हणायला लागलो असतो...

समीरच्या जन्मानंतर आकांक्षा अंगाने थोडीफार भरली असती. तिचे स्मितहास्य मात्र तेच राहिले असते. माझ्याही अंगावर थोडी सुखाची सुस्ती चढली असती. डोळ्यांवर चष्मा आला असता... केस ऑफिसातल्या जबाबदारीने अकाली पांढुरके होऊ लागले असते! हे - हे सगळे शक्य होते. शक्यतेच्या - पर्यायी जगात हे तर घडलेलेच होते!

त्या जगात सॅम होता. आपल्याला माहीत आहे, तिच्यापेक्षा वेगळी अमेरिका होती!

सॅम त्या जगातून इथे आला होता. कसा कोण जाणे! एका चमत्काराने! नियतीच्या एका लहानशा धक्क्याने!

सूर्य लालेलाल झाला. "चल सॅम - लेट्स गो होम!" मी वाळूत खेळणाऱ्या सॅमला हाकारले.

पण उत्तर आले नाही. वाळूचा डोंगर होता, पण सॅम तिथे नव्हता. आजूबाजूला कुठे गेला असेल म्हणून मी हाका मारल्या, पण ओ मिळाली नाही.

माझ्या छातीत धस्स झाले. गेला कुठे हा?

मी वेड्यासारखा हाका मारीत सुटलो. सॅम - सॅम -

सर्वत्र शांत होते. त्या मावळत्या संधिप्रकाशात मी सगळा किनारा विंचरून काढला. जांभळट होत चाललेल्या पाण्यातही जाऊन आलो. सॅम कुठेच नव्हता.

मला आतून जाणवत होते... सॅमला शोधण्यात अर्थ नाही. तो या किनाऱ्यावर नाही. मुंबईत नाही. तो या जगातच नाही. माझ्या जगात. तो परत गेला होता. कुठे? जिथून आला त्याच जगात... की आणखी वेगळ्याच ठिकाणी?

सांगणे अवघड होते. एवढेच सत्य होते की अगदी अचानक, त्याला स्वत:लाही कळणार नाही, इतक्या हलकेच सॅम निघून गेला होता. निदान हे माझे सत्य होते. आतापुरते. या - माझ्या जगातले. अनेक शक्यतांनी तयार झालेल्या अनेक जगांपैकी - माझ्या जगातले सत्य.

आणि एक विचार माझ्या डोक्यात सुईसारखा घुसला.

सॅम खरेच आला होता ना?... तो अस्तित्वात तरी होता ना? की ती एक कल्पनाच होती?... आकांक्षाशी लग्न झाले असते, तर मी बाप झालो असतो, या हुरहुरीतून जन्माला आलेली कल्पना?

छे, असे कसे असेल? मी एकट्यानेच नाही तर सर्वांनीच सॅमला पाहिले आहे! डॉक्टर शिराळींनी, श्रेयाने, सबनीसने...

आणि तो आला होता की नाही, हे तेवढेसे महत्त्वाचे नाही. तो आता गेला,

हे महत्त्वाचे आहे...

कालच सापडलेला माझा मुलगा आज मला सोडून गेला.

माझा आणि आकांक्षाचा मुलगा...

...

मी लॅच-कीने दरवाजा उघडून आत पाऊल टाकले, तेव्हा श्रेयाच समोर आली.

"श्रेया - सॅम गेला..." मी म्हटले.

"कुठे?"

"जिथून आला तिथे. त्याच्या डॅड-मॉमकडे. आकांक्षाकडे."

"पण आकांक्षा -"

एवढ्यात एक सलवार आणि भरगच्च नक्षी काढलेला कमीज घातलेली स्त्री बाहेर आली. किंचित स्थूलपणाकडे झुकणारी. पण स्मितहास्य - स्मितहास्य तेच!

"आ-कां-क्षा?"

खळखळून हसत आकांक्षा म्हणाली, "असा भूत पाहिल्यासारखा काय पाहतोयस? या पंजाबी अवतारात मला ओळखलं नाहीस की काय?"

"ओळखलं. पण तू - इथं -"

"माझा उद्योग हा–!" - श्रेया म्हणाली. "मी आज दुसरं काहीच काम केलं नाही. डिरेक्टरीत पाहून सगळ्या देवधरांचे फोन नंबर फिरवत राहिले. प्रत्येकाला विचारत राहिले, आकांक्षा देवधर तुमची कुणी लागते का?...शेवटी हिनंच फोन उचलला, हिच्या वडिलांच्या घरी."

"मी परवाच आले मुंबईत."

"अमेरिकेहून?"

"नाही रे बाबा." आकांक्षा खळखळून हसली. पंजाबहून. रणधीर ॲडव्होकेट आहे होशियारपूरमध्ये. शिवाय शेती आहे त्यांची. लग्न केल्यापासूनच मी पंजाबणच झालेय. क्वचित कधीतरी येते पपांना भेटायला."

"तुला मुलगा -"

"नाही बाबा - एकच मुलगी. तेवढीच पुरे आहे..."

म्हणेस्तंवर आतून एक आठ-नऊ वर्षांची मुलगी आली. आकांक्षाला बिलगली..."ही अनुष्का." आकांक्षा म्हणाली. - "बेटी, से हाय टू अंकल!"

"हॅलो, अंकल." अनुष्का लाजत लाजत म्हणाली.

◆